காலமற்ற வெளி

மருதன் பசுபதி

டிஸ்கவரி புக் பேலஸ்

கே.கே.நகர் மேற்கு, சென்னை - 600 078.
(பாண்டிச்சேரி கெஸ்ட் ஹவுஸ் அருகில்)
Ph: 044-4855 7525 Mobile: +91 87545 07070

காலமற்ற வெளி
ஆசிரியர்: மருதன் பசுபதி©

Kaalamatra Veli
Author: Marudhan Pasupathi©

Publiseher: Discovery Book Palace (P) Ltd.
1st Short Edition: December - 2019
Pages :240
ISBN: 978-93-89857-04-7

Discovery Book Palace (P) Ltd,
6, Mahaveer Complex, Munusamy Salai,
K.K.Nagar West,Chennai-600 078.
Ph: +91 - 44-4855 7525
Mobile: +91 87545 07070

E-mail: **discoverybookpalace@gmail.com,**
Website: **www.discoverybookpalace.com**

Rs. 250

சமர்ப்பணம்

பாலு சார் ஆசைப்படி மாற்றுத் திரைப்படங்களை அறிமுகப்படுத்த கிழக்குத் தொடர்ச்சி மலையில் செங்காடு கிராம ஊராட்சி ஒன்றியப் பள்ளி மாணவர்களுக்கு ஒரு குறும்படத்தை திரையிட்டு அனைவரையும் பேசக் கேட்டபோது ஒரு சிறுமி அதன் இறுதிக்காட்சியை துல்லியமாக விளக்கினாள். 'அந்தண்ணாவுக்கு இயற்கைய வுட்டுப் போக மனசே வரல!'

இயற்கை மற்றும் சினிமா சார்ந்த அடுத்த தலைமுறை பற்றிய பதற்றமும் பரிதவிப்பும் மேலோங்கி வரும் இக்காலகட்டத்தில் திடமான நம்பிக்கையை விதைத்த அச்சிறுமி மகேஸ்வரி சிறுவன் திருவாசகம் மற்றும் அவர்களுக்கு தன் சொந்த காமிரா கொடுத்து சுதந்திரமாக கற்க வைக்கும் ஆசிரியர் கிருஷ்ணமூர்த்தி ஆகியோருக்கு.

வாழ்த்துரை

ஒரு சமூகத்தில் கலைகளுக்கு இணையான தேவை கலை விமர்சனங்களுக்கும் திறனாய்வுகளுக்கும் இருக்கின்றது. சினிமா என்னும் இக்கலை வடிவமும் அதன் ஆரம்ப காலத்திலிருந்து அத்தகைய ஆளுமைகளால் தொடர்ந்து விமர்சிக்கப்பட்டும் ஆழமாக திறனாய்ந்தும் வளர்ந்ததுதான். ப்ரான்ஸில் புதிய அலை (New Wave), இத்தாலியில் நியோ ரியலிஸம் (Neo-Realism), ப்ரெஸிலில் சினிமா நோவோ (Cinema Novo), கனடாவில் சினிமா வெரைட் (Cinema Verite), என ஒவ்வொரு பிராந்தியத்திலும் அம்மக்களுக்கும் நிலத்திற்கும் சூழலுக்கும் தக்கவாறு கோட்பாடுகள் உருவாயின. அக்கோட்பாடுகளை கட்டமைத்த திறனாய்வாளர்களே (Critics) பிறகு சிறந்த திரைப்பட மேதைகளாகவும் விளங்கினர். ஐசன்ஸ்டீன், Dziga vertov, ஆந்த்ரே பேசின், த்ரூபா போன்ற கலைஞர்கள் அப்படி உருவானவர்களே.

தமிழ்த்திரைப்படச் சூழலில் திரைப்பட அவதானிப்பை கல்விக்கூடங்களில் பாடமாக்க வேண்டும் எனத் தொடர்ந்து வலியுறுத்தி வந்த எங்கள் குருநாதர் பாலு மகேந்திராவின் மாணவர்களில் ஒருவரும், என்னுடன் உதவி இயக்குனராகவும் பணியாற்றியுள்ள மருதன் பசுபதி எழுதியிருக்கும் ‘காலமற்ற வெளி’ என்னும் இத்தொகுப்பு முக்கியமானது.

இதனைத் தொடர்ந்து பசுபதி சிறந்த திரைப்படங்களை உருவாக்குபவராக வளர என் வாழ்த்துகள்.

இயக்குனர் **வெற்றிமாறன்**
22 டிசம்பர் 2019

மருதன் பசுபதி :
தார்க்கோவ்ஸ்கியும் சினிமாவைப் பற்றிய சீரிய சிந்தனையும்

பாலு மகேந்திரக்காலம் என்று சொல்லப்படக்கூடிய தற்காலத்தில் அவரது பட்டறையில் பயின்ற இயக்குனர்களான பாலா, வெற்றிமாறன், ராம், மற்றும் சீனு ராமசாமி போன்றோர்களின் இந்த யுகத்தில் மருதன் பசுபதியவர்களின் இந்த அருமையான சினிமாவைப் பற்றிய ஆழ்ந்த சிந்தனைகள் நிறைந்த இக்கட்டுரைகளின் தொகுப்பு 'காலமற்ற வெளி' மனதிற்கினிய வரவு. ஏனென்றால் இப்புத்தகம் பாலு அவர்களின் ஒளிப்பதிவு இயக்கத்தின் உந்துசக்தியாக இருந்த அவரது கலையாளுமையின் ஊற்றுவாயாக இருந்த சீரிய சினிமாவை பற்றிய ஈர்ப்புக்கும் அலசலுக்கும் இட்டுச்செல்கிறது. அந்த வகையில் அவருக்கு தனது மாணாக்கர்கள் அளிக்கும் அஞ்சலியில் இதுவே அணுக்கமானதாக இருக்கலாம். ஆசிரியருக்கும் அதன் புரிதல் இருந்திருக்கிறது என்பது அவர் இத்தொகுப்பிற்காக கவனமாகத் தேர்ந்தெடுத்திருக்கும் கட்டுரைகளிலும் கலை ஆளுமைகளிலும் தெரிகிறது.

பொதுவாக நல்ல சினிமா என்பது ஜப்பானில் கிழக்கில் மிசோகுச்சி, ஓசு, மற்றும் குரோசவாவில் தொடங்குகிறது என்பார் பாலு. இயக்குனர்களில் ரேயைக் கொண்டாடிய பாலு குரோசவாவின் ராஷோமானை அன்று பூனே திரைப்பள்ளியில் வெகுவாக சிலாகித்து பேசி இருக்கிறார். நல்ல சினிமா என்று நாம் ஒரு படத்தைக் கருதுவதற்கு அப்படத்திலுள்ள உண்மை நம்மை ஆட்கொள்வதினால் தான் என்பார்.

ஆயினும், அந்த உண்மையானது ராஷோமானில் குரோசவா கூறுவதைப் போல பல உண்மைகளை உள்ளடக்கியது. அவரவர்க்கு அவரவரது உண்மை என்று அவரது பாணியில் விவரித்துச் செல்வார். அந்த அகவயத்தன்மையே கலைஞர்களையும் கலைரசிகர்களையும் தொடர்ந்து உண்மையை நோக்கி பயணிக்கச் செய்கிறது. ஏனென்றால் நாம் முற்றிலும் புரிந்துகொள்ள முடியாத இவ்வுலகையும் நமது வாழ்வையும் வெவ்வேறு தருணங்களில் வெவ்வேறு வழிகளில் பயணித்த கலைஞர்களின் வாயிலாக அவர்களின் அரிய தரிசனங்களை உள்ளடக்கிய படங்களின் மூலமாக ஒத்துணர முயற்சிக்கிறோம். ஆயினும் அவர்கள் அந்த ஒரு படத்தின் மூலம் நமக்களித்தது அறிதற்கரிய சிக்கலான இவ்வாழ்வின் ஒரு கூறைப்பற்றிய துலக்கம்தான் என்று சீக்கிரமே புரிந்துகொள்கிறோம். அக்கலைஞர்களுடைய பயணத்தைவிட பார்வையாளர்களாக நமது பயணம் தீவிரமடைகிறது. அதற்கான பிரதான காரணம் ஒரு பாதையில் முன்னேறிக் கொண்டிருக்கும் கலைஞர்களைவிட தீவிரமான ரசிகர்களாக/வாசிப்பாளர்களாக நமக்கு பல பயணிகளை சிக்கெனப்பிடித்து பின்தொடர இருக்கும் வாய்ப்புகள்தான். இப்புத்தகத்தின் மூலம் அத்தகைய ஒரு வாய்ப்பை நமக்கு நல்கியிருக்கும் தம்பி மருதன் பசுபதியவர்களுக்கு எனதன்பும் நன்றியும்.

இப்புத்தகத்தில் தரிசனம் என்ற சொல் முக்கியமானது என நினைக்கிறேன். அதை சற்று ஆராய்வோம். ஆந்த்ரே தார்கோவ்ஸ்கியின் ஆன்மா சினிமாவில் கவிதையை தேடுபவர்களை ஆட்டுவிப்பதைப் போல மருதனின் சிந்தனையையும் ஆக்கிரமித்துள்ளதில் ஆச்சரியமேதுமில்லை. சினிமாவை வைத்து மருதன் மீட்டும் இசையின் ஆதாரசுருதியாக தார்கோவ்ஸ்கி உள்ளார். அவரது பாட்டின் பல்லவியைப் போல தார்கோவ்ஸ்கியின் காலம் சார்ந்த கருத்துகள் ஒலிக்கின்றன. அது இப்புத்தகத்தில் அலசப்பட்ட இயக்குனர்களையும் திரைப்படங்களையும் இணைக்கும் கண்ணியாக உள்ளது: வெர்னெர் ஹெர்சாக் போன்ற சினிமாவின் நிகரில்லா சாகசமும் தேடலும் நிறைந்த பயணியாகட்டும். அல்லது மார்க்சிய தத்துவத்தில் ஊறிய காலம்சென்ற மிருணாள்தா எனப்படுகிற மிருணாள் சென் ஆகட்டும். "ஏதோ ஒரு நிர்ப்பந்தம் நிலவ வேண்டும். இந்த உலகம் முழு நிறைவுற்றதாக இல்லை... ... சீர்குலைந்த உலகமே கலையை தோற்றுவிக்கிறது" என்று கூறும் தார்கோவ்ஸ்கியிலிருந்து உண்மையை யதார்த்தத்தை விட முக்கியமானதாக கருதி அதன் படிநிலையான "கவித்துவமிக்க பரவச தரிசனத்தில்" நம்பிக்கை வைத்து உலகின் விளிம்பிற்கு சென்று தான் நாடும் அந்த

உண்மையைத் தேடும் யாத்ரிகன் ஹெர்சாக் தார்கோவ்ஸ்கியைப் போல தனது தனித்துவ பயணத்தால் மிளிர்கிறார். ஆயினும் சகாரா பாலைவனத்திலிருந்து அண்டார்டிகா கடலடிவரை தனது தேடலில் தொடர்ந்து பயணிக்கும் ஹெர்சாக் "வாழ்வை தரிசிக்கத் தேவையான புதுப்படிமங்கள் வேற்று கிரகங்களில் கிடைக்குமானால்," அவ்விடம் செல்லத் தயாராக இருக்கிறார். இங்குள்ள சீர்மையின் குலைவில் அமைதியிழந்து அதை சமன் செய்ய விழையும் தனது கரிசனத்தினால் உள்பயணிக்கும் தார்கோவ்ஸ்கியும் வேற்று கிரகங்களை நாடும் சினிமாவின் ஆன்மபலம் நிறைந்த சாகச யாத்ரிகன் ஹெர்சாக்கும் இங்கு தங்களது பயணத்தின் தன்மையினால் வேறுபட்ட போதிலும் கவிதையையும் தரிசனத்தையும் அடிப்படையாகக் கொண்டு மருதன் அவர்களை இணைப்பது அலாதியானதொரு அனுபவமாக இருக்கிறது. பனியில் சறுக்கும் வுட்கட்டர் ஸ்டெயினர் (The Great Ecstasy of Woodcarver Steiner, 1974) மூலமாக பறத்தலில் மனம் லயிக்கும் ஹெர்சாக்கும் தனது சினிக்கவிதையான மிர்ரரில் (Mirror, 1975) லெவிடேஷனில் கிறங்கும் தார்கோவ்ஸ்கியும் ஒரு நூலிழையில் இணைவதை நுண்ணிய கவிமனமே கண்டு கொள்ளும். வுட்கார்வர் ஸ்டெயினரின் பறத்தலின்பத்தை ஹெர்சாக் ஸ்லோமோஷனில் படம்பிடித்திருப்பதையும் தார்கோவ்ஸ்கியிற்கு அணுக்கமான கனவுகளைக்கொண்டு (அவர் தனது படமான மிர்ரரில்) கவிதையை வடிப்பதற்கு பயன்படித்தியிருக்கும் ஸ்லோமோஷன் ஷாட்டுகளைகளையும் எண்ணிப்பாருங்கள்.

பெருங்கலைஞர்களின் கனவுகளும் கவிதைகளும் அகவய உலகைச்சார்ந்த தனித்துவம் நிறைந்திருந்த போதிலும் அவை விலகியும் ஒன்றுபட்டும் வினாக்களுக்கு விடைகளை அறிய ஆவலாகயிருக்கும் நம்மைச் சுற்றி மிதந்து செல்கின்றன. அக்கலைஞர்கள் தங்களது அரிய திரைப்படங்களின் மூலமாக ஒரு நொடியில் நமக்களிக்கும் வாழ்வின் சூட்சுமத்தைப்பற்றிய தரிசனத்தில் நம்மை ஆழ்த்தி சொற்களை மீறிய கனவின் கவிதையின் பிம்பபடிம உலகின் இருண்ட உலகில் நம்முன்னே நடந்து வந்து கொண்டிருக்கும் கரிய யானையின் மேல் மின்னலென ஒளியைப் பாய்ச்சிவிட்டுச் செல்கிறார்கள். வார்த்தைகளினால் எளிதில் வடிக்க முடியாத அனுபவம் அது. அவ்வரிய கணநேர கீற்றின் ஒளியில் முங்கி எழுந்த பின் தனது "கவித்துவ பரவச தரிசனத்தை" நம்முடன் இக்கட்டுரைகள் மூலம் பகிர்ந்துள்ள மருதன் பசுபதிக்கு எனது வாழ்த்துகள். சென்னையில் ஆந்திரா பாங்க் பாலு அவர்கள் 1995ல் தனியொருவராக நடத்திய சினிமாவின் நூற்றாண்டு விழாவில் தார்கோவ்ஸ்கியின் மிர்ரரையும் ஹெர்சாக்கின் த க்ரேட்

எக்ஸ்டசி ஆப் வுட்கார்வர் ஸ்டெயினரையும் சனிக்கிழமையன்று அடுத்தடுத்து திரையிட்டது நினைவிலோடுகிறது. (இன்று யூட்யூபில் இப்படங்கள் காணக்கிடைக்கின்றன.)

சரி, உள்பாய்ச்சலிலும் வெளிப்பாய்ச்சலிலும் உள்ள சீர்மையைக் கண்டுகொண்ட இளம் கலைஞர் மருதன் பசுபதியின் நிறைவைப் புரிந்து கொள்கிறோம், ஆயினும் மிருணாள் சென் அவர்களைப்பற்றி எழுதும் போதுகூட தார்கோவ்ஸ்கியின் கவிமனம் அவரை ஆட்டுவிக்கிறதே என்று நீங்கள் கேக்கக் கூடும். கார்ல் மார்க்ஸ் நாம் இன்ஹெரிட் செய்த இவ்வுலகத்தைப் பற்றி பேசுகிறார். நாம் வாரிசுதாரர்களாக இவ்வுலகை பெற்றிருக்கிறோம் என்றால் யாரிடமிருந்து? இயற்கையிடமிருந்து என்கிறார்கள் மார்க்சிய சூழலியலாளர்கள். ஆகையினால் அதை காத்திரமாக நமக்குப் பின்னர் வருவோருக்கு விட்டுச்செல்வதிலும் நமக்குப் பொறுப்பிருக்கிறது. மிருணாள் சென்னின் கடைசிப்படத்தின் பெயர் அமார் புவன் (Aamaar Bhuvan/எனது மண், *2002*). சென் வன்முறைகள் சூழ்ந்துள்ள நமது நாட்டின் ஒரு மூலையில் அமைதியாக வாழும் மக்களின் வாழக்கையின் மூலமாக அவரது தனித்துவமான மனித உறவுகளைக் மையமாகக் கொண்ட வழியில் சீர்குலைவை சமன் செய்யப்பார்க்கிறார். தார்கோவ்ஸ்கியும் மார்க்சும் சென்னும் இணையும் ஒரு கண்ணியை இங்கு உணரலாம்.

மற்றும் தம்பி மருதன் பசுபதி விவரித்திருப்பதைப் போல சென்னின் மனதுக்குகந்த படம் சத்யஜித் ரேயின் அபராஜிதோ (Aparajito, *1956*) என்பதை எங்களுடன் பூனே திரைப்பள்ளிக்கு திரையியக்கப் பட்டறைக்காக வந்திருந்தபோது பகிர்ந்திருக்கிறார். தனது கிராமத்திலிருக்கும் தாயைப்பிரிந்து கல்கத்தா நகரத்துக்கு வேலைக்குச் செல்லும் மகன் அவனுக்காக ஏங்கிநிற்கும் தனது தாயை சந்திக்க தனது சொந்த ஊருக்கு அவளது மறைவிற்குப் பின்னர்தான் வர முடிகிறது. சென் மற்றும் அவரது நெடிய பயணத்தின் உயிர்மூச்சாக இருந்த மனதிற்கினிய எங்களனைவரின் மதிப்பிற்குரிய கீதாசென்னின் ஒரேமகனும் கல்கத்தாவிலிருந்து அமெரிக்காவிற்கு மேற்படிப்புக்காக சென்று இன்று சிகாகோவிலிருக்கிறார். ஏதோ ஒரு வகையில் சத்யஜித் ரேயின் அமரத்துவம் பெற்ற அபராஜிதோ மிருணாள் சென் அவர்களின் வாழ்வையும் எதிர்பார்ப்பதாக அமைந்திருக்கிறது. *1970*களின் இறுதியில் பூனேவிற்கு வந்த சென் அவர்கள் தான் *1943*ல் நடந்த பெங்கால் பேமின்/வங்காள பஞ்சத்தைப் பற்றிய படத்தை எடுக்கப் போவதாகச் சொன்னார்கள். மருதன் அவர்கள் அகாலேர் சாந்தனே (Akaler Sandhaney, பஞ்சத்தை தேடி, *1982*) என்ற அப்படத்தை விவரித்திருப்பது எனக்கு நினைவேக்கத்தையும் நிறைவையும் அளிப்பதாக உள்ளது.

நாடுகடத்தப்பட்டதால் தனது மகனிடமிருந்து பிரிந்து வாழ நேர்ந்திடும் தார்கோவ்ஸ்கியின் நிலைமையையும் அவர் கடைசியாக எடுத்த த சேக்ரிபைஸ் (The Sacrifice/தியாகம், 1986) படமும் 95 வயதுவரை வாழ்ந்த சென்னின் மேல் பாய்ச்சிய தாக்கத்தையும் மருதன் பசுபதி எழுதியிருக்கும் விதம் கவித்துவம் நிறைந்தது. அமார் புவன் (Aamaar Bhuvan, 2002) என்கிற தனது கடைசிப்படத்தில் வன்முறை நிறைந்த இவ்வுலகின் சீர்மைக்காக ஏங்கிய சென்னிற்கும் தனது வாழ்நாள் முழுதும் சீரழிந்துவரும் இவ்வுலகின் சமனுக்காக ஏங்கிய தார்கோவ்ஸ்கியிற்கும் ஒரு ஒற்றுமையிருக்கிறது. அது சாத்தியங்கள் நிறைந்த இவ்வுலகில் வாழும் மானுடரின் மீதும் இயற்கையுடனான அவர்களின் இணைபிரிக்கமுடியாத உறவின் மீதும் அவர்கள் கொண்டிருந்த அசாத்திய நம்பிக்கைதான். இறுதியாக ஒரு விளிம்பு நிலையில் இவ்வளவு சாத்தியங்களையும் மீறி தவறானதொரு பாதையில் சென்று கொண்டிருக்கும் மானுடத்தை காப்பாற்ற தனதுயிரையும் தியாகம் செய்ய விழையும் தார்கோவ்ஸ்கியின் கதாபாத்திரம் சென் அவர்களை ஆழமாகப் பாதித்ததில் ஆச்சரியமேதுமில்லை. காலத்தை மையமாகக் கொண்டு வாழ்க்கையை தனது சினிமா மூலம் அணுகிய தார்கோவ்ஸ்கி ஏழு முக்கியமான படங்களையும் இரண்டு புத்தகங்களையும் நமக்கு அவரது கொடையாக அளித்துச் சென்றிருக்கிறார். அவரது இரண்டு புத்தகங்களும் காலத்தைப்பற்றிய அவர் வாழ்நாள் முழுவதுமான வேள்வியை விவரிக்கின்றன: ஒன்று அவரது தத்துவத்தின் மீது ஒளிபாய்ச்சும் "ஸ்கல்ப்டிங் இன் டைம் (Sculpting in Time, 1986);" மற்றொன்று அவரது 1970லிருந்து 1986வரையான டயரிக் குறிப்புகளின் தொகுப்பான டைம் வித்தின் டைம் (Time Within Time: The Diaries 1970 - 1986, 1989).

கால அழுத்தம் (time pressure) என்ற தனது கருத்துருவத்திற்கு முக்கியத்துவம் கொடுத்த தார்கோவ்ஸ்கி எப்படி ஒரு காட்சித்துண்டிற்கு (ஷாட்டிற்கு) ஊடாக வெளிப்படும் கால அழுத்தம் அந்த காட்சித்துண்டின் உயிர்ப்பை மட்டுமல்ல அதை தொடரும் ஷாட்டுகளின் அளவையும் மற்றும் மொத்த படத்தின் லயத்தையுமே தீர்மானிக்கிறது என்கிறார். அந்த வகையில் ருஷ்ய மேதை எய்ஸென்ஸ்டெயினின் மோன்டாஜ் கோட்பாட்டிலிருந்து மாறுபட்டு படத்தின் லயம் என்பது வெளியிலிருந்து திணிக்கப்படாமல் உள்ளிருந்து ஒளிரும் ஒரு ஒத்திசைவிற்கான தேடலாகவே தார்கோவ்ஸ்கியிடம் இருந்தது. லாங்டேக் அல்லது லாங்க்ட்யுரேஷன் ஷாட் என்று சொல்லக்கூடிய நீண்ட நேரக்காட்சித் துண்டுகள் நிறைந்த தார்க்கொவ்ஸ்கியின்

சினிமா ஆந்த்ரே பஜானின் யதார்த்த சினிமாசார்ந்த லாங்க் டேக்கிலிருந்து வித்தியாசமானது. தார்கோவ்ஸ்கியின் படங்களில் கால அழுத்தத்தினால் உந்தப்பட்ட நீண்டநேரக்காட்சித் துண்டுகள் அவரது கனவுகளினால் நெய்யப்பட்ட கவிதைகளாக விரிந்து அன்பு மற்றும் காதலின் மென்மையில் தோய்ந்த வாழ்வின் சூட்சுமங்களை உள்ளடக்கியிருக்கும் இயற்கையின் நுண்மையான சமிஞ்கைகளைப்பற்றி போரும், அதிகாரமும், வன்முறையும் நிறைந்த ஈரமற்ற சூழலில் பஞ்சபூதங்களை மையமாகக் கொண்டு நிலம், நீர், நெருப்பு, காற்று, ஆகாயம் வாயிலாகச் சித்தரித்தன. அவரது மிர்ரரிலுள்ள (Mirror, 1975) பல காட்சிகளில் கடந்த காலமும் வருங்காலமும் கால அழுத்தத்தினால் ஒன்றிணைவதைக் காணமுடியும். தனது கிராமத்து வீட்டின் சூழலிலிருக்கும் (தார்கோவ்ஸ்கியின் வாழ்வில் நடந்தேறியதைப்போல கணவனைப் பிரிந்த) அவரது இளவயது தாய் உற்றுநோக்கும் போது அவள் பார்க்கும் அந்தத் திசையில் அவளது வயோதிகத்தில் (தார்கோவ்ஸ்கியின் நிஜ உலகத்தாயுடன்) தனது பேரப்பிள்ளைகளுடன் அவள் நடந்து போவது தெரியும்.

அத்தகைய கால அழுத்தம் இக்கடுரைகளின் கோர்வைக்கு பின்னணியிலும் உள்ளது. உதாரணத்திற்கு, மனதிற்கினிய வால்டர் சாலஸின் த மோட்டர் சைக்கிள் டயரீஸ் (The Motorcycle Diaries, 2004) இரண்டு நண்பர்களின் லத்தீன் அமெரிக்க பயணத்தை மையமாகக் கொண்டது. தனது கதையாடலுக்காக அல்பர்டோ க்ரணாடொ மற்றும் அவரது நண்பரான எர்னஸ்டோ சே குவேராவின் உறையாடலின் மூலமாக கட்டுரையை கட்டமைக்கிறார் மருதன் பசுபதி:

க்ரணாடோ: “திரும்பி வந்துடறியாடா. நாம ஊருக்கு போய் ஒன்னா வேலை (மருத்துவம்) செய்யலாம்.”

சே குவேரா: “அது முடுயுமான்னு தெரியலடா. நிச்சயமா சொல்ல முடியல. இவ்ளோ நாள் நாம ஒன்னா சேர்ந்து இந்த நாடுகள சுத்திப்பாத்ததுல எனக்குள்ள எதோ ஒருவித மற்றம் ஏற்பட்டிருக்கு ....”

ஒரு கால அழுத்தத்தினால் உந்தப்பட்ட தரிசனத்தில்தான் சேயின் வாழ்வும் சாலஸின் காவியமும் மருதன் பசுபதியின் கட்டுரையும் தொடங்குகின்றன.

தார்கோவ்ஸ்கியின் இவான்ஸ் சைல்ட்ஹூட் இன்றளவும் கவிதையும் கனவும் சேர்ந்து ஓர் உளமயக்கை ஏற்படுத்தும் சினிமா எனும் மாயையின் கம்பளிவிரிப்பாகவே உள்ளது.

ஆயினும் இந்தக் கம்பளி நுண்ணியமாக செதுக்கபட்ட வாழ்வின் தருணங்களினாலானது. அதன் உளமயக்கு என்பது வாழ்வின் கனவைப் போன்ற எல்லையற்ற சாத்தியங்களையும் நம் கண்முண்ணேயே நமது ஆழ்மனதில் அணையாமல் கனன்று கொண்டிருக்கும் வன்முறையின் சாதிய/இனக் காழ்ப்புணர்ச்சியின் குறியீடான போரினால் வீணடிக்கப்படும் அதன் உள்ளாற்றலையும் உள்ளடக்கியது. அத்தகைய ஆக்க அழிவு ஆற்றல்கள் எல்லையற்று ஒருசேர திரண்டு வந்து நமது நெஞ்சை அடைத்து வாழ்வின் பொருண்மை கீழிழுக்கும் அதேவேளையில் கனவினால் பறக்கும் சாத்தியத்தினால் நம்மை மேலேயும் தள்ளி சொற்களுக்குள் வடிக்கமுடியாத நமது பிறழ்ந்த தன்மைவாய்த்த அகத்தின்மேல் துளிஒளியைப் பாய்ச்சிச்செல்கிறது. இந்த பிறழ்ந்த வெளியின் தரிசனத்திற்கான உந்துதலே சினிமாவைப் பற்றிய சீரிய சிந்தனையாளர்களை/ இயக்குனர்களை கேமராவைக்கொண்டு தியானிப்பில் காத்திருக்க வைக்கிறது. கால அழுத்தம் ஷாட்டுக்குள் வெளிப்பட்டு அது எங்கே முடியவேண்டும் என்று அவர்களுக்குள் ஓர் ஒளியைப் பாய்ச்சும் முன் பல இடையீடுகளுக்கு ஊடாக எடுக்கப்படும் இண்டஸ்ட்றியல் ப்ராடக்ட் ஆன சினிமா அவர்களது அத்தகைய தியானிப்பின் எல்லையை வெட்டி அவர்கள் கனவில் கண்ட உலகின் லயத்தை திரையில் நாம் காணுவதிலிருந்து தடுத்து விடுகிறது. ஆயினும் முயற்சி தன் மெய் வருத்தக் கூலிதரும் என்று பொய்யாமொழிப் புலவன் கூறியிருப்பதைப் போல உண்மைக் கலைஞர்களின் மெனக்கெடல்கள் நமக்கு சினிமா மூலமாக புலனாகி நாம் அதில் மெய்மறக்கிறோம். எடுக்கும் படம் மைய நீரோட்ட சினிமாவாக, ஹிட்ச்காக்கினுடைய வெர்டிகோவாக, இருக்கலாம் அல்லது கலை சினிமாவாக, தார்கோவ்ஸ்கியின் ஆந்த்ரே ருபிலேவாக இருக்கலாம். அல்லது நடுவழிப்பாதையில் பயணித்து நமக்கு அணுக்கமான நமது வீட்டருகே ஓடும் வாய்க்காலாக இருக்கலாம். பாலுமகேந்திரா அவர்களின் படங்களைப் போல. விட்டில் பூச்சியைத் துரத்தி போர்க்களத்தில் மாண்டு மீண்டும் புன்னகையுடன் (விட்டில்களைக்கண்டு) புன்னகைக்கும் இவானுக்கும் தலைமுறையாய் குழந்தைமை நிறைந்த பாலகனாக பிடிவாதம் நிறைந்தவனாக தனது வேட்கையை வெளிப்படையாக முன்னிறுத்தி அதன் ஆக்க மற்றும் அழிவு சக்திகளின் வீச்சைக்கண்டு இன்புற்று மிரண்டு/துயருற்று புகழும் இகழும் பெற்று புலம்பெயர்ந்து வாழ்நாளெல்லாம் நினைவேக்கத்துடன் வாழ்ந்து மறைந்து குழந்தையாய் தமிழை (என் மொழியான சினிமாவை) மறந்து விடாதே என்று கிசிகிசுக்கும் கிழக்குழந்தை பாலு அவர்களுக்கும் அதிக வித்தியாசமில்லை. சினிமா என்பதே விட்டில் பூச்சியைத் துறத்துவதுதானே!

பாலு: "Why should I stretch this (life)?" *கடைசி சில வருடங்களாகவே அடிக்கடி கேட்பார்.*

மருதன் : "இயற்கையோட விதியின்படி உயிர்களின் இயல்பே அதை நீட்டிக்கிறது தானே."

கால அழுத்தம் என்பது வாழ்வையும் கலையையும் வெவ்வேறாக பார்க்காத தார்கோவ்ஸ்கியை பொறுத்தவரை சினிமாவை மற்றும் சார்ந்ததல்ல. கால அழுத்தத்தின் வீச்சை தனது குருநாதரின் கடைசித் தருணங்களில் நுகர்ந்த மருதன் பசுபதியவர்கள் காலத்தை வெளியின் மூலமாக மட்டுமே செதுக்கும் சாத்தியங்களை அளிக்கும் சினிமாவின் உள்ளாற்றலை இந்தக் காலமற்ற வெளி மூலமாக பகிர்வது எனக்கு நிறைவளிக்கிறது.

ஆன்மாவை மேன்மையுறச் செய்வதற்காகவே இவ்வாழ்வு நமக்கு அளிக்கபட்டிருக்கிறதாக நம்பினார் இணையில்லாத சினிக்கவிஞர் தார்கோவ்ஸ்கி. அவரது உன்னத கலைவேள்வியில் தனது சினிமாமீதான கட்டற்ற காதலினால் நம்மை பங்குகொள்ளச்செய்யும் தம்பி மருதன் பசுபதிக்கு எனது மனமார்ந்த நன்றிகள். தமிழுலகம் இவ்வரிய நூலைப் படித்து பயனுற வேண்டுகிறேன்.

சொர்ணவேல் ஈஸ்வரன்

ஆங்கில மற்றும் ஊடகத்துறை
மிச்சிகன் மாநில பல்கலைக்கழகம்
கிழக்கு லான்சிங்,
யுஎஸ்ஏ

19 டிசம்பர் 2019

முன்னுரை

முதல் வரி முடித்து இரண்டாம் வரியை எழுதுகையில் எழுதியவை மறைவதாக ஒரு பிம்பம் கல்லூரி முடிந்த காலகட்டத்தில் தோண்றியது. இப்படியாக ஒரு புத்தகத்தை எழுதி முடித்து புரட்டிப் பார்ப்பதாக பாவித்துக் கொண்டு 'வெற்றுக் காகிதங்களால் நிரம்பிக் கிடக்கிறது வாழ்க்கை' என்று எழுதி வைத்தேன்.

காலமற்ற கலையில் இயங்கினாலும் எண்ணங்கள் என்னவோ மாறிக்கொண்டுத்தான் இருக்கின்றன. இக்கட்டுரைகளை மீண்டும் வாசிக்கும் போதும் விவாதிக்கும் போதும் பல இடங்களில் எழுதும் போதிருந்த கருத்தும் புரிதலும் பின்பு மாறியிருப்பதை அவதானிக்க முடிந்தது. அது மேலும் மாறிக்கொண்டே தான் இருக்கின்றன. இவையனைத்தும் அடிப்படையில் புரிதலுக்கான செயல்பாடுகளாகவே இருப்பதனால் எழுதுபவர் காலாதீதத்தை முடிவின்மையை உணர்ந்த ஞானி என்றோ வாசகன் அறியாக்குழந்தை என்றோ அர்த்தமாகாதல்லவா. அதனடிப்படையிலேயே இவற்றை அணுக வேண்டுகிறேன். பேசியவற்றிற்கு மாற்று வருமானால் இப்பணி சரியான பாதையில் தான் பயணிக்கிறது என்று அர்த்தம். மகேந்திரனின் படங்களைப் பற்றி இயக்குநர் ட்ரஸ்டிணாவுடன் விவாதித்தது அத்தன்மை கொண்டது.

காலவெளியற்ற கனவென்றே தலைப்பை வைக்க விவாதித்தோம். இருட்சுடர், இருள் படரொளி என சினிமாவை எப்படியெல்லாமோ புரிந்து கொள்ள முயற்சித்த போது ஒளிரும் திரையில் ஓராயிரம் தரிசனங்கள் என்றார் கவிஞர் M. ராஜா. ஓரிலையும் அசையாத மரத்தினடியில் அமர்ந்தபடி இப்புத்தகத்திற்காக மேதைகளின் மேற்கோள்களை மொழி பெயர்த்திருக்கிறார்.

ஒரு கட்டத்தில் எளிமையாக தலைப்பிடலாமென யோசித்த போது சின்னப்பூவே மெல்லப்பேசு என்று வைக்கலாமென்றார். அதுவே பெருசு தான். சின்னதம்பின்னு இருக்கட்டும். காரணம் கேட்டா ஒரு அடக்கந்தான்னு சொல்லிக்கலாம் என்று கதைத்தோம்.

சினிமாவை நோக்கி பயணிக்கும் பெரும்பாலான கலைஞர்களும் கடந்து வந்த அதே அனுபவம் எமக்கும் ஏற்பட்டது. கண்ணாடி லென்ஸ் சூரிய ஒளி படச்சுருள் சுவர். இப்படி தொடங்கிய அந்த விளையாட்டு வளர்ந்து கல்லூரியைக் கடந்த பிறகு சினிமாவை முறையாக பயிலவேண்டித் தேடிச் சென்ற இடம் தமிழ்நாடு திரைப்படக் கல்லூரி. அது வாய்க்காததால் தான் ஆசான் பாலு மகேந்திராவை சந்திக்க நேர்ந்தது. அவரைத் தொடர்ந்து இயக்குநர் வெற்றி மாறன்.

சிறுவயதில் திரைப்படம் ஓவியம் இசை நடனம் சிறுகதை போலீஸ் கலெக்டர் டிரைவர் டாக்டர் என கடந்து கடைசியாக சினிமா என முடிவெடுத்து கோவா திரைப்பட விழாவில் பங்கேற்று அதனை பயணக்கட்டுரையாக எழுதி பாலு சாரை சந்தித்த போது அவர் கேட்ட கேள்வி, why dont you become a literary writer?. No sir. I think i can show my thoughts well through visuals than in words. மௌனித்தார். உதவி இயக்குநரானேன்.

இவ்வூடகத்தின் சிறப்பே இது தனித்தியங்காத கலை என்பதே. போலவே இயக்குநர் என்பவரும் தனித்தியங்க முடியாது. அவ்வகையில் ஒரு எழுத்தாளனுக்கு வாய்க்கும் சுதந்திரம் என்றுமே ஒரு திரைப்பட இயக்குநருக்கு பெருங்கனவே. சமீபத்தில் இயக்குநர் தேவஷீஸ் மகிஜா திரைப்படத்திற்கான தன் கதையை நாவலாக எழுதியதிற்கான காரணம் இதுவே. பலபேர் ஒன்றிணைந்து உருவாக்கும் இக்கலை அவர்களுக்குள் ஒத்திசைவில்லையெனில் அந்த அற்புதம் நிகழாமலே போய்விடும். கலையின் வாயிலாக மாற்றத்தை நிகழ்த்த எத்தனிக்கும் அத்தனை கலைஞர்களும் இப்புரிதலோடு செயல்பட வேண்டிய தேவை இருக்கிறதென்பார் அறிஞர் ஆய்வாளர் கஜேந்திரன். பெரும்பாலான சாத்தியங்களையும் கடந்து கடைசியில் மானுட மீட்சிக்கானதாய் இவர் நம்புவது கலையை மட்டுமே. இக்கட்டுரைகளுக்கு இவரிட்ட தலைப்பு 'திரைத்திணைவாசி'. அத்தகைய ஆளுமையோடு இயங்கிய கலைஞர் வெர்னர் ஹெர்ஸாக்.

பித்தாகரஸ் பிக்காஸோ பிரமிள் பிரபஞ்சம் ஃபீப் என பறந்துபட்ட பார்வை கொண்ட விஞ்ஞானி வசந்த் சினிமாவை அறிவியல்ரீதியாக அது மனித மனதில் சிந்தையில் ஏற்படுத்தும்

தாக்கத்தைத் தொடர்ந்து ஆராய்ந்து வருகிறான். அவன் பரிந்துரைத்த தலைப்பு 'உரைந்த காலத்து உயிரின் சித்திரங்கள்'.

தமிழ் சினிமாக்களில் கதைக்களத்தையும் கதை மாந்தர்களின் மொழியையும் இயல்பு மாறாமல் சித்தரிக்கும் இயக்குநர் வெற்றிமாறன் தன் அடுத்தடுத்த படங்களின் கதைகளை கதைக்களங்களை தேர்வு செய்வதை கவனித்தோமானால் இந்த அசுரக்கலையின் சாத்தியங்களை அது பார்வையாளனிடத்தில் செய்யக்கூடிய மாயவித்தையை நோக்கி அவர் பயணிப்பது புலப்படும். தன் கலையால் புறத்தோடு அகத்துள்ளும் நிகழும் மாற்றங்களை சாத்தியப்படுத்துகிறார். ஆந்த்ரே தவிப்பது இதற்காகவே.

நடமாடும் IMDB என பாலு சார் சில்லாகித்த இயக்குநர் ராஜா கருணாகரன் (நாச்சியார் கதாசிரியர்) உடனான திரைப்படங்கள் இலக்கியம் சார்ந்த உரையாடல்களும் நீர் மோரும் சினிமாவைக் கடந்த வாழ்வானுபவத்தை அள்ளித்தந்திருக்கின்றன. சினிமாவை உயிர்த்தியங்கும் ஓவியமாய் பார்க்கும் ஒளிப்பதிவாளர் G. முரளி சினிமா என்னும் ஊடகத்தின் தனித்துவமான காட்சிமொழி சார்ந்தியங்கும் தீவிரமான செயல்பாட்டாளர். படப்பிடிப்பு அல்லாத நேரங்களில் இடங்களில் காமிராவை அந்நியமாகவே பார்க்கும் இவருடனான உரையாடல்கள் ஆழமிக்கவை. இயக்குநர்கள் L. சுரேஷ், ரவி அரசு மற்றும் ஓவியர்கள் கார்த்திகேயன், மனோ ஆகியோர் கலைஞர்கள் மனிதர்களாகவும் இருப்பதில் உள்ள ஆனந்தத்தை அழகை தேவையை உணர்த்துபவர்கள்.

திரைப்பட இயக்கம் திரைப்படக் கல்வி என இயக்குநர் அம்ஷன்குமாருடன் நிகழ்ந்த விவாதம், திரைக்கலையை உலக வரலாற்றோடு தொன்மம் பண்பாடு மற்றும் அரசியல் பார்வையோடு அனுகும் திறனாய்வாளர் திரைக்கதையாளர் தங்கம் உடனான வேகநடை, கூத்துப்பட்டறை ந. முத்துசாமி மற்றும் R.P. ராஜநாயஹம் இருவருடனும் நடிப்பு நாடகம் சம்பந்தப்பட்ட கலந்துரையாடல்கள் என இவையாவையும் இப்பயணத்தை அர்த்தப்படுத்தியவை.

புத்துயிர்ப்பு தோள்ப்பாவைக் கூத்து என தன் முதல் படத்திலிருந்தே உன்னதக்கலையை நோக்கி பயணிக்கும் இயக்குநர் மீரா கதிரவன், படங்கள் பார்த்து கதைத்து அந்தமான் ஒடிஸா என சேர்ந்து சுற்றித் திரிந்த அலகில் அலகு கவிஞர் வேணு வேட்ராயன், இந்திய ஆட்சிப்பணியில் இருந்தபடி குடிமக்களின் உரிமைகளுக்காக பணிபுரியும் விநோதமும் தேர்ந்த எழுத்தும் ஒருங்கே வாய்க்கப்பெற்ற வீரபாண்டியன் IAS எம்போன்றவன்களின் கலைப்பணிகளுக்கு உறுதுணையாய் இருப்பது, தொடர்ந்து எழுத

ஊக்குவிக்கும் இயக்குநர்கள் தங்கர் பச்சான், அஜயன் பாலா மற்றும் இக்கட்டுரைகளை பொறுமையோடு சரிபார்த்த இணையாள் யாமினி என அனைவரும் காலமற்ற வெளிக்கு காரணமாகிறார்கள்.

திரைப்படக் கலையை ஒரு ஊடகமாக கற்று வளர்க்க வேண்டிய தேவை இருக்கிறதென்று தொடர்ந்து வலியுறுத்தி வந்தார் பாலு மகேந்திரா. வேறெந்த கலைகளுக்கும் இல்லாத ஒரு பேராற்றல் இக்கலைக்கு இருக்கின்றது. இதன் மூலம் சமூக மாற்றம் நிகழுமா? 'நிகழும்'என்ற நம்பிக்கையோடு இயங்குபவர்களே கலைஞர்கள் என்கிறார் பிதாமகன் ஆந்த்ரே தார்கோவ்ஸ்கி. அப்படி இயங்கிய பெருங்கலைஞர்களின் ஆளுமையை அவர்களின் படைப்புகளை தொடர்ந்து திறனாய்வதும் விவாதிப்பதுமே அவ்விடத்திலிருந்து நாம் தொடர்ந்து பயணிப்பதற்கான செயல்பாடாக இருக்க முடியும். இந்நோக்கத்தோடு எழுதப்பட்டவையே இக்கட்டுரைகள். பர்மா பஜார் டிவிடி க்கள் திரைப்பட விழாக்கள் ப்ரிட்டீஷ் கவுன்சில் அண்ணா நூற்றாண்டு நூலகம் ஈஸ்வரி லெண்டிங் லைப்ரரி சுற்றித் திரிந்த சாலைகள் டீக்கடைகள் யாவும் இப்பாதைகளை அமைக்க உதவியவை. நிழல் திருநாவுக்கரசு படச்சுருள் அருண் அயல் சினிமா வில் வெளியிட்டதோடு புத்தகமாக வெளியிடும் டிஸ்கவரி புக் பேலஸ் வேடியப்பன் ஆகியோர் இவற்றை வாசகர்களிடம் கொண்டு சேர்த்த பெருமைக்குரியவர்கள்.

'பெருங்கலைஞர்களின் கனவுகளும் கவிதைகளும் அகவய உலகைச்சார்ந்த தனித்துவம் நிறைந்திருந்த போதிலும் அவை விலகியும் ஒன்றுபட்டும் வினாக்களுக்கு விடைகள் அறிய ஆவலாயிருக்கும் நம்மைச் சுற்றி மிதந்து செல்கின்றன.'

இப்புரிதலோடு தார்கொவ்ஸ்க்கி ஹெர்ஸாக் மற்றும் மிருணாள் தாவை இணைத்து ஒரே நாணில் மீட்டிய பேராசிரியர் சொர்ணவேல் ஈஸ்வரன் கட்டமைத்த இசை சிலிர்க்கச் செய்கிறது. மிக நேர்த்தியான ஆழமான திறனாய்வு. Author is dead. இவர் மூலமாகவே இக்கட்டுரைகளின் வெவ்வேறு சாத்தியப்பாடுகளை அறிந்து வருகிறேன். இத்தொகுப்பில் பரவலாக தார்கோவ்ஸ்கி வியாபித்திருந்தாலும் நிஜத்தில் ஆந்த்ரேவை பாதி கூட புரிந்திருக்கவில்லை நான். இது போன்ற செயல்பாடுகள் மூலமே அந்தக் கல்வி தொடர்கிறது.

அகிலம் சுற்றி அகத்துள் முற்றி கனவுகளோடு இயங்கச் செய்யும் ஆற்றல் மிக்கவை இத்திரையரங்கங்கள். ஒரு பக்தனாக அதற்கு காரணமாகிய மேதைகள் மீது பற்று கொள்வது இயல்பே. சமீபத்தில் அப்பாஸ் கியரஸ்டமி மகேந்திரன் பெர்னால்டோ பெர்டலூசி போன்றோர் இறந்தபோது ஒருவித வெறுமையை

உணர முடிந்தது. பாலு மகேந்திரா இறந்த பின்பு சூழ்ந்த வெறுமை பாரதிராஜாவை கண்ட பின்பு மறைந்து போனது. கலைஞனுக்கு உருவங்கள் முக்கியமாக இருப்பதில்லை. அதனூடே அவன் தேடுவது எல்லைகளற்று முடிவின்றி வியாபித்திருக்கும் அரூபமான வேறு ஏதோவொன்றை என்பதையே அது உணர்த்தியது. அவ்வேட்கையின் வெப்பத்தில் உயிர்க்கும் கலைப்படைப்புகள் நிரந்தரமாய் சுடர்விட்டு படர்ந்தொளிரும் திரையே காலமற்ற வெளி.

மருதன் பசுபதி.

9444117474

pasupathimd@gmail.com

25 டிசம்பர், 2019.

**

பொருளடக்கம்

1. திரைப்படத் திறனாய்வு — 21
2. தார்கோவ்ஸ்கியின் கலை — 30
3. விடாது கருப்பு — 42
4. நேசமணி in & as முசோலினி — 55
5. கனவினூடே ஒரு பயணம் — 68
6. வால்டர் சாலஸின் சாலைகள் — 79
7. இடம் காலம் கலகம் கனவு — 101
8. குட்டி ஜப்பானின் குழந்தைகள் — 116
9. கட்டுடைத்து கட்டமைத்தல் — 127
10. பாட்டி வைத்தியம் — 134
11. மாயக்கலைஞன் மண்ட்டோ — 140
12. சந்தியா ராகம் — 148
13. ஏவுகணைகளைத் தாக்கும் ஆதி அம்பு — 161
14. மகேந்திரக் கலை — 171
15. நாடோடி : டோனி கத்லிப் — 187
16. இந்திய ஆன்மாவின் வங்க முகம் — 199
17. யாத்ரிகன் : வெர்னர் ஹெர்ஸாக் — 208
18. மரணத்தை நோக்கிய பெருவாழ்வு — 227
    - Bibliography

திரைப்படத் திறனாய்வு

The artist exists because the world is not perfect. Art is born out of an ill-designed world - Andrei.

கலைகள் தோன்றக் காரணமென்ன. கலைஞனின் இருப்பிற்கான அவசியமென்ன. காலங்காலமாக கேட்கப்பட்டு வரும் இக்கேள்விகளுக்கு காலந்தோறும் பலவாறு பதில்கள் சொல்லப்பட்டு வருகிறது. அதில் ஒன்றே தார்கோவ்ஸ்கியின் இக்கூற்று. 'கலை நம் புலன்களின் உள்ளுணர்வின் தொடர் சோதனை, நம்மைச் சூழ்ந்திருக்கும் உலகு பற்றிய உள்ளுணர்வின் தொடர் விரிவாக்கம்' என்கிறார் சுற்றுச்சூழல் கலைஞர் ராபர்ட் இர்வின்.

பிரச்சாரமாகமும் மேடை நாடகங்களின் நீட்சியாகவும் கூத்து மரபின் தொடர்ச்சியாக பாடல்களை மட்டுமே கொண்டு இயங்கி வந்த தமிழ்

சினிமாவை ஊடக ரீதியாக ஒழுங்கு படுத்திய ஆசான் பாலு மகேந்திரா தொடர்ந்து வலியுறுத்தியது சினிமாவை பள்ளிக்கூடங்களில் பாடமாக பயிற்றுவிக்க வேண்டும் என்பது.

இவருக்கு நேர்மாறாக வெர்னர் ஹெர்ஸாக் சொல்வது 'சினிமா பயில பாடசாலைக்கு செல்லத்தேவையில்லை. மாறாக நெடுஞ்சாலைக்குச் செல்லுங்கள்'.

அனைத்தும் அதனதனளவில் முக்கியத்துவமிக்கதே. இவற்றை தொகுத்து எப்படி புரிந்து கொள்வது. காலத்தின் மனசாட்சியாக கலைகள் திகழ்வதால் அவற்றை படைப்பவன் மானுடத்தையே ஒற்றைக் கூரையினுள் வைத்துப் பாதுகாக்கும் பரந்த மனதும் கட்டற்ற கருணையும் கொண்டவனாக திகழ வேண்டும். இதுவே அடிப்படைத் தேவை.

'வானிலிருந்து அனைத்தையும் சமமாக பார்க்கும் பக்குவம் வாய்ப்பவருக்கே மேடு பள்ளங்கள் புலப்படும்' - குட்டி இளவரசன்.

இவ்விடத்திலிருந்து ஊற்றெடுக்கும் சுனையே மனித குலத்திற்கான நதியாய் வியாபிக்கிறது. திரைப்படக் கல்வி உள்ளிட்ட அனைத்துக் கலை வடிவங்களும் இப்புள்ளியில் தான் மையம் கொண்டுள்ளன.

இத்தலைமுறையினர் நிதானித்து கவனிக்க வேண்டிய இடமும் இதுவே. சமகாலத்தில் மலைக்கு முளைக்கும் புதுக் காளான்கள் போன்று தோன்றும் பள்ளிக்கூடங்கள் (திரைப்படப் பயிற்சிக் கூடங்கள் உட்பட) வழியாக வரும் பெரும்பான்மையோரும் உதவி இயக்குநர்களாக பணிபுரிய அலையும் பலரும் கொண்டிறாத அகவிசாலம் இதுவே. செல்ஃபி தலைமுறையினரின் போதாமை அச்சடகத்தினுள் அவரவர் முகம் மட்டுமே பூதாகரமாகவும் மற்ற அனைத்தும் சின்னஞ்சிறிவையாகவும் தெரியும் என்பதே. அறிவியல் வளர்ச்சியின் நவீனத்தின் கொடையாக நமக்கு கிடைத்திருக்கும் வரமே இந்த டிஜிட்டல் தொழில் நுட்பம். சமுக மாற்றத்தையும் அரசியல் மறுமலர்ச்சியையும் பேரன்பையும் விதைக்க விரும்பிய காலக்கண்ணாடிகளாக தங்களை கட்டமைத்துக்கொண்ட பலக்கலைஞர்களுக்கும் கிடைக்கப்பெறாத திரைப்படக்கலை அவர்களுக்கு வெறும் கனவாக அடைய முடியாத பொக்கிஷமாகவே இருந்தது. அதைச் சாத்தியமாக்கியது இந்த டிஜிட்டல் தொழில் நுட்பம். இன்று யாரும் ஒரு திரைப்படத்தை எடுத்து விட முடியும். ஒவ்வொரு வீடும் தனிநபரும் ஒரு திரைப்படத் தொழிற்சாலைகளே. அவ்வகையில் விஞ்ஞானத்திற்கு நன்றி. அப்படியென்றால் திரைப்படங்கள் மூலம் வேண்டிய மாற்றங்கள் நிகழ்ந்திருக்க

வேண்டுமே. நிகழாது. இதுவே காலத்தின் கடிவாளம். மனிதன் அசுர வளர்ச்சியின் மீது மோகம் கொண்டு புதுப்புது தொழில் நுட்பங்களை உருவாக்கும் அதேசமயம் மனித வாழ்க்கையின் மைய நோக்கத்திலிருந்தும் தேவையிலிருந்தும் விலகி இல்லாத ஊருக்கு வழி அமைத்து அங்கே தான் மட்டுமின்றி பின் வருபவர்களையும் பின்தொடருமாறு அறிவுறுத்துகிறான்.

சாப்ளினின் மௌனப்படம் 'Modern Times'. எண்பது வருடங்களுக்குப் பின் மனிதன் சந்திக்கப் போகும் பிரச்சனையை முன்னுணர்ந்ததைப் போல் சாப்ளின் அன்றே சுட்டிக்காட்டிய தீர்க்க தரிசனமே இப்படம். தொழிற்சாலைகளில் பணிபுரியும் ஊழியர்களுக்கு உணவு இடைவேளையின் போது அவர்களை ஆசுவாசமாக அமரவைத்து தானியங்கும் கருவி ஒன்று அதுவாகவே உணவு எடுத்து அவர்களுக்கு ஊட்டிவிட்டு தண்ணீர் கொடுத்து வாய் துடைத்து என அனைத்தையும் செய்து முடிக்கும் திட்டத்தோடு வடிவமைக்கப்பட்டு trial பார்க்கிறார்கள் முதலாளி மற்றும் தொழில்நுட்ப வல்லுனர். அக்கருவியின் முன் ஒரு தொழிலாளியை (சாப்ளின்) அமர்த்தி மெஷினை ஆன் செய்ய அது இயந்திர கதியில் இயங்குகிறது. அதன் அனைத்துச் செயல்பாடுகளும் ப்ரொக்கிராம் செய்யப்பட்டிருப்பதால் அதை சரியாக பின்பற்றுகிறது. சிக்கலே இவ்விடம் தான் துவங்குகிறது. அதன் வேகம் மற்றும் லயத்திலிருந்து மனிதன் சற்றே விலகும் போது சிக்கல் உருவாகிறது. அதன் இயக்கத்துடன் ஒத்திசைய முயன்று மூச்சிறைத்து தோற்று தளர்ந்து சரிகிறான் மனிதன். தனிமனிதனுக்குத் தேவையான சேவையை செய்ய அவனுக்கு தேவை ப்ரொக்கிராம் செய்யப்பட்ட மெஷின்கள் அல்ல. கிழக்கத்திய தத்துவ மரபு பல நூறாண்டுகளுக்கு முன்பே காட்டிய தரிசனம் இது.

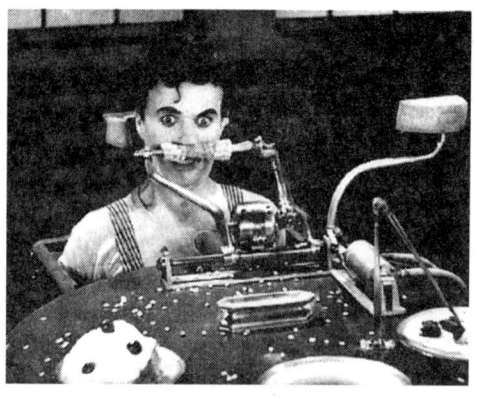

உயிர்த்துடிப்புள்ள மனிதனின் வாழ்வை இயந்திரத்திடம் ஒப்படைத்தால் அது என்ன செய்யும். வளர்ச்சி முன்னேற்றம் விஞ்ஞானம் என்னும் பெயரில் மீத்தேன் என்றோ ஹைட்ரோ கார்பன் என்றோ உலகமயம் என்றோ தேசியம் என்றோ தனி மனித வாழ்வை சிதைக்கும். எளிமையாக இயற்கையில் கிடைக்கப்பெறும் சோளத்தை ஏற்றுமதி செய்து corn flakes ஆக இறக்குமதி செய்து பெரும்பணம் கொடுத்து வாங்கி கொறித்தபடியே Multiplexல் படம் பார்க்க வைக்கும். Instant reviewஐ ஆன்லைனில் பதிவிட்டபடியே Rolling credits போகப்போக காலிடப்பாக்களை குப்பைத் தொட்டியில் தூக்கிப் போட்டுவிட்டு அன்றைய பொழுதில் எல்லாவற்றையும் அடைந்த திருப்தியில் இரவு உறங்கப்போக வெறுமை சூழ இறுதியில் காலியாக முகநூலில் சமூக புரட்சி செய்த திருப்தியில் உறங்கிப் போகச் செய்யும். சூரியன் உதயமாகும். இலைகள் பூக்கும். தாமரை மலரும். விடிந்த பின்னும் விடியாத வாழ்வை எண்ணி புலம்பியபடி புரிபடாமல் திரும்பவும் ஓட வைக்கும். ஆனால் அது நம்மை treadmill ஓட்டம் போன்று எங்குமே கூட்டிச் செல்லாததை புரிந்து கொள்ளாமல் தவிக்க இயற்கையின் மகத்துவத்தை சிம்மாசனத்தில் அமர்ந்தபடி கற்றுத்தர வருவார்கள் தேவதூதர்கள். ஆன்மிகம் அரசியல் ஆகும். அரசியல் ஆன்மிகமாகும். இவற்றின் மய்யம் அறியா மக்கள் தலை சுற்றும். செட்டியார் மதர் நான் ஒரே கொழப்பத்துல வாழ்ந்துட்டிருக்கேன் மதர். சரி இயற்கைக்குத் திரும்பலாம் என்றால் organic food என்று அதே வாழ்க்கை அநியாய விலைக்கு விற்கப்படும். ஆக மனித வாழ்வின் இப்போக்கை உலக நடப்பை மானுடத்தேவையை மனதில் நிறுத்தி செயல்படலாமென்றால் சிந்திக்கும் திராணியற்ற ரோபோக்களாக ப்ராய்ளர் கோழிகளாக நாம் வெறும் இயந்திர பாகமாக சதைப் பிண்டமாக மாறியிருப்பது தெரியவரும்.

சுற்றிலும் இருள் சூழ்ந்த இவ்விடத்தில் சிறிது வெளிச்சம் பாய்ச்சுவது எவ்வாறு. நம் வாழ்வை நடப்பை உண்மையை சுட்டிக் காட்ட வேண்டிய கடமையும் பொறுப்பும் கல்விக்கூடங்களுக்கே

இருக்கின்றது. கல்வியை வெறும் வனிகமாக மட்டுமே பார்ப்பவர்களால் உருவாக்கப்பட்ட தலைமுறை இது. தனிப்பட்ட ஒருவரையோ அரசியல்வாதிகளையோ 'சிஸ்டம் சரியில்ல' என்ற பதங்களிலோ இதனை சுருக்கி விட முடியாது. மாறாக ஒவ்வொரு தனி மனிதனும் ஒரு கல்விக்கூடமாக மாற வேண்டியிருக்கிறது. கசடற கற்க முதலில் நிதானிக்க வேண்டும். நின்று பொறுமையாக அனைத்தையும் அவதானிக்க வேண்டும். கைப்பேசித் திரையில் குவிந்திருக்கும் பார்வையை விலக்கி சுற்றிலும் பார்க்க வேண்டும். இதை கல்விக் கூடங்கள் செய்ய வேண்டும் தான். ஆனால் அப்படி எதிர்பார்ப்பது முட்டாள் தனம். காலால் நடப்பவனுக்கே காட்சி புலப்படும் என்கிறார் ஹெர்ஸாக். பிறந்த முதல் ஐந்து வருடங்களுக்கு காலனி கொடுக்காமல் வெய்யிலிலும் மழையிலும் வெற்றுக்கால்களுடன் குழந்தைகளை நடக்க வைக்கிறார்கள் உதகையின் பழங்குடி இனத்தவர்களான தோடர்கள். அது அவர்களின் வாழ்நாட்களுக்குத் தேவையான நோயெதிர்ப்புச் சக்தியை தருகிறதாம். மண்ணுடன் தொடர் உறவு கொள்பவனே மகத்தான கலைஞனாகிறான்.

**

எந்தவொரு புது கலை வடிவமும் அது தோன்றி வளர்கையில் அதன் அங்கமாக தன்னையே அது திறனாய்வு செய்து கொள்ளும். அதன்பால் விளையும் வளர்சிதை மாற்றத்தால் மேலும் அது அதன் பரிபூரன நிலையை கண்டடைகிறது. சுய விமர்சனமும் எள்ளலும் பெருமிதமும் கடந்து தான் அந்நிலைக்குச் செல்கிறது. பத்தொன்பதாம் நூற்றாண்டின் ஆகச்சிறந்த கண்டுபிடிப்பாகிய திரைப்படக்கலையும் அவ்வாறே தன்னை வளர்த்து வந்து இன்றைய டிஜிட்டல் தொழில்நுட்ப நிலையை அடைந்திருக்கின்றது.

திரைப்படத் திறனாய்வுக்கும் விமர்சனத்திற்கும் வித்தியாசம் இருக்கின்றது. விமர்சனம் என்பது நுகர்வோரை தன்வசம் கவரும் பொருட்டு மேற்கொள்ளப்படும் வனிக யுத்தி. திறனாய்வு என்பதோ அக்கலைப்படைப்பை புரிந்து கொள்ளும் பொருட்டும் அந்த ஊடகத்தை வளர்தெடுக்கும் பொருட்டும் அதனை கலைத்துப் போட்டு பகுத்தாய்வது. அதனைக் கட்டுடைத்து அதன் கூறுகளாகிய உள்ளடக்கம் வடிவம் செய்நேர்த்தி அழகியல் என அனைத்தையும் அலசி ஓர் தொடர் உரையாடலை நிகழ்த்துவது. கலைஞர்களின் தேவை விமர்சனமல்ல திறனாய்வு.

ஐசன்ஸ்டீன், ஆந்த்ரே பேசின், பேல பெலாஸ், க்ராவ்க்கர் போன்ற ஆரம்பகால சினிமாச் சிற்பிகள் மேற்கண்ட பாதையிலே வளர்த்தெடுத்த கலை தான் சினிமா.

இத்தாலிய நியோ ரியலிஸத்தால் ஈர்க்கப்பட்ட ப்ரான்சு நாட்டு திரைப்பட கோட்பாட்டாளரும் திறனாய்வாளருமான ஆந்த்ரே பேஸின் நண்பர்களுடன் இணைந்து 1951ல் சினிமா பற்றிய இதழான 'Cahiersducine-ma' வை உருவாக்கி தொடர்ந்து எழுதிவந்தார். ஆரம்பகால மௌனப்படங்களில் செர்ஜி ஐசன்ஸ்டீன் உருவாக்கிய மாண்டாஜ் என்னும் படத்தொகுப்பு உத்தியை நிராகரித்த ஆந்த்ரே பேஸின் அதற்கு மாறாக நீளமான ஷாட்கள் deep focus, wide shot போன்றவற்றை பரிந்துரைக்கிறார். ஐசன்ஸ்டீன் காலத்தை செதுக்கித் தொகுக்கிறார். பேஸினோ யதார்த்தத்தை அப்படியே பதிய வேண்டும் எனச் சொல்கிறார் (Objective reality). அதன் பார்வையாளர் அதை அர்த்தப்படுத்திக் கொள்வார். Mise-en-Scene என்பதை True continuity என்கிறார். சினிமா என்னும் கலையின் அடிப்படைகளுள் முக்கியமானது படத்தொகுப்பு என்பதை மறுக்கவில்லை இவர். மாறாக மாண்டாஜ் என்னும் உத்தியில் ஒரு பிம்பத்தை பார்த்து யதார்த்தத்தை புரிந்து கொள்ளாமல் அவற்றை முன்னுக்குப் பின் தொகுப்பதை பார்வையாளர் பார்ப்பதால் எதார்த்தத்தை முழுமையாக புரிந்து கொள்ள முடியாது என்பதையே சுட்டுகிறார். இத்தாலிய நியோ ரியலிசக் கோட்பாடு என்பது மனிதப்பண்புகளை வெளிப்படுத்தும் நோக்கத்தை முதன்மையானதாவும் திரைப்பட உருவாக்கம் சார்ந்த உத்தியாக இரண்டாம்பட்சமாகவே பார்க்கிறார் பேசின். அவ்வகையில் டீ சிகா'வின் Umberto D (Realistic) மற்றும் Orsen welles படங்கள் (Deep focus) இவரின் கோட்பாடுகளுக்கு நெருக்கமானவையாக விளங்குகின்றன. சினிமா ஒரு இயக்குநரின் அகத்தை வெளிப்படுத்தக்கூடியதாக இருக்க வேண்டும் என்னும் இவரின் கருத்து அதன்பிறகு உருவான 'Auteurs theory'க்கு வித்தானது. அதனடிப்படையில் இயங்கியவர்களே த்ரூபா

முதலிய கலைஞர்கள். ப்ரான்ஸில் மட்டுமல்லாது பரவலாக ஐரோப்பா முழுவதும் இவரின் கோட்பாடு (What is Cinema) பின்பற்றப்பட்டது.

ஜெர்மனியில் பிறந்த யூதர் Siegfried Kracauer சமூகவியல் தத்துவம் சினிமா திறனாய்வு என இயங்கியவர் நாஜிக்களின் நெருக்கடியால் ப்ரான்ஸுக்கு தப்பித்து பின் நியூ யார்க்கில் வசித்தார். From Caligari to Hitler : A psychologival history of the german film *(1947)* என்னும் நூலின் தலைப்பிலேயே அதன் ஆழம் தென்படுகிறது. கலாப்ரியா தன் புத்தகமான 'உருள் பெருந்தேரி'ல் நாஞ்சில் நாட்டில் தான் வாழ்ந்த வாழ்வை ஒவ்வொரு காலகட்டத்திலும் வெளியான திரைப்படங்களை ஒட்டிய நினைவுகளாகவே பதிவு செய்கிறார். போலவே kracauer ஒரு யூதராக தான் வாழ நேர்ந்த வாழ்வை தன் சமகாலத்தின் சமூக அரசியல் போக்கை அந்தந்த காலகட்டங்களில் வெளியான கலைப்படைப்புகளின் வாயிலாக ஒப்பிட்டு வரலாறாக பதிவு செய்கிறார். இத்தீவிரமும் தரிசனமும் தன் வாழ்வை கலையோடு பின்னிப் பினைந்தவர்களுக்கே சாத்தியப்படும்.

இலங்கையின் குக்கிராமத்தில் பிறந்து சிறு வயதிலேயே போரில் ஈடுபட்டு பல இழப்புகளை சந்தித்து பின் வெளியேறி அங்கிருந்து தப்பித்து தாய்லாந்து இந்தியா என அலைந்து ப்ரான்ஸில் அகதியாக வாழ்ந்தபடி இலக்கியம் படைத்து வரும் ஷோபா சக்தி மற்றொரு உதாரணம். தான் எழுதியவற்றில் 99% போர் இலக்கியம் என்றே குறிப்பிடும் ஷோபா எக்காரணத்திற்காகவும் போர் ஏற்புடையதல்ல என தீர்க்கமாகச் சொல்கிறார். இலங்கையின் அடையாளமான பௌத்தத்தை அதன் சாரத்தை அமைதியை பறைசாற்றும் மனிதராக எழுத்தாளராக அடிமைப்பட்டு பல இழப்புகளைச் சந்தித்து பயணித்து அவ்வனுபவங்களை ஆவணப்படுத்தும் இவர் போன்றோரே கலைக் கோட்பாடுகளை இலக்கணங்களை வகுக்க தகுதி படைத்தவர்கள்.

பரவலாகவே திரைப்படம் என்னும் ஊடகம் உருவான பிறகு இடம் மற்றும் காலம் இருபரிமானங்களாக பதிவு செய்யும்

வசதி ஏற்பட்டது. அது தற்போது முப்பரிமானங்களையும் கடந்து வளர்ந்து செல்கின்றது. ஆனால் மனிதர்களின் பார்வையும் வாழ்வனுபவமும் குறுகிவிட்டது அவலம்.

Siegfred Kracauer தன் ' Theories on Memory' யில் புகைப்படம் சார்ந்த தொழில்நுட்பங்கள் மனிதனின் நினைவாற்றலுக்கு அச்சுறுத்தலாக அமையும் என்கிறார். 21ம் நூற்றாண்டில் அவர் கூறியதைப் போலவே நம் சந்தேகங்களை அடுத்த கனம் தெளிவுபடுத்துகிறது கூகுள். சொடுக்கியதும் சொர்க்கவாசல் திறக்கும் வசதியை ஏற்படுத்திக் கொடுத்திருக்கிறது அரசாங்கம். 4G வசதியை வழங்கிய 'ஜீ' க்கள் மக்களை ஈக்களாக புழுக்களாக பார்ப்பதை அறிந்தும் அறியாதது போல் பிழைத்துக் கொண்டிருக்க வேண்டிய நிலை.

கைப்பேசியில் மூழ்கியிருக்கும் தலைமுறையினரின் பார்வை உடலியல் ரீதியாகவே கிட்டப்பார்வை உடையதாக தூரக்காட்சிகள் கண்களுக்கு புலப்படாததாக மாறிப்போனது. இதை எழுதிக் கொண்டிருக்கும் போது ரயிலில் என்னெனதிர் இருக்கையில் பயணித்துக் கொண்டிருக்கும் மூன்று வயது சிறுமி தன் பாட்டியின் மொபைலில் குனிந்தபடி டிக் டாக் பார்த்துக் கொண்டிருக்கிறாள். சன்னலில் மௌன சாட்சியாக பார்த்துக் கொண்டிருக்கிறது காடும் மலைகளும். அதை அவசரமாக கடந்து செல்கிறது ஏதோ இடத்திற்கு கூட்டிப்போகும் இந்த ரயில்.

சமீபத்தில் ஒரு குறும்பட பயிற்சிப் பட்டறையில் மாணவர்களுடன் இரண்டு கேள்விகள் கேட்டேன். எதற்காக சினிமா எடுக்க விரும்புகிறீர்கள்? பேர் பணம் சம்பாதிக்க. என் திறமைய மத்தவங்களுக்கு காட்ட. என் கருத்த உலகத்துக்கு சொல்ல. போன்ற பதில்கள் வந்தன. பணம் சம்பாதிக்கறதுக்கு ஆயிரம் வழிகள் இருக்கு. அதுக்கு இந்த புனிதமான புனிதம் தான் கெடைச்சதா.. பிரபலமாகணும்னா ஆரசியலுக்கு போலாமே தனி நாடு உருவாக்கி மீனாட்சி மீனாட்சிங்களாமே இல்லாட்டி சாராயம் வித்தா

பேங்க் கடன் குடுத்து ஃபாரின்ல செட்டில் பண்ணிடுமே. இப்படி எல்லாம் பண்ணா நாடே பாக்கறாப்ல பேப்பர்ல டீவி ல வருவீங்களே. அக்கேள்விகளை எதிர்கொள்ளமுடியாமல் மெல்ல தளர்ந்தவர்களிடம் நீங்க ஏன் எழுதறீங்க என்று எழுத்தாளர் மௌனியைக் கேட்டதற்கு என்னால எழுதாம இருக்க முடியாது. அதத்தவிற வேறெதுவும் என்னால செய்ய முடியாது என்றதைச் சொன்னேன். தெருக்கூத்துக் கலைஞர்களைப் பற்றி ஒரு ஆவணப்படம் எடுக்கச் சென்ற போது நாயனம் கலைஞர் செல்வத்தின் இணையாள் கூறியது:

மஞ்சகாமால வந்து டாக்டரு கிட்ட போயும் ஒன்னும் சரியாவாம படுத்த படுக்கையாயிட்டாருங்க. அவ்ளதான்னு எனுக்கும் மனசே உட்டுடுச்சி. திடீர்னு ராத்திரி முழிச்சிகினு என் கொழல எடுன்னாரு. குடுத்ததும் எழுந்துபோய் அந்த பாற மேல ஒக்காந்துனு அவர்பாட்டுக்கு பித்துபுடுச்சா மாரி ஊத ஆரம்பிச்சிட்டாரு. சுடு தண்ணி வெக்கச் சொல்லி குளிச்சிபுட்டு அவ்ளதான் கூத்துக்கு கௌம்பிட்டரு. அந்தமாரி ஒரு வைத்தியரே அந்த கொழலு தான்னு நெனச்சிகிட்டு இருக்கறாரு".

"ஜனம் சாதி சொந்தம் பந்தம் எல்லாமே இதுக்கு அப்பரம் தான்" என்று கண் மூடி நாயனத்தை ஸ்பரிசித்தபடி மௌனித்தார் செல்வம் என்னும் கலைஞர்.

இந்த பித்து நிலையே கலைகளின் வேர். அந்த தவிப்பிலிருந்தும் ஏக்கத்திலிருந்தும் உயிர்ப்பதே கலை. அதுவின்றி தானில்லாத அத்வைத நிலையில் பிறக்கும் பிரபஞ்ச சாரமுள்ள படைப்புகளே ஒட்டுமொத்த வாழ்விற்கானது. இயக்கத்திற்கானது.

அக்டோபர் 2019.

தார்கோவ்ஸ்கியின் கலை

இவானின் குழந்தைப் பருவம் :
சிதைவுகளும் கனவுகளும்

'ஏதோ ஒரு நிர்ப்பந்தம் நிலவ வேண்டும். இந்த உலகம் முழு நிறைவுற்றதாக இல்லை. ஆகையாலே கலைஞன் இயங்குகின்றான். குறைவற்றதாக உலகம் இருப்பின் அதில் இசைவைத் தேட வேண்டியதில்லை. மனிதன் வெறுமனே அதில் வாழ்ந்திருப்பான். கலைக்கான பயன்பாடும் இல்லாமல் போயிருக்கும். சீர் குலைந்த உலகமே கலையை தோற்றுவிக்கிறது.'

ஆந்த்ரே தார்க்கோவ்ஸ்கி.

சிலந்தி வலைப்பின்னலுக்குப் பின்னால் படபடக்கும் முகத்துடன் ஒரு பனிரெண்டு வயது சிறுவன் அவ்விடத்தை நோட்டமிட்டபடி நிற்கிறான். பசுமையான இரண்டு கரைகளுக்கு நடுவே நீண்டு விரியும் ஆறு.

அக்கரையிலிருந்து இக்கரைக்கு ரகசியமாக நீந்தி வந்த இவான் என்ற அச்சிறுவன் யாரையோ தேடி ஓட முற்பட அப்புல்படற் வெளியில் ஒரு பட்டாம்பூச்சி அவன் பாதையில் குறுக்கிடுகிறது. இடுங்கி வெறித்திருந்த அம்முகம் கனப்பொழுதில் இலகி புன்னகைத் தவழ அவனுக்குள் உரைந்துக் கிடந்த சிறுவன் மலர்கிறான்.

அப்பட்டாம்பூச்சியைப் பின்தொடரும் அவன் அதுவாகவே மாற அவனின் அகத்தினூடே வாழ்ந்த நாட்கள் வசந்தமாய் விரிய தன் தாய் புன்னகை பூத்தபடி நிற்கிறாள். அம்மாவிடம் பறவையைக் காட்டுகிறான். பறந்து வரும் பறவையின் திசையில் திரும்புபவளின் முகம் அதிர திடுக்கிட்டு விழிக்கிறான் சிறுவன் இவான்.

ஆந்த்ரே தார்கோவ்ஸ்கியின் முதல் திரைப்படமான 'Ivan's Childhood'ன் முதல் காட்சி இது. கவித்துவ சினிமா எனப் போற்றப்படும் ஆந்த்ரேவின் திரைமொழி இன்றளவிலும் தனித்துவம் வாய்ந்ததாகவே உள்ளது. உலகளவில் எல்லாத் துறைகளிலும் தனித்துவம் என்ற ஒன்று அழிந்து விட்ட இக்காலக்கட்டத்தில் திரைப்படங்களும் பிராந்தியத்தன்மை மட்டுமல்லாது தனி மனித அடையாளம் என்பதும் இல்லாமல் ஆகிவிட்ட அவல நிலை உருவாகியுள்ளது. இச்சூழலில் இந்தியாவில் எடுக்கப்படும் பெரும்பாலானவர்களின் சினிமா ஒற்றைத்தன்மை வாய்ந்தவைகளாகவே திகழ்கின்றன. இசையில் ஒளிப்பதிவில் படத்தொகுப்பில் நடனத்தில் நடிப்பில் என சினிமாவின் அங்கங்களான அத்தனை துறைகளும் அந்நேரத்தில் கவனத்தை ஈர்க்கும் பொருட்டு செய்யப்படும் தொழிலுத்தியாக மாறி கலைத்தன்மை அழகியல் நெறி என அத்தனையையும் இழந்து வெறும் சக்கையாக வெறுமனே காலத்தை கழிக்கப் பயன்படும் சாதனமாக மாறிப்போனது நம் சினிமா. உலக அரசியல் மற்றும் தத்துவப் போக்கின் பாதிப்பால் ஏற்பட்டுள்ள இந்த அவலச்சூழலில் நாம் பின்னோக்கிப் பார்க்க வேண்டிய அவசியம் ஏற்பட்டுள்ளது. கலையும் அறிவியலும் வணிகமும் கலந்த கலவையான இவ்வூடகத்தை மனித வாழ்க்கைக்கு அகவிடுதலைக்கு புறநிலை மாற்றத்திற்கு சமூக மேன்மைக்கு எப்படி நம் முன்னோர்கள் பயன்படுத்தினார்கள் என எண்ணிப்பார்க்க வேண்டியுள்ளது.

'Sculpting in Time' காலத்தை செதுக்குதல் என சினிமாவை விளக்குகிறார் தார்கோவ்ஸ்கி. இதனை இரண்டு வகைகளில் புரிந்துகொள்ளலாம். காலத்தை கசடற செதுக்கி நமக்கேற்றவற்றை

தொகுத்து வைத்துக் கொள்வது மற்றும் காலத்தைப் புதிதாய் உருவாக்குவது. புதிதாக என்றால் கற்பனையான உலகை கனவுலகை வடிவமைப்பது. தார்கோவ்ஸ்கி இரண்டாம் ரகத்தைச் சேர்ந்த கலைஞர். முப்பது வருட சினிமா வாழ்வில் மொத்தம்

ஏழு முழுநீளப் படங்களே எடுத்த இக்கலைஞர் தன் படங்களின் வாயிலாக மானுட வாழ்வில் மனித மனத்தின் ஆழங்களுள் ஒளி பாய்ச்சிக் காட்டியவர். இப்பிரபஞ்சத்தில் மனித வாழ்வானது ஒருவித நிறைவின்மையுடனும் முழுமையற்றும் கிடப்பதை சமன் செய்யும் பொருட்டே கலைகள் இயங்குகின்றன. அது சமனாகுமா என்றால் ஆகாது. ஆனாலும் அதை நோக்கிப் பயணிப்பதே கலைஞர்களின் பணி என்கிறார்.

இயற்கைக்கும் மனிதனுக்குமான முரண் மனிதனுக்கும் விஞ்ஞானத்துக்குமான உறவு போர் கடந்த கால நினைவுகளின் அவஸ்தை மனிதகுலத்தின் மீதான தீராப் பெருங்கருணை இவையே தார்கோவ்ஸ்கி தன் படங்களில் கையாண்ட கருப்பொருட்கள். முதல் படமான 'இவானின் குழந்தைப்பருவம்' (Ivan's childhood) ஒரு சிறுவனின் வாழ்வை குழந்தைப்பருவத்தை போர் எவ்வாறு சிதைத்தது என்பதைப் பற்றியது. விலாதமீர் போகோமோலவ்வின் சிறுகதையை தன் முதல் படத்திற்கான கதையாக தேர்ந்தெடுக்கிறார் ஆந்த்ரே. அது வரையில் அவர் சினிமா மாணவராக சில குறும்படங்களை மட்டுமே இயக்கியிருந்தார். அடுத்து தன் திரையுலக வாழ்வில் ஒரு கலைஞனாக என்ன செய்யப்போகிறோமென்ற பாதை புலப்படாத போது எல்லோருக்கும் இனக்கமான இக்கதையை தேர்ந்தெடுக்கிறார். இரண்டாம் உலகப் போர் முடிவடையும் சமயம் ஜெர்மனியும் ரஷ்யாவும் போரிட்டுக்கொண்டிருந்த போது போரில் தன் தந்தை இறந்துபோனபின் தாயும் சகோதரியும்

ஜெர்மன் படைகளால் கொல்லப்பட்டு அனாதையானவன் பனிரெண்டு வயதான சிறுவன் இவான். அது வரையிலான அவன் வாழ்க்கை தன் குடும்பத்தாருடன் சுதந்திரமாகவும் குழந்தைப் பருவத்திற்குறிய மகிழ்ச்சியுடனுடன் கழிந்திருக்க போர் அவை அனைத்தையும் அழித்துவிட அதற்குக் காரணமான நாஜிக்களை பழி வாங்கும் நோக்கத்துடன் ரஷ்யப் படையில் சேர்கிறான். அவன் மேல் கருணை கொண்ட ரஷ்ய போர்ப்படை அதிகாரி அவனை ராணுவப் பள்ளியில் சேர்க்கத் திட்டமிட அதை ஏற்க மறுக்கிறான். மகிழ்ச்சியும் குதூகலமும் பரவசங்களுமாய் வாழ்ந்த சிறுவனிடத்தே கோவமும் இருக்கமும் பழி வாங்கும் உணர்ச்சியும் மையங்கொள்ள இறுதியில் இட்லரின் நாஜிப் படையால் அவன் தூக்கிலிட்டுக் கொல்லப்பட்டான் என்ற செய்தி தெரிய வருகிறது ரஷ்ய போர்ப்படை அதிகாரிகளுக்கு. இதுவே கதைச்சுருக்கம்.

போரின் உக்கிரத்தை வெளிப்படுத்திய எண்ணற்ற சிறுகதைகளுள் இதுவும் ஒன்று. ஆனால் இதற்குள் பொதிந்துள்ள திரைப்படத்திற்கான கூறுகளை கண்டடைவது ஒரு திரைப்பட இயக்குநரின் முதல் பணி. பின்பு அதை திரைப்படமாக பரிணமிக்கச் செய்யும் ரஸவாதமே தேர்ந்த கலைஞர்களை மற்றவர்களிடமிருந்து பிரித்துக் காட்டுகிறது. இக்கதையில் போரின் கோரமுகத்தை புதுப்பரிமாணத்தில் காட்டமுடியுமென உணர்ந்திருக்கிறார் ஆந்த்ரே. திரைப்படம் ஒரு கலைஞனின் வாழ்வை பயன்படுத்திக்கொள்ளுமே தவிர திரைப்படத்தை ஒரு கலைஞன் தனக்காக பயன்படுத்திக் கொள்ளமுடியாது என்கிறார் தார்கோவ்ஸ்கி. தற்கால ஆஸ்திரேலிய இயக்குநர் ‘ரோல்ப் டீ ஈர்’ இதையே இப்படிச் சொல்கிறார். “நீங்கள் உங்கள் வாழ்க்கையை சினிமாவுக்காக அர்ப்பணிப்பீர்களானால் உங்களுக்கு சினிமா ஒரு வாய்ப்புத் தரலாம். ஆனால் அது ஒரு வாய்ப்பு மட்டுமே. அதை தக்கவாறு பயன்படுத்திக் கொள்வதே நாம் செய்ய வேண்டியது. அது நம்மைத் தேர்ந்தெடுக்குமே தவிர நாம் அதைத் தேர்ந்தெடுக்க முடியாது”.

பெரும்பாலும் உலகின் உன்னதக் கலைஞர்கள் யாவருக்குமான பொதுப்பண்புதான் இது. இவ்விதியை உணர்ந்தவர்களுக்கே கலை கைக்கூடுகிறது.

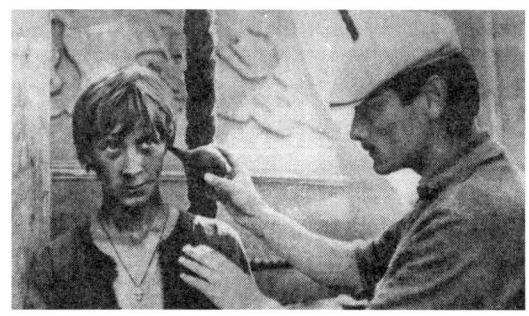

தன் முதல் படம் எடுத்துக் கொண்டிருக்கும் போது தான் ஒரு கலைஞனாக தான் செய்ய வேண்டியதை கண்டடைந்ததாகவும் அதற்கான பாதை புலப்பட்டதாகவும் சொல்கிறார் தார்கோவ்ஸ்கி. ‘இவானின் குழந்தைப் பருவம்’ முதல் கடைசிப் படமான ‘தியாகம்’ (Sacrifice)வரை மானுடத்தை நேசித்த மிகத்தீவிரமான கலைஞராக இப்பிரபஞ்சத்தில் தான் வாழ்ந்ததன் அடையாளமாக அடுத்த தலைமுறைக்கு விட்டுச் செல்லும் செய்தியை சரிவரச் செய்த கலைஞராக விளங்குகிறார் ஆந்த்ரே தார்கோவ்ஸ்கி.

இவான் கொல்லப்பட்ட செய்தியை சொல்லியதோடு இப்படத்தை முடித்திருந்தால் அது ஒரு சாதாரணப் படமாகவே இருந்திருக்கும். மாறாக அச்சிறுவன் இழந்த தன் பால்யத்தை பின் தொடர்ந்து புன்னகைக்கும் முகத்தோடு ஓடுவதாக முடிக்கிறார். அவர் நீதிமானாக எந்த தேசம் சரி தவறு என்னும் அலசலுக்குள் செல்லவில்லை. மனித வாழ்வை போர் என்னும் அசுர வஸ்து எவ்வாறு சிதைத்து நிர்மூலமாக்குகிறதெனக் காட்டுகிறார். இதில் ஆரம்பிக்கும் அவர் பயணம் கடைசிப்படத்தில் தன்னது என்ற எல்லாவற்றையும் அழித்து விட்டு மனித குலம் செழிக்க இயற்கையிடம் வேண்டி நிற்கும் கதாபாத்திரம் மூலம் முடிவுறுகிறது.

அடுத்தடுத்து ஆந்த்ரேவின் படங்களில் இடம்பெற்ற பஞ்ச பூதங்களுக்கான தோற்றுவாயாக முதல் படம் அமைந்திருக்கிறது. சிறுவன் முதல் காட்சியில் தண்ணீரைக் கடந்து வருகிறான். தீ அவனின் நடுக்கத்தை போக்கி நோக்கத்தை தீவிரமாக்குகிறது. குறிப்பாக மரங்கள் இப்படத்தின் ஒவ்வொரு காட்சிகளின் தன்மையை தீர்மானிப்பதில் முக்கியப் பங்கு வகிக்கிறது. முதல் படத்தின் முதல் ஷாட்’டாக கிரேனில் மரத்தை காட்டத்துவங்கிய ஆந்த்ரே கடைசிப்படத்தின் கடைசி ஷாட்டிலும் மரத்திலேயே முடித்திருப்பது ஒருவித முழுமையைத் தருகிறது. Ivan's Childhoodல் கறுப்பு நிறமாக கனவிலும் நீண்டு ஒய்யாரமாக காதல் காட்சியிலும் சிதைந்த வீட்டின் கட்டைகளாகவும் பலவாறு காட்டப்படுகிறது மரம். தன் படங்கள் அனைத்திலும் குறியீடு என தான் எதையும் உபயோகிக்க வில்லை ஆந்த்ரே. குறியீடு தனக்கென திட்டவட்டமான வரையறைகளைக் கொண்டது. மாறாக படிமம் என்பது முடிவற்ற சாத்தியங்களைக் கொண்டது. ஒரு சிறந்த புத்தகத்தை ஆயிரம் பேர் வாசிப்பார்களானால் அது ஆயிரம் வெவ்வேறு புத்தகம். ஆதலால் தன் படங்களில் இடம் பெறும் அனைத்தும் படிமங்களேயொழிய குறியீடல்ல என்கிறார்.

இப்படத்தின் முதற் காட்சியில் சிலந்தி வலைக்குப் பின்னால் நிற்கிறான் அச்சிறுவன். பிறகு போரில் சிதைந்த குடிசையின்

உடைந்த கட்டைகள் ஈட்டியென பூதாகரமாக வட்டமிட்டு குவிந்திருக்க சிறு பிம்பமாக தூரத்தே நிற்கிறான். அவன் மெல்ல நடந்து வர அவனுருவம் பெரிதாகவும் அவனைச் சூழ்ந்திருக்கும் கூர்மையான கட்டைகள் சிறுத்தும் காணப்படுகின்றன. ஒரு வித மயக்கத்தை ஏற்படுத்தக் கூடிய படிமம் இது. மிகவும் சிக்கலான அபாயகரமான தன் சக்தியை விஞ்சும் மாபெரும் சூழலுக்குள் ஒரு சிறுவன் செல்கிறான். அவன் அதனருகே வர வர அச்சூழலை கையகப்படுத்தக் கூடியவனாக அதனை ஆளும் பேராற்றல் படைத்தவனாக திகழ்வதாக புரிந்து கொள்ள முடிகிறது. இது ஒருவிதப் பார்வை மட்டுமே. இதற்கு பலவித அர்த்தங்களை கற்பிதம் செய்து கொள்ள முடியும். அந்த சுதந்திரத்திற்கான வெளியை ஒரு சிறந்த படைப்பு தன்னகத்தே கொண்டிருக்க வேண்டும். ஆந்த்ரே முனைவதும் அதனையே. இதற்கிணையான ஒரு காட்சி 'சிட்டிசன் கேன்' படத்தில் ஜன்னல் அருகே செல்லும் ஆர்சன் வெல்ஸின் உருவ அளவு மாற்றம்.

மற்றொரு காட்சியில் ரஷ்ய போர்ப்படை அதிகாரி கோலின் ஒரு உதவி மருத்துவப் பெண் மாஷாவிடம் காதல் வயப்படுகிறார். திடமுடன் ஒய்யாரமாக நிற்கும் மரங்களினூடே அவள் செல்லஇவர் பின்

தொடர்கிறார். அவர்களுக்குள் பற்றும் உரையாடல் தீவிரமடைந்து ஒரு கட்டத்தில் நீண்ட குழியின் இரு கரைகளில் தன்னிரு கால்களையும் ஊன்றியவாறு அப்பெண்ணை தூக்கி இருகப்பற்றி அனைத்து முத்தமிடுகிறார் அந்த அதிகாரி. அதுவரை சமதளத்தில் அவர்களை காட்சிப்படுத்தி வந்த காமிரா அத்தருணம் கீழிறங்கி இரு கரைகளுக்கும் நடுவிலுள்ள குழிக்குச் செல்கிறது. இப்படத்தை இன்று வரையில் அடையாளப் படுத்தும் முக்கியப் படிமங்களில் இதுவும் ஒன்று. போர்ச்சூழலில் மனிதர்களின் இயல்பான தேவையாக காதல். இக்கோணத்தில் காட்சிப்படுத்தியதை பிரித்தாய்ந்தோமானால் காதல் வயப்படினும் திடமாக நிற்கும் வீரனாக ஆண், அக்கணத்தில் தளர்ந்து அந்தரத்தில் தொங்கும் பெண் எனப் புரிந்து கொள்ளலாம். அதுவரையில் அவரிடம் விரைப்பாக பிடி கொடுக்காமல் ஆனால் தான் சலனமுறுவதை அவரிடமிருந்து மறைக்க அவரிடம் தன் முகம் காட்டாது பேசுபவள் உடைந்த மரக்கிளை மேல் ஏறச் சொன்னதும் தான் பயமற்றவளென நிரூபிக்க மரத்தின் மேல் தனியாக ஏறி நிற்கிறாள். கோலின் தன் இருகரங்களையும் நீட்டியவாறு அவளை தன்னிடம் குதிக்கச் சொல்ல மறுத்து அவளாகவே கீழிறங்கி வருகிறாள். அதுவரை இருமாப்புடன் இருந்தவள் அக்குழியை கடக்கையில் தடுமாறுகிறாள். அத்தருணம் அவர் அவளை தாங்கிப்பிடித்து முத்தமிடினும் கண்ணியத்துடனே நடத்துகிறார். அதை அவளும் எதிர்பார்த்தே இருக்கிறாள். நாணப்பட்டு விலகி ஓடுபவளை கோலின் அழைத்ததும் வந்து விடுகிறாள்.

மேற்பார்வைக்கு ஆணாதிக்கக் காட்சியாக தென்படினும் அடிப்படையில் இருக்கமான போர்ச்சூழலில் மலரும் இயல்பான காதலாகவே அமைந்துள்ளது இக்காட்சி. கொள்கையில் தளராமல் ஆனால் காதல் வயப்படும் ராணுவ அதிகாரி ஆரம்பத்தில் இருமாப்புடன் நடந்து கொண்டாலும் காதல் வயப்படும் கணம் தன்னை முழுமையாக ஒரு வீரனிடம் தருகிறாள் அப்பெண் என்பது மற்றொரு புரிதல். இவான் என்னும் சிறுவனைப் பற்றிய கதையில் தனியாகத் தெரியும் இக்காதல் காட்சியை வைத்ததிற்குக் காரணம் யுத்தக் களத்தில் முத்தத்தின் தேவையுமிருக்கிறது அது சாத்தியப்படுகிறது என்பதை உணர்த்தவே. காதல் போர்ச்சூழலில் மனிதரை ஆசுவாசப்படுத்த நிதானப்படுத்த நேசம் உண்டாக்க வல்லது எனும் சாத்தியத்தை நிகழ்த்திப் பார்க்கிறார் ஆந்த்ரே. இக்காட்சியிலும் அலுவலகத்தினுள் ராணுவத்தினருடன் சிறுவன் இவான் உரையாடும் காட்சிகளிலும் டெலி ஃபோட்டோ லென்ஸ் மூலம் எடுக்கப்பட்ட Close Up ஷாட்டுகள் காட்சியின் தன்மையை கதாபாத்திரங்களின் ஆளுமையை துள்ளியமாக

வெளிப்படுத்துகிறது. மரங்களினூடே அவள் ஓட இவர் பின்தொடர நிலையாக திடமாக ராணுவத்தின் குறியீடாக நிற்கிறது மரங்கள்.

ஆந்த்ரேவின் தனித்துவங்களில் ஒன்றான பத்து நிமிடங்கள் வரையிலும் கூட வரக்கூடிய நீண்ட ஷாட்'கள் இப்படத்தில் இல்லை. அவருக்கான திரைமொழியை அடுத்த படமான 'ஆந்த்ரே ரூப்ளெவ்' விலிருந்து தான் உருவாக்கினார். இவானில் காமிரா கோணங்கள் சட்டகத்தின் அமைப்பு (Composition) அதனுள் கதாபாத்திரங்களின் இடம் அளவு மற்றும் பொருட்களின் அமைவு (Staging) என தான் அதுவரையிலும் கற்ற திரைக்கலை நுணுக்கங்களை பயன்படுத்திப் பார்த்திருக்கிறார். அதுவே தனித்துவமாக இருந்ததாலே 1962ல் எடுக்கப்பட்ட இப்படத்திற்கு 63ல் வெனிஸ் திரைப்பட விழாவில் தங்க விருது வழங்கப்பட்டது.

இவான் என்னும் அச்சிறுவனின் முகத்தில் பழி தீர்க்கும் வன்மம் நிறைந்த உக்கிரமான பாவமும் அதற்கிணையாக விளையாட்டு மனோபாவம் மாறாத குழந்தைமையின் பரவசமும் மகிழ்ச்சியும் மிகுந்த முகபாவமும் மாறி மாறி தென்படுகின்றது. கனவில் சஞ்சரிக்கையில் மலர்ச்சியும் யதார்த்தத்தில் உக்கிரமும் உள்ளவனாக இருக்கிறான். ஏரியைக் கடந்து வந்தவனின் முகம் வன்மத்துடன் வெளிறிக்கிடக்க உதடு வரண்டிருக்கிறது. தன்னை போர் வீரர்கள் விசாரிக்கையில் சட்டகத்தின் முன்னால் திடமாக நிலை கொண்டு தன்னிடம் உரையாடுபவர்களை நேராக பார்ப்பதில்லை அவன். தான் தேடி வந்த கர்னலை கண்டதும் அவரிடம் இளகி தாவுபவனை தூக்கி அனைத்துக் கொள்கிறார் கர்னல். அப்போது குழந்தையாக உதடு பூத்து புன்னகைக்கிறான். கனவுக் காட்சிகளின் போதும் அவ்வாறே திகழ்கிறான். கனவையும் நிஜத்தையும்

பிரித்தறியமுடியாதொரு குழப்பம் ஏற்படக்கூடும் ஆந்ரேவின் படங்களில். அவரைப் பொருத்தவரையில் கனவென்பது வாழ்வின் தூய கணங்களை தன்னகத்தே கொண்டுள்ள ஒன்று. இவான் இறந்த பின்பு வரும் காட்சி யாருடைய கனவென திட்டவட்டமாக தெரிவதில்லை. அவனை போர்ச்சூழலிலிருந்து அப்புறப்படுத்த முயன்ற ராணுவ அதிகாரிகளுடையதாகவோ அல்லது ஆந்த்ரேவுடையதாகவோ இருக்கக்கூடும்.

அனைத்துக் கதாப்பாத்திரங்களின் அகநிலையையும் அவர்களின் புறச்சூழலை கட்டமைப்பதன் மூலம் பார்வையாளர்களுக்குக் கடத்தி விடுகிறார் இயக்குநர். அலுவலக அறைக்குள் கர்னல் இவானுடன் உரையாடுகையில் கண்ணாடி ஜன்னலுக்குப் பின்னால் செல்லும் ராணுவ வாகனங்கள் பீரங்கிகள் போர் வீரர்கள் என போர்க்காட்சிகள் நம்மை பதற்றமுறச் செய்கிறது. அறைக்குள் சிறுவன் தோன்றும் பெரும்பாலான ஷாட்களில் அவனின் நிழல் நேர்த்தியற்று நீண்டு படர்ந்து பூதாகரமாக தெரிகிறது. சிறுவனின் இருப்பும் தனிமையும் நம்மை அச்சுறுத்தவும் செய்யும். கனிவுறவும் செய்யும். இந்த இரண்டு துருவங்களுக்கும் நடுவில் தத்தளிக்கும் பார்வையாளர்களின் மனம். சிறுவன் போரால் பாதிக்கப்பட்ட கிழவரின் சிதைந்த வீட்டிடம் செல்லும் காட்சியின் முடிவில் இறந்த தன் மனைவி மீண்டும் வருவாள் எனும் நம்பிக்கையோடு சுவரில் ஒரு படத்தை மாட்டுகிறார். அவர் கதையை கேட்டு அதிர்வுறும் சிறுவனை அங்கிருந்து ராணுவத்தினர் அழைத்துச் செல்லும் போது ஒரு ரொட்டியை அக்கிழவனுக்காக வைத்துச் செல்கிறான் அவன். அடுத்த கணம் போரில் தான் பங்கேற்க வேண்டுமென வாதிடுகிறான். செல்லும் ராணுவ வண்டியை பார்த்தபடி கிழவர் "இறைவா! இதெல்லாம் நிரந்தரமாக முடியுமா" என ஏங்குகிறார். மனித வாழ்க்கையின் ரணங்களையும் மனதின் நிலையாமையையும் ஆழமாக பதிவுசெய்த காட்சியிது.

கவிதை. தன் படங்களின் காட்சிகளை கவித்தருணங்களாகவே அமைத்திருக்கிறார் ஆந்த்ரே. கவிதையை வாழ்வை புரிந்து கொள்ளும் காரணியாகவே பார்க்கிறார். தன் தந்தையான அர்சனி

தார்கோவஸ்கியின் கவிதைகளை தன் காட்சிகளுக்குப் பின்னனியாக பயன்படுத்தியிருக்கிறார். மனித இனம் இப்பிரபஞ்சத்தில் தான் தோன்றிய நோக்கத்தை விட்டு விலகி அழிவின் பாதையில் போவதாக எண்ணுபவர் மீண்டும் ஆதியின் லயத்திற்கு நாம் திரும்ப வேண்டிய அவசியத்தை உணர்ந்து அதையே தன் படங்களின் வாயிலாகத் தேடுகிறார் தார்க்கோவ்ஸ்கி. இன்று High speed எனப்படும் உத்தியை காரணமின்றி பலரும் பல வகைகளில் பயன்படுத்தி வரும் நிலையில் ஆந்த்ரே கனவை காட்சிப்படுத்த பயன்படுத்தியிருப்பார். கண்ணாடி உடைவது தீ மூண்டு எரிவது உரைபனிச்சூழ் நீர்நிலைகள் நீண்ட தொடர்காட்சிகள் என சினிமாவின் ஒவ்வொரு யுக்தியையும் தன் கனவைப் பார்வையாளர்களுக்கு சரிவரக் கடத்தவே பயன்படுத்தியிருக்கிறார். சற்றே நிதானித்து விலகி நின்று பார்த்தால் அவர் படங்களை தரிசிக்கையில் மட்டுமல்ல அவற்றைப் பற்றி எழுதிக் கொண்டிருக்கையிலும் காலம் பாஷோ கவிதையைப் போன்று உரைந்தே கிடப்பதை உணரமுடிகிறது. விடிந்த பின் எழுதத் தொடங்கி பிறகு தேநீர்ப்பயணம் மேற்கொண்டு ஆந்த்ரே படக்காட்சிகளைப் பார்த்து ஒரே வித உள் புற மாற்றமற்ற தன்மையை உணர நேரிட்டு சற்றே ஆசுவாசப்பட எழுந்தால் மாலையாகி இருக்கிறது. காலம் இயக்கம் என்பது புறத்தில் நிகழ்வதா அல்லது அகத்திலா.

ஓவியம். ஆந்த்ரேவின் leit-motifகளில் மற்றொன்று ஓவியங்கள். இரண்டாவது படம் ஆந்த்ரே ரூப்ளேவ் என்னும் ரஷ்ய ஓவியரைப் பற்றியது. Ivan முதல் Sacrifice வரை ஓவியங்களை காட்சிப்படுத்துவதன் மூலம் கதை சொல்லலில் பார்வையாளர்களுள் வரலாற்று பிரக்ஞையை உயிர்க்கச்

செய்து ஒரு நீண்ட காலத்தின் தொடர்ச்சியாக நிகழும் கதையை புரிந்து கொள்ளச் செய்கிறார். இதே யுக்தியை தற்கால ஆஸ்திரேலிய இயக்குநரான ரோல்ப் டீ ஈர் பயன்படுத்தியிருக்கிறார் ஆந்த்ரேவின் சமகால படைப்பாளிகளான பெர்க்மென் ஃபெலினி தியோ ஆஞ்சலோபொலிஸ் முதலியோர். ஓவியங்களையும் கனவையும் இவ்வண்ணமே கையாண்டிருக்கிறார்கள்.

இவான் பழி தீர்க்கும் உணர்வுடன் மூர்க்கமாக தென்பட்டாலும் அவனின் கனவுகள் மூலம் இழந்த வாழ்விற்காக ஏங்கும் சிறுவனாக முதல் காட்சியிலேயே உணர்த்தி விடுகிறார் ஆந்த்ரே. மற்றொரு கனவில் தன் தாய் அருகிலிருக்க கிணற்று நீரில் மிதக்கும் சூரியனை உள்ளங்கைகளுள் எடுக்க முற்படுபவன் சட்டென கிணற்றிற்குள் கிடக்கத் தாயின் பிடி தளர்ந்து தண்ணீர் சேந்தும் வாலி அவன் மேல் விழ கத்துகிறான். மயங்கி விழும் தாய் மேல் சிதறுகிறது தண்ணீர். திடுக்கிட்டு விழிக்கிறான் இவான். தாயை இழந்த சிறுவனின் பரிதவிப்பை துள்ளியமாக உணர்த்தி விடும் இக்கனவை காட்சிப்படுத்திய விதம் கவணிக்கத்தக்கது. தண்ணீருக்குள் இருக்கும் கேமரா தாய் மகன் இருவரின் உரையாடலை காட்டுகிறது. இவான் தன் கைகளில் சூரியனை அள்ள முற்படுகையில் கைக்கு எட்டும் தூரத்திலேயே தெரிகிறது கிணற்று நீர். அள்ளிய பிறகு அண்ணாந்து பார்க்கையில் கிணற்றின் அடி ஆழத்தில் தன் தாயைப் பிரிந்து நிற்கிறான். தவறி விழும் வாலி அவனை தாயிடமிருந்து பிரித்து சிதைப்பதைப் போன்ற தோற்றம் பயத்தை உண்டாக்கி நம்மைப் பதறச் செய்கிறது. அடுத்த கணம் கிணற்றிற்கு அருகில் மயங்கி விழும் தாய் மேல் விழும் தண்ணீரின் இருப்பிடத்தை கணிக்க முடியாமல் முன்பின் தொடர்பின்றி புரிந்து கொள்ளவியலா சிக்கலான கனவாகத் தெரிகிறது. ஒரு சிறுவனின் வாழ்வில் நேர்ந்த துயரச் சம்பவங்களின் தொடர்ச்சியாக இன்று தனித்து விடப்பட்ட நிலையில் தன் வாழ்வில் நிகழ்ந்த இழப்புகளும் அதிர்ச்சிகளும் புரிபடாத சிக்கலுற்ற திகில் கனவு இவ்வாறே இருக்கும் என நம்மால் உணர முடிகிறது. இதை சாத்தியப்

படுத்தியது தார்க்கோவ்ஸ்கியின் தேர்ந்த திரைமொழியும் ஒலியை பயன்படுத்திய விதமுமே. டிஜிட்டல் தொழில்நுட்பம் உருவாகாத அக்காலத்தில் தன் பால்யகால கனவுகளான இவற்றை மீளுருவாக்கம் செய்ய கவிக்கணங்களாக காட்சிப்படுத்த சினிமா தொழில்நுட்பத்தின் அனைத்து சாத்தியங்களையும் முயன்று கடைசியில் தனக்கான லயத்தை கண்டடைந்திருக்கிறார். அப்படி தேர்ந்தெடுத்த லயம் (Rhythm) தான் அடுத்தடுத்த படங்களின் ஒட்டுமொத்த லயமாக அமைந்திருக்கிறது.

மற்றொரு கனவு தன் சகோதரியுடன் சேர்ந்து சிறார்களுடன் விளையாடிய பின் கடற்கரையில் ஆயிரக்கணக்கில் ஆப்பிள்களை கொட்டிச் செல்லும் லாரியைப் பின் தொடர்ந்து ஓடுவதாகவும் சில குதிரைகள் அந்த ஆப்பிள்களை உண்பது போன்றும் வருகிறது. இப்படத்தின் இறுதிக் காட்சியும் இதுவே. இழந்த வாழ்வின் அடையாளமாக ஆரம்பக் காட்சியில் ஒரு பட்டாம்பூச்சியைப் பின்தொடரந்து தானே அப்பட்டாம்பூச்சியாக பரினமித்து பறந்துச் சென்று தன் தாயைக் காண்பதாக காட்சிப்படுத்தியவர் இறுதிக் காட்சியில் இறந்த பின் பரவசமாக சிரித்த முகத்துடனும் இழந்த வாழ்வை பற்றிவிடுவோமெனும் நம்பிக்கையுடன் கை நீட்டியபடி அச்சிறுவன் ஓடுவதாக காட்டுவதோடு படத்தை முடிக்கிறார்.

ஆந்த்ரே தார்க்கோவ்ஸ்கியின் அத்தனைப் படங்களிலும் இந்த ஏக்கமும் பரிதவிப்புமே வியாபித்திருக்கின்றது. அது தனி மனிதனுக்கானதோ ஒரு கூட்டத்திற்கானதோ அல்லது ஒரு தேசத்திற்கானதோ அல்ல. மாறாக ஒட்டுமொத்த மனித குலத்திற்கான விடுதலையை எதிர்நோக்கி இயற்கையிடம் நீட்டப்படும் கரங்களே அவை.

நிழல், மார்ச் 2019.

விடாது கருப்பு

வாழ்க்கையின் இருண்மையான பக்கங்களை ஒளித்து வைக்கிறபோது நம்மால் அதன் அழகை முழுமையாக தரிசிக்க முடியாது. இந்த உலகத்தில் நடக்கிற எல்லா நிகழ்வுகளுமே பழையவற்றிற்கும் புதியவற்றிற்குமான யுத்தத்தில் இருந்துதான் பிறந்திருக்கின்றன. தார்கோவெஸ்கி.

பறை எங்களின் இசை கருப்பு எங்களின் வண்ணம் என்கிற முழக்கத்தோடு கலமிறங்கியிருக்கிறார்கள் இச்செயல்பாட்டாளர்கள். மறுக்கப்படும் உரிமைகளைப் பெறவும் தடுக்கப்படும் சமூகச் செயல்பாடுகளை நிகழ்த்திடவும் புறக்கணிக்கப்படும் மனிதர்களின் வாழ்வை மீட்டெடுக்கவும் சக மனிதனின் துயரை தன் துயராய் பாவித்து களப்பணியாற்றுவோர் அரசாங்கத்தால் அடக்குமுறைக்கு ஆட்படுத்தப்படுவர். இதுவே உலக இயல்பு. அப்பொழுது அரசாங்கம் எதற்கு என்றால் அது புரிபடாத அல்லது அவிழ்க்க முடியாத கட்டுகளால் சிக்குண்டு கிடப்பது தென்படும். மக்கள் நலனில் அக்கறையுடையோரே அரசாங்கப் பதவியில் அமர்த்தப்படுவர் என்று நம் பிள்ளைகளுக்கு பாடம் கற்பிக்கலாம். ஆனால் நடைமுறை யதார்த்தம் என்ன என்பதை அவர்கள் வளர்ந்த பின்பு தான் அறிவர். அவ்விடம் தான் கலைஞர்களின் கலகக்காரர்களின் பணிகள் துவங்குகின்றன.

மராத்திகளுக்கும் பீகாரிகளுக்குமான பிரச்சனையாக மட்டுமல்ல சிங்களர்களுக்கும் தமிழகளுக்கும் இஸ்ரேலியர்களுக்கும் பாலஸ்தீனர்களுக்கும் என உலகெங்கிலும் நிகழும் பிரச்சனைகளின் சிறு வடிவமாகத்தான் தன் படமான 'Bhonsle' வை எடுத்ததாக சொல்கிறார் இயக்குநர் தேவஷீஸ் மகிஜா.

அனைவரையும் சமமாக பாவிப்பதே நீதியின் அடிப்படையான போதிலும் அப்படி அமைவது சாத்தியமில்லை என்பதே யதார்த்தம் எனும் சூழலில் தனி மனிதன் தன்னையும் தன்னைச் சார்ந்தோரையும் தற்காத்துக்கொள்ளவும் அடுத்த தலைமுறைக்கு விட்டுச் செல்ல வேண்டிய கலாச்சார ஆவணங்களைக் காக்கவும் தானே போராயுதமாக நீதிமானாக மாற வேண்டியுள்ளது என்கிறார் மகிஜா. அவருடைய இந்த பார்வையே நடந்து முடிந்திருக்கும் சுயாதீனத் திரைப்பட விழாவின் தோற்றுவாயாகவும் அமைந்திருக்கிறது.

கருப்புப் பிரதிகளாய் திகழ்கிறது மகிஜாவின் இரண்டு படங்களுமே. முதல் படமான 'அஜ்ஜி'(பாட்டி)யில் தன் பேத்தியை வன்புணர்ந்தவனின் விரைப்பையை அறுத்தெறிகிறார் பாட்டி. இரண்டாம் படமான 'Bhonsle' iffcயின் துவக்கப்படம். தங்களிடத்தில் பிழைக்க வந்தவர்களை அடிமைகளாய் நடத்தும் தன் இனத்தவனை கொலை செய்கிறார் போன்ஸ்லே. போலீஸ் வேலையிலிருந்து விருப்ப ஓய்வெடுத்த பின் அந்த அடுக்கு குடியிருப்பில் தனியராய் தன் வீட்டில் இருந்து வருகிறார் போன்ஸ்லே. தினமும் தூங்கி எழுவது ஸ்டவ்வில் கடுங்காபி போட்டு ரொட்டித்துண்டு தின்று துணி துவைத்து திரும்ப படுத்துறங்குவது இதுவே அவரின் வாழ்க்கை. அக்குடித்தனத்தில் விநாயகர் சதூர்த்தியை முன்னிட்டு தடபுடலாய் கொண்டாட நினைக்கும் மராத்தி இன வெறியர்களில் ஒருவன் அவ்விடம் வசித்து வரும் பீகாரி சிறுவனையும் அவன் குடும்பத்தாரையும் அடிமைகளாய் நடத்துவதோடு போன்ஸ்லேவிடம் தன்னை ஆதரிக்குமாறும் கேட்கிறான். மூளைப் புற்று நோயால் அவதிப்படுபவர் காவலனாய் பணிபுரிந்தும் தன் வாழ்க்கை அர்த்தமுள்ளதாய் அமையாத விரக்தியில் எதையும் யாரையும் கண்டுகொள்வதில்லை. தன் கண்ணெதிரே அதிகரித்து வரும் இந்த வன்மத்தின் உச்சமாய் அந்த பீகாரிப் பெண் வன்புணரப்பட

இரத்தம் உரைந்து மூர்ச்சையாக அமர்ந்திருப்பவளை பார்த்து பதறுகிறார். தன் இனத்தவனான மராத்தியனை கழிவரையில் கழுத்தை நெறித்துக் கொள்கிறார். தன் இருப்பு ஏதோ ஒரு வகையில் அர்த்தமுற்றதாய் உணர்ந்த கணம் இறந்து போகிறார்.

பல அடுக்குகளைக் கொண்ட படம் இது. மகிஜாவின் தந்தை பதினைந்து வருடகாலம் கொல்கத்தாவில் தனிமையில் இருந்ததை அவ்வப்பொழுது பார்த்து வந்த மகிஜா அவரையே மையப்படுத்தி இக்கதாபாத்திரத்தை அமைத்திருக்கிறார். ஒரு மகனாய் தன் தந்தைக்கு செய்யாததை ஒரு கலைஞனாக இப்படத்தில் செய்திருப்பதாக கூறுகிறார். கலையையும் வாழ்க்கையையும் ஒன்றெனவாழும் கலைஞன். பரவலாக இத்திரைப்பட விழாவில் இவர் போன்றோரின் படைப்புகளே இடம் பெற்றன.

உலகமயமாக்கல் என்ற அசுர காலக்கட்டத்தைக் கடந்து தேசியமயமாக்கல் என்னும் சுரண்டலுக்கு சர்வதேசங்களும் தயாராகி வரும் நிலையில் மாநிலங்களின் அடையாளங்கள் மறுக்கப்பட்டும் அழிக்கப்பட்டும் வருகின்றன. இச்சூழலில் கலைஞர்களும் தன் வெளிப்பாட்டை சுதந்திரமாக நிகழ்த்த முடியாத நெருக்கடி ஏற்பட்டுள்ளது. ‘குடி குடியைக் கெடுக்கும்’ என்னும் தாரக மந்திரத்தை முன்மொழியும் அரசாங்கமே மதுபானக் கடைகளை நடத்திவரும் முரணிலிருந்து தொடங்கும் இந்த அபத்தப் போக்குகளை சகித்துக் கொண்டே கலைஞர்கள் இயங்க வேண்டிய நெருக்கடி நிலவி வருகிறது. இது இந்தியத் துணை கண்டத்திற்கு மட்டுமல்லாது கலைகளை கொண்டாடும் ஐரோப்பிய நாடுகளிலும் அரேபிய ஆப்பிரிக்க இலத்தின் அமெரிக்க நாடுகளிலும் படர்ந்து நிற்கிறது. அரசாங்கத்தையும் சமூக அநீதிகளையும் எதிர்க்கும் களப்பணியாளர்களையும் கலைஞர்களையும் முடக்குவதே அதிகாரத்தின் கோரமுகம். அதனை எதிர்த்தும் விலகியிருந்தும் தொடர்ந்து தங்கள் குரலை தங்களின் ஊடகங்களில் வெளிப்படுத்தியபடியே தான் உள்ளார்கள் இந்த தேசவிரோதிகள். ருஸ்யாவில் தார்கோவெஸ்கி ஈரானில் ஜாபர் ஃபனாகி அப்பாஸ் கியரஸ்டமி என நீள்கிறது இப்பட்டியல்.

இந்தியாவை விட்டு வெளியேறிய ஓவியர் எம்.எப்.உசேனாக நஸீருதின் ஷா நடித்த படம் ‘நியூட்’. நிர்வானத்தை வரைந்ததற்காகவும் கடவுள்களை இழிவு

படுத்தியதற்காகவும் குற்றம் சுமத்தப்பட்டதால் தன் படைப்புச் சுதந்திரத்தை இழக்க மனமில்லாமல் நாட்டை விட்டு வெளியேறியவர் உசேன். ஒரு குதிரையையோ பறவையையோ வரைந்தால் கேள்வி கேட்காதவர்கள் மனிதரின் நிர்வானத்தை வரையும் போது மட்டும் ஏன் கேள்வி கேட்கிறார்கள் என்கிற அவரின் கேள்வி நின்று நிதானமாக சிந்திக்க வேண்டிய ஒன்று. மனித இனம் கடந்து வந்த நாகரீகப் பாதையை வளர்ச்சியை ஆய்வுக்குட்படுத்த வேண்டிய கேள்வி இது. ‘ உடலை மறைக்கத் தான் உடை. நான் உடலுக்கு உள்ளுள்ள ஆன்மாவினுள் ஊடுறுவ முயற்சிக்கிறேன்’ என்கிறார். மனிதன் சிந்திக்கத் தோன்றிய காலம் தொட்டு இப்பிரபஞ்சத்தையும் மனித மனதையும் புரிந்து கொள்ள முயற்சித்து தீவிரமாக இயங்கும் எல்லாக் கலைகளும் விஞ்ஞானமும் மற்ற அறிவுசார் துறைகளும் இதையே தான் செய்து வருகின்றன. இடுப்பில் சின்ன துணி கட்டியபடி உழைத்துப் பிழைக்கும் பாட்டாளிகள் வாழும் உலகில் உடல் முழுவதும் போர்வையை (காவி, வெண்மை) சுற்றிக் கொண்டு கோவில் மூலஸ்தானத்தில் சிறுமியை வன்புணரும் புன்னியாத்மாக்கள் நம்மை ஆள்ந்து கொண்டிருக்கும் போது கலையை பற்றியோ கடவுள்கள் பற்றியோ இவர்களுக்குப் பேசி புரிய வைப்பது சாத்தியமேயில்லை. அதிகாரத்திற்குட்பட்டு அரசாங்கம் விதிக்கும் கட்டுப்பாடுகளுக்கு அடிபனிந்து இயங்கும் கலை ஒருபோதும் மக்களுக்கானதாக இருக்காது. இப்படிப்பட்ட சூழலில் தான் ஒவ்வொரு மனிதனும் ஒரு ஊடகமாக மாற வேண்டியிருக்கிறது. நமக்கான கலையை களப்பணிகளை நம் தேவையை நாமே பூர்த்தி செய்து கொள்ள வேண்டியுள்ளது.

வனிக சினிமாவின் வரையரைக்குட்பட்டு இயங்கும் படைப்பாளிகள் செல்வந்தர்களாக செல்வாக்கு மிக்கவர்களாக திகழும் போது சுயாதீனப் படைப்பாளியாக எப்படி உணர்கிறீர்களென கேட்டதற்கு ‘நான் படம் எடுத்துக் கொண்டு தான் இருக்கிறேன்’ என்று நிதானமாக புன்னகைக்கிறார் இயக்குநர் குர்வீந்தர் சிங். தாய் மொழியின் முக்கியத்துவத்தை

உணர்த்தும் விதத்தில் பஞ்சாபை பூர்வீகமாகக் கொண்டு லண்டனில் வாழ்ந்து வரும் கவிஞரான அமர்ஜித் சந்தன் பற்றிய ஆவணப்படத்தை எடுக்கிறார். மணிகௌல் மாணவரான குர்வீந்தர் தன் குருவின் உரையாடலை ஆங்கிலத்தில் **'The uncloven time'** என மொழிபெயர்த்துள்ளார். இவர் படங்கள் அடிப்படையில் மணிகௌலின் திரை மொழியையே ஒத்திருக்கிறது. ஆனால் தன் குருவின் பிதாமகனான ராபர்ட் பிரஸான் மணியைவிட பெருங்கலைஞன் என்கிறார் இவர். பிரான்சில் பிரசான் வங்கத்தில் கட்டக் இருவரின் மாணவர் மணிகௌல். மணியின் சீடர் குர்வீந்தர் என எல்லைகளைக் கடந்து நீளும் இந்த சங்கிலித் தொடர் மேலும் நீண்டு கொண்டு தானிருக்கும். அது உள்ளதால் தான் அலைகலைக்கப்படும் மனித வாழ்க்கை சிறிதேனும் அமைதியுடன் செல்கிறது.

நிலவிவரும் டிஜிட்டல் யுகத்தில் சுயாதீனத் திரைப்படக் கலைஞர்கள் தங்கள் படைப்புகளை திரையரங்குகளில் திரையிட முடியாமல் Netflix Amazon போன்ற இணைய தளங்களில் வெளியிட வேண்டிய நெருக்கடிகளை பரவலாக எந்த இயக்குநர்களும் முழுவதுமாக ஏற்க மறுக்கும் போதிலும் அடிப்படையில் ஏதோவொரு விதத்தில் தங்களின் ஆக்கங்கள் மக்களிடம் சென்று சேர்வதால் அதை ஆதரிக்கவே செய்கிறார்கள் 'ஏடன்' பட இயக்குநர் சஞ்சு சுரேந்திரன், ஜூட் ரத்னம், ஈஷ்வர் முதலானோர். இவர்களின் தந்தையாக ஜான் அப்ரஹாம் இருக்கிறார். கலகக்கார கலைஞர்கள் இவர்கள்.

தனிக்கைத்துறை அரசாங்கத்தால் நியமிக்கப்பட்ட அதிகாரிகளால் இயங்கும் அமைப்பாக இருக்கும் போது அவர்கள்

மக்களுக்கான சினிமாவை அங்கீகரிப்பார்கள் என எதிர்பார்ப்பது முட்டாள் தனமே. சமீபத்தில் பொங்கலை முன்னிட்டு தமிழர்கள் சில காலமாக மறந்த இழந்த வாழ்வை ஞாபகப்படுத்தும் பொருட்டு நாங்கள் எடுத்த ஒரு பாடலில் கிராமத்தில் வயக்காடுகளில் இயல்பாக இடம் பெற்ற கால்நடைகளை அனுமதிக்க மறுத்தார்கள் தணிக்கை துறையினர். கிராமம் என்றால் அங்கு மனிதர்கள் மட்டுமல்ல தாவரங்கள் கால்நடைகள் முதற்கொண்டு புழுக்கள் பூச்சிகள் வரை அனைத்தும் வாழும். மனிதர்கள் தவிர்த்து மற்ற அனை ்தையும் அதன் போக்கில் படம் பிடிக்கத் தெரியாதவனா நல்ல கலைஞனாக இருப்பான்.

தணிக்கையின் தலையீடு இவ்விடத்தில் தான் ஆரம்பமாகிறது.

கால்நடைகளை படம் பிடிப்பதானால் முதலில் எழுத்து மூலம் காவல்துறையிடம் அனுமதி பெற்று காவலர்களுடனும் கால்நடை மருதுத்துவருடனும் VAO வுடனும் சென்றே படப்பிடிப்பு நடத்த வேண்டுமாம். அதுவும் மாடு' என்றால் மத்திய அரசு கதிகலங்கிப்போகும். அம்மாடு இரண்டு கிலோமீட்டர் சுற்று வட்டாரத்தில் இருந்தே கொண்டுவரப்பட வேண்டும். அதற்கு பயன்படுத்தும் வண்டியின் எண், பதிவெண்., ஓட்டுனரின் உரிமச் சான்று என சான்றுகளின்றி அணுவும் அசையாது. அசையக்கூடாது. இதுவே தணிக்கைத்துறையின் அறம், மனுதர்மம். 'வாடிய பயிரைக் கண்டபோதெல்லாம்..' என்னும் மேலான நோக்கத்தோடு அணுகப்படுவதல்ல இது. விவசாயிகளுக்கும் கலைஞர்களுக்கும் தெரியாத ஜீவகாருண்யமா அதிகாரிகளுக்கு தெரிந்துவிடப் போகிறது. சட்டத்தை நிலைநாட்டுவது ஒன்றே அவர்களின் நோக்கம். சட்டம் எதற்கு? சாமானியனை சாகடிப்பதற்கு. இவர்கள் கட்டாயப்படுத்தும் அனைத்து விதிகளையும் கடைபிடிக்க வேண்டுமானால் அதிகாரிகளுக்கு ஆவன செய்ய வேண்டும். LYCA, FOX போன்ற பெரு முதலாளிகள் மட்டுமே படம் பிடிக்க முடியும். அவர்களின் நோக்கமோ வேறு.

கால்நடைகளை காமிராவால் படம் பிடித்தாலே காயப்பட்டுப் போகுமென கலங்கும் அரசே கசாப்பு கடைகளை நடத்துகிறது. மட்டன் பிரியானி தின்றவாறே ஆட்டை நினைத்து உருகும் நெறியே அரசாங்கம் கையாள்வது. அதை செயல்படுத்தவே தணிக்கை முதற்கொண்ட அனைத்துத் துறைகளும். தனிமனிதர்களிடம் அறம் நீதிநெறி சமூகபொறுப்பு மனிதநேசம் என அடிப்படைகளை கட்டமைக்க வேண்டிய அரசு அதனை கல்வித்துறையில் துவங்க வேண்டும். தனியாருக்கு தாரைவார்த்துவிட்டு தண்ணீரையே காசுக்கு விற்பவர்கள் தான் சட்டம் என்ற ஒன்றை பிறப்பித்து

அதை மீறுபவர்களை கண்டிக்கவும் துண்டிக்கவும் செய்கிறார்கள்.

கலைஞர்களின் சுதந்திரத்திற்கு கடிவாளமிட்டு அடக்க நினைக்கும் எந்த ஒரு நாடும் மானுட விடுதலைக்கானதல்ல. மலையாளப்படமான 'சுனத்ரா' வின் இயக்குநர்கள் சந்தோஷ் பாபுசேனன், சதீஷ் பாபுசேனன் இருவரும் தணிக்கைத்துறையுடன் போரிட வழக்குரைஞர்களுக்காகவே தங்கள் படத்தின் பட்ஜெட்டில் ஒரு பகுதியை ஒதுக்கி விடுவதாகச் சொல்கிறார்கள்.

இவ்விழாவின் கடைசிப் படமான 'நியூட்' கோவா சர்வதேசத் திரைப்பட விழாவில் திரையிட அனுமதி மறுக்கப்பட்டது. அதற்குச் சொன்ன காரணம் எம்.எப்.உசேன், நிர்வாணம், நியூட் என்ற தலைப்பு. சுயாதீனத் திரைப்பட விழாக்களின் தேவை இங்கு தான் அவசியமாகிறது. இப்படத்தில் ஒரு காட்சியில் கூட நிர்வாணம் காட்டப்படவில்லை. நிர்வாண தரிசனத்திற்காகவே வந்த சில இளைஞர்களும் கிழவர்களும் கூட படத்தை பார்த்த பிறகு நிர்வாணத்தை கலைக்கண்ணோடு பார்த்ததாகவும் அதைத் தாண்டி அப்பெண்ணின் வாழ்க்கைச் சூழல் சமுகத்தின் கூட்டு மனோபாவம் என தங்களை சிந்திக்க வைத்ததாகவுமே கூறினார்கள். இதுவே இப்படத்தின் வெற்றியும் கூட.

குர்வீந்தரின் **'Sea of lost times'** பூனே திரைப்படக் கல்லூரியின் நடிப்புத்துறை மாணவர்களை வைத்து மணிகௌலின் 'துவேதா' வின் நிகரினை காட்சி மொழியால் உருவாக்கப்பட்ட படமிது. ரவிவர்மாவின் 'விளக்கொளியில் பிரகாசிக்கும் பெண் முகம்' ஓவியத்தில் 'காலம்' என்ற திரைப்படத்தின் முக்கியமான பண்பை சேர்த்து இயங்க விட்டிருக்கிறார் குர்வீந்தர். திரைப்பட விழாவில்

முடிக்கப்படாத இப்படத்தை திரையிட வேண்டிய அவலம் இயக்குநருக்கு. திரைப்படக் கல்லூரியிலிருந்து திருடப்பட்ட பிரதி என்று நிர்வாகத்தினர் புகாரளித்த போதிலும் அது திரையிடப்பட்டது. அந்நாடு பிரான்ஸ். அத்திரைப்பட விழா 'கான்'.

லீனாவின் '**செங்கடல்**' போன்ற படங்களுக்கு தணிக்கை மறுக்கப்பட்ட போது நீதி மன்றத்தை அணுக வேண்டியுள்ளது. நீதி கிடைக்குமா என்றால் கிடைக்கும். காவிரி மேலாண்மை வாரியம் தொடர்பான வழக்கிலும் நீதி கிடைத்தது. ஆனால் அது செயல்படுத்தப்படுகிறதா என்பதே முக்கியம். கண்ணுக்குப் புலப்படாத மாயக்கரத்தால் ஆட்டுவிக்கப் படுகின்றன அத்தனையும். எங்களூரான ஊற்றங்கரையில் இல்லாத குளத்தில் நீச்சலடித்துக் கொண்டிருக்கிறார்கள் பிள்ளைகள். விளையாட்டுத்திடலில் அரசு ஒதுக்கிய நிதியில் நீச்சல் குளம் கட்டப்பட்டதாக கணக்கு காட்டப்பட்டது. சட்டம் இயற்றுவதோடு நீதி வழங்குவதோடு முடிவடைந்ததா கடமை. அது அமல்படுத்தப்படுகிறதா என்பது பற்றி யாருக்கு அக்கறை. அம்ஷன்குமார் படமான 'மனுசங்கடா' உலகமயமாக்கலுக்குப் பின்பான தமிழ்நாட்டின் அசல் கிராமத்தை காட்சிப்படுத்திய திரைப்படம். தாழ்த்தப்பட்டவர் பிணத்தை தங்கள் தெருவுக்குள் எடுத்துச் செல்ல அனுமதிக்க மறுக்கிறார்கள் மேல் சாதியினர். விசாரிக்கும் நீதிபதி தாழ்த்தப்பட்டோருக்காக அரசாங்கம் அமைத்த சாலையில் எடுத்துச் செல்லச் சொல்கிறார். அரசாங்கப் பதிவேட்டில் சாலை அமைத்துவிட்டதாக கணக்கு காட்டப்பட்டிருக்கிறது. ஆனால் அவ்விடம் இருப்பதோ முள்காடு. கடைசியில் நீதிமன்றம் தாழ்த்தப்பட்டோருக்கு சாதகமாகத்தான் தீர்ப்பு வழங்குகிறது. ஆனால் அது செயல்படுத்தப்படுகிறதா? மேல்சாதியினரின் கைக்கூலிகளான காவலர்கள் சிறுபான்மையினரை அச்சுறுத்துகிறார்கள். அவர்களை எதிர்த்து மேல்சாதியினரின் வீதி வழியாக பறை முழங்க அடக்கம் செய்ய செல்ல முற்படுபவர்களை தடுத்து அடித்து கைது செய்கிறார்கள். அதிகாரம் படைத்தோர் கையாளும் தந்திரச்செயல் காக்க வைத்து தளரச்செய்வது. தளர்ந்து பின் வீடு திரும்பினால் பிணத்தை காவலர்களே புதைத்து விட்டிருக்கிறார்கள். தன் தந்தையின் சவக்குழி எதுவென தெரியாமல் மண்ணில் விழுந்து கதறுகிறான் நீதி வழங்கப்பட்ட அந்த இளைஞன். மனுசங்கடா என்னும் இன்குலாபின் பாடலோடு முடிகிறது இப்படம். கடைசிவரை அரங்கத்தினுள் இருப்பவர்களுக்கு மட்டுமே அந்த முழுமையான தரிசனம் கிட்டும்.

கடைசியில் வரும் படக்குழுவினரின் பெயர் பட்டியல்

முடியும் வரை அரங்கத்தில் இருப்பதே ஒரு திரைப்படத்தை உருவாக்கிய கலைஞர்களுக்கு தரும் மரியாதை. இவ்விழாவில் அது வலியுறுத்தப்பட்டது சிறப்பு. வெள்ளித் திரையில் வீசப்படும் வெளிச்சம் ஒரு தெள்ளிய நீரோடையென பாவித்தால் அரங்கத்தினுள் நுழையும் பார்வையாளர்கள் ஏற்படுத்தும் மொபைல் டார்ச் ஒளியானது அதில் சிறுநீர் கழிப்பதற்குச் சமம். தியானத்திலிருக்கும் அத்தனைப் பார்வையாளர்களின் தவத்தையும் கலைக்கும் செயல் அது. அக்கண நேர கவனச்சிதறலால் பார்வையாளன் அத்திரைப்படத்தின் அதிமுக்கியத் தருணத்தை தவறவிட நேரிடலாம். அதனால் அத்திரைப்படத்தைப் பற்றிய அவதானிப்பு தவறாகவோ முழுமையற்றதாகவோ ஆகும் வாய்ப்பு அதிகம். இது பெருங்குற்றம். வெகுஜன ரசிகனிடமிருக்கும் இச்செயல்பாடே கண்டிக்கத்தக்கதாக இருக்கும்போது கலைஞர்களும் அறிவுஜீவிகளும் கூடும் இதுபோன்ற புரட்சிகர திரைப்பட விழாக்களில் நிலவும் இப்போக்கு திரைப்படம் என்னும் மகத்தான கலைக்கு மனிதர்கள் குறிப்பாக கலைஞர்கள் செய்யும் இழிவு. மாற்றம் என்பது நம்மிடமிருந்தே உருவாவது. இத்திரைப்பட விழாவில் அந்த அடிப்படை ஒழுக்கநெறி வலிறுத்தப்பட்டது மெச்சத்தக்கது.

'எது பேரரசு? ஒரு பேரரசு தோன்றிய விதமோ, அது எந்த வகையான அரசாங்கத்தை கொண்டிருக்கிறது என்பதோ, அதன் எல்லை எவ்வளவு தூரம் பரந்து விரிந்துள்ளது என்பதோ, அல்லது அதன் மக்கட்தொகையின் அளவோ அப்பேரரசை வரையறுப்பதில்லை. மாறாக அதன் கலாச்சாராப் பன்மைத்துவமும் எல்லைகளை விரிவாக்க அதற்கு இருக்கும் திறனும்தான் ஒரு பேரரசை வரையறுக்கின்றன. மக்களின் தனித்துவமான பண்புநலன்களை மெல்ல மெல்ல அழித்துவிட்டு, அவர்களைக் கொண்டு பெரிய குழுக்களை உருவாக்கியதே பேரரசுகளின் செயல்பாடு.' என்கிறார் வரலாற்று நிபுனர் யுவால் நோவா ஹராரி.

அனுஷ்கா மீனாட்சி, ஈஷ்வர் ஸ்ரீகுமார் இருவரும் இணைந்து எடுத்த ஆவணப்படம் **'Up down and sideways'**. இந்திய துணைக்கண்டத்தின் வடகிழக்கு மாநிலமான நாகலாந்திலுள்ள சிறு மலை கிராமமான 'பெக்' மக்கள் ஆங்கிலேயர் ஆட்சி காலத்திலிருந்தே தாங்கள் பேரரரசாக முயலும் இந்தியாவிலிருந்து பிரிந்து தன்னிச்சையாக செயல்பட போராடி வருகின்றனர். இன்று தனித்தமிழ்நாடு என்று போராடி வருபவர்களுடைய தர்க்கமே அவர்களுடையதும். நில அளவில் மக்கட்தொகையில் சிறியதாக உள்ள அவர்களை உதாசீனப்படுத்திவந்த இந்திய அரசாங்கத்திடமிருந்து விடுபட்டு தனியாக வாழப் போராடி வந்த சூழலில் 1953ல் ராணுவத்தை அனுப்பி அம்மக்களை கொன்று ஊரை சூரையாடியது அரசு. அரசுக்கெதிரான அந்தப் போராட்டம் இன்றும் நீடிக்கிறது. இந்த பின்னணியில் அம்மலை கிராமத்தில் வாழும் மக்களின் வாழ்க்கையை தொடர்ந்து ஆறு வருடங்களாக ஆயிரம் மணிநேரம் படம் பிடித்து அதை 85 நிமிட படமாக ஆவணப்படுத்தி இருக்கிறார்கள். ஐயாயிரம் பேர் கொண்ட அம்மக்களின் தொழில் விவசாயம். மலைச்சரிவுகளில் வயல்வெளிகளில் கடுமையான பணிச்சுமையை மறக்கக் கூட்டாக பாட்டு பாடியபடியே நெல் பயிரிடுவது அறுவடை செய்வது என வாழ்கிறார்கள். அவர்களின் பாடல்கள் பெரும்பாலும் gibberish எனப்படும் அர்த்தமற்ற வார்த்தைகளால் ஆனதே. அந்நேரத்தில் அவர்களை ஒருவருக்கொருவர் ஊக்குவித்துக்கொள்ள பாடும் பாடலை திரும்பக் கேட்டால் அவர்களே சிரிக்கிறார்கள். அவர்கள் அறியாமலே அது அவர்களின் கலாச்சார அடையாளமாகிப் போனது. அங்கும் கிருத்துவம் புகுந்து அவர்களின் அடையாளத்தை சிதைக்க முற்படுகிறது.

இப்படத்தில் இடம்பெற்றுள்ள ஒரு காட்சி. நீர்தேங்கி நிற்கும் வயல்வெளியில் பயிரிடுகிறார்கள் பெண்கள். அவர்களின் பிம்பம் அந்த மண்ணில் பிரதிபலிக்கிறது. அப்போது ஒலிக்கும் பாடலின் வரி, 'நீயின்றி நானில்லை'. இதுவே அம்மக்களின் அப்படத்தின் தத்துவம். மனிதர் மண்ணைப்பார்த்து சொல்வதைப் போன்றும் மண் மனிதரைப்பார்த்துச் சொல்வது போன்றும் இருவகையிலும் அர்த்தப்படுகிறது இவ்வரி. அந்நிலப்பகுதியினை அரவணைக்கும் பஞ்சபூதங்களையும் நின்று நிதானமாக காட்சிப்படுத்தியிருக்கிறார்கள். சேற்றில் கால் வைத்து மண்வெட்டியுடன் பாடியபடியே வயலில் வேலை செய்யும் மக்களை தொடர்ந்து ஏழு நிமிடங்கள் காட்டும் காட்சியில் மண் வாசம் நம்மை ஆட்கொள்கிறது. அவர்களின் பாட்டொலி சட்டென நிற்க அவ்விடத்தில் ராணுவம் அணிவகுக்கையில் மனம்

பதற அந்த நிசப்தச்சூழல் நம்மை உலுக்குகிறது. மிதிதிசி 19ல் விருது வாங்கிய படமிது.

Sincerely yours, Dhaka. பதினொரு குறும்படங்களின் தொகுப்பாக ஒரு திரைப்படம். வங்காளதேசத்தின் தற்போதைய சமூகச் சூழலை வெளிப்படுத்தும் விதத்தில் பதினொரு புதிய இயக்குநர்களின் கதைகளைத் தேர்ந்தெடுத்திருக்கிறார் இப்படத்தின் கிரியேடிவ் தயாரிப்பாளர் அபு சாகித் எமான். ஆஸ்திரேலியாவில் சினிமா கற்ற இவர் 1974ல் வெளியான வங்காள தேசத்தின் முதல் சுயாதீனத் திரைப்படமான '11' ம் கிர்க்கட் மற்றும் சாசர் விளையாட்டின் விளையாட்டு வீரர்களின் எண்ணிக்கையான பதினொன்றும் இந்த எண்ணிற்கான காரணமென வேடிக்கையாக சொல்கிறபோதும் அடிப்படையில் அக்கதைகளை அவர் வரிசை படுத்தியிருக்கும் விதத்தை விவரிக்கும் பொழுது உலக அரங்கில் தங்கள் நாடு எந்த அளவிற்கு கேளிக்கைகளும் கொண்டாட்டங்களும் நிறைந்ததாக பார்க்கப்படுகிறதோ அதற்கிணையான பெருநகரங்களுக்கான சிக்கல்கள் நிறைந்ததாகவும் இருப்பதை காட்சி படுத்த நினைத்ததாகச் சொல்கிறார். இப்படம் முடிந்தபோது தோன்றியது இப்பிரச்சனைகள் 'தாக்கா'விற்கானது மட்டுமல்லாது சென்னைக்கும் பிற பெருநகரங்களுக்குமான பொதுத்தன்மை வாய்ந்ததெனவேப் பட்டது.

இரண்டாம் உலகப் போருக்குப் பின்பான இத்தாலியின் பொருளாதார நெருக்கடி மற்றும் வேலையில்லாத் திண்டாட்டத்தை வெளிப்படுத்தும் விதமாக ஒருவன் கையறுநிலையில் களவுபுரிவதாக எடுக்கப்பட்ட '**பை சைக்கிள் தீவ்ஸ்**' காலம் தொட்டு இருத்தலியல்வாதப் படங்களான '**டாக்ஸி டிரைவர்**' '**ஃபாலிங் டவுன்**' போன்றப் படங்களின் நீட்சியாகவே இருக்கிறது. குறும்படங்களை இணைப்பதன் மூலம் பல திறமைசாளிகள் ஒரே படத்தில் அடையாளப்படுவது சாத்தியமாவது மட்டுமல்லாது குறும்படங்களைக்காட்டிலும் முழுநீளப்படங்களாகவெளியிடுவதன் மூலம் தயாரிப்பு முதலீட்டை மீட்பதும் எளிதாகிறதென்கிறார் அபு

சாகித் எமான். அவர் கணித்தது போன்றே வங்காள தேசத்தில் ஏழு வாரங்கள் ஓடியிருக்கிறது இப்படம். ஸ்பெய்ன் நாட்டின் படமான **'The wild tales'** அந்நாட்டின் சமூக கூட்டு மனோபாவத்தை மனித மனதின் இருளை வெளிச்சம் போட்டுக் காட்டியதைப் போல இந்த புதுவித முயற்சி சினிமாவின் மற்றொரு சாத்தியத்தை அறிமுகம் செய்திருக்கிறது.

சமூகத்தில் நிலவிவரும் சில வினோதமான உறவுமுறைகளையும் அது சார்ந்த சிக்கல்களையும் பெரும்பாலான மக்கள் எதிர்கொள்ளும் போதிலும் அவற்றை பிறரிடம் பகிர தயங்குவர். வயோதிகரான பேராசிரியர் தன் மேல் ஈர்ப்பேறபட்ட மாணவியுடன் உறவிலிருக்க குடும்பத்திற்குள் உண்டாகும் சிக்கலுக்கான தீர்வை தத்துவார்த்த விவாதமாக பார்வையாளரிடமே விட்டுவிடுகிறார் **'Let her cry'** என்கிற சிங்கள திரைப்படத்தின் இயக்குநர் அசோக் அண்டகாமா. இதனோடு பால் புதுமையினர் படங்களுக்கான வெளியாகவும் அமையப்பெற்றது இவ்விழா.

ஈழப்போரில் சிங்கள ராணுவத்திற்கும் புலிகளுக்குமிடையே மாட்டிக்கொண்டு அவதிப்பட்ட ஒரு முதியவரின் கதையை புதுக் கோணத்தில் தன் **'கப்டன்'** கதையில் சொல்லியிருப்பார் ஷோபா சக்தி. போரை மையப்படுத்தி பல படங்கள் வந்த போதிலும் ஜூட் ரத்னம் எடுத்துள்ள **'Demons in paradise'** என்ற இந்த ஆவணப்படம் மாறுபட்ட பார்வையை முன்வைக்கிறது. இந்திய பாகிஸ்தானிய எழுத்தாளரான சதத் ஹசன் மண்ட்டோவின் வாழ்வையும் புனைவையும் பிணைத்து நந்திதா தாஸ் இயக்கிய திரைப்படமான 'மண்ட்டோ' கோவா சர்வதேச திரைப்பட விழாவில் திரையிட அனுமதி மறுக்கப்பட்டது. இது போன்ற அடுக்குமுறைக்கு எதிரான திறப்பாகவே சென்னையில் தொடங்கப்பட்டிருக்கும் இந்த சுயாதீன திரைப்பட விழா திகழ்கிறது. இதை முன்மாதிரியாகக் கொண்டு தேசமெங்கும் பல இடங்களிலும் மக்கள் இயக்கமாக இது பெருக வேண்டும்.

நிறைவாக இருட்டு. தேவஷீஸ் மகிஜா குர்வீந்தர் சிங் மற்றும் பெரும்பாலான சுயாதீனக் கலைஞர்கள் அனைவரின்

படங்களிலும் இருள் ஒரு கதாப்பாத்திரமாகவே திகழ்கிறது. இரவில் தான் நம் அகம் புறம் இரண்டின் நிஜ முகமும் தெளிவாகத் தெரியுமென்கிறார் மகிஜா. சாக்கடைகளின் நாற்றமும் சத்தமும் பூதாகரமாக வெளிப்படும் இரவில் மனித வாழ்வின் அபத்தங்களை அசைபோடமுடியுமென்கிறார்.

இந்திய துணைக் கண்டத்தின் அங்கங்களான பெரும்பாலான மாநிலங்களின் நிலையும் கடும் நெருக்கடிக்கு உள்ளாகியிருக்கும் தற்போதையச் சூழலில் கருத்து சுதந்திரம் அறவே மறுக்கப்பட்டுள்ளது. எந்த நாடும் சர்வதேச அரங்கில் தன் வெண்மையை மட்டுமே காட்டிக்கொள்ள எத்தனிக்கும். ஆனால் அதன் கருப்புப் பக்கங்களை சுட்டிக்காட்டவும் சிறுபான்மை மற்றும் அடித்தள மக்களின் அவலங்களை களையவும் தீவிரமான கலைஞர்கள் தான் எப்போதும் முயன்றுகொண்டே இருப்பார்கள். அவர்களின் படைப்புகள் மக்களைச் சென்று சேறும். IFFCயின் செயல்பாடுகள் அந்த நம்பிக்கையை அளிக்கின்றன. காலப்போக்கில் செல்வாக்கு கூடும்போது உற்ற கொள்கையிலிருந்து தடம் புரளாமல் இருக்கும் பட்சத்தில் மக்கள் அதனை அரவணைத்துக் கொள்வர். பறையிசைத்து முன்னேறிடும் இந்த காட்டாறு தனக்கு குறுக்கே எப்பேர்பட்ட பாறைகள் குறுக்கிடினும் தன் விசையால் அவற்றை உடைத்து கூட அழைத்துச் செல்லும் வல்லமை படைத்தது. மக்களுக்கான கலையை மக்களிடம் சேர்ப்பதைத் தடுக்கும் எந்தச் சக்திகளையும் விடாது கருப்பு.

படச்சுருள், மார்ச் 2019 (சென்னை சுயாதீன திரைப்பட விழா சிறப்பிதழ்)

•

நேசமணி in & as முசோலினி

Disclaimer : *பாசிஸ முசோலினிகளுக்கும் சுத்தியல் நேசமணிக்கும் ஏதாயினும் சம்பந்தமிருப்பின் அது முற்றிலும் எதேச்சையானதே.*

பகடி ஒரு போர்முறை. மனிதன் உள்ளதை எல்லாம் இழந்து துயரத்தின் உச்சத்தில் கையறு நிலையில் தன் கோபத்தையோ துக்கத்தையோ வெளிப்படுத்த முடியாத போது அக்காயங்களை ஆற்ற எதிர்ப்பைத் தெரிவிக்க அவன் கையில் எடுக்கும் உன்னதக் கருவியே பகடி. இந்த ஆயுதத்தை சினிமா வரலாற்றில் சிறப்பாகப் பயன்படுத்தியிருக்கும் கலைஞர்களுள் முதன்மையானவர் சார்லி சாப்ளின். உலகில் சர்வாதிகாரம் எங்கெங்கே கோளோச்சுகிறதோ அங்கெல்லாம் புரட்சி இயக்கங்கள் தோன்றி எதிர்ப்பைத் தெரிவிப்பது எவ்வளவு தேவையோ அதேயளவு கலைகளின் வாயிலாக இயங்குவதும் அவசியமாகிறது. அதில் முக்கியமான வகைமையாகத் திகழ்வது பகடி. இரண்டாம் உலகப்போரில் ஜெர்மனியிலிருந்து உலகை மானுடத்தை அச்சுறுத்திய சர்வாதிகாரி ஹிட்லரை விமர்சித்த சர்ரியலிசப் படம் **"The great dictator".**

இவ்வுலகில் மனிதன் குழுவாக வாழ ஆரம்பித்த பிறகு அவனுக்கான தலைவனும் அவர்களுக்கான நாடு என்ற எல்லைகளும் அதற்கான சட்டதிட்டங்களும் வரையறைகளும் உருவாயின. இவையாவையும் காலத்தின் தவிர்க்கமுடியாப் படிநிலைகளானபோதிலும் அடிப்படையில் இப்புவியில் வாழும் ஒவ்வொரு தனி மனிதனின் உரிமைகளும் காக்கப்பட வேண்டியதே தர்மம்.

ஆனால் பதவி அதிகாரம் என மனிதன் மற்றவரை விட சற்று மேலே ஒரு நாற்காலியில் அமரும் போது அவ்விடம் தரும் போதையைப் பருகிப்பழகி பின் அதைத் தக்கவைக்கவும் மற்றவனை விட தானே உயர்ந்த தலைவன் என்று உலகிற்கு நிரூபிக்கவும் காத்தல் என்னும் கடமையை மறந்து அழித்தல் என்னும் செயலைச் செய்ய முற்பட்டு விடுகிறான். அந்த திரிபுநிலையின் மயக்கம் தரும் பரவசத்திற்குத் தீனியாக யாரால் யாருக்காக அந்த அரியனையில் அமர்ந்தானோ அந்தத் தனி மனிதனையே பலி கொடுக்கத் துணிந்து விடுகிறான். அரசு என்னும் அறம் மறந்து பேரரசு என்னும் பேராசையின் வேட்கையில் யாரையும் எதையும் காவு கொடுக்க தயாராகி விடுகிறான். உலகை ஆண்ட சாம்ராஜ்யங்களின் வரலாறு இதுவே. மறுபுறம் அப்படிப்பட்ட தனிமனித ஆணவத்தை அகங்காரத்தை எதிர்த்துப் போரிட்டு முறியடித்து மக்களின் வாழ்வைச் செம்மையாக்கப் போராடும் போராளிகள் உருவாவதும் இயற்கையின் விதியாகவே இருக்கிறது. கலைகளின் பிரதான நோக்கமும் அதுவே.

இம்மண்ணில் தனி மனிதனின் இருப்பை அவன் வாழும் வாழ்வை ஆய்வுக்குட்படுத்தி சமூகம் என்னும் கூட்டின் சமன் காத்திட அவனின் ஆழ்மனதை அசைத்துவிடும் ஆற்றல் படைத்ததாய் விளங்குகின்றன கலைகள். அடிப்படையில் ஹிட்லர் தற்கொலை செய்து கொண்டதன் சரியான காரணம் போர்த்தோல்வி உள்ளிட்ட எதுவாக இருப்பினும் சாப்ளினின் இப்படமும் அதில் முக்கியப் பங்கு வகித்திருக்கும் என நாம் நம்புவது நல்லது. அவரும் சாமான்ய மனிதரே என்பதைத் தான் அவரது மரணம் உணர்த்துகிறது. அந்த சர்வாதிகாரியின் ஏகாதிபத்யத்தை பல தலைவர்களும் போராளிகளும் எதிர்த்துப் போராடிய நிலையில் கலைஞராக திரைப்படம் என்னும் கலை ஊடகத்தின் வாயிலாக தன் எதிர்ப்பைக் காட்டி எள்ளி நகையாடிய கலைஞனே சாப்ளின்.

இயற்கையின் சமன் செய் கணக்கை உற்று நோக்கினால் ஆச்சர்யங்கள் பல கிடைக்கின்றன. இவ்வுலகை சிதைக்கப்போகும் ஒருவரும் அதே உலகை கலகலப்பூட்டி வாழ்வை இளகச் செய்து

சிந்திக்க வைக்கப் போகும் ஒருவரும் பிறந்தது ஒரே வருடம் ஒரே மாதம் நான்கு நாட்கள் இடைவெளியில். வளர்ந்தபின் மீசை உடை உள்ளிட்ட ஹிட்லரின் தோற்றமும் சாப்ளினின் தோற்றமும் ஒன்றாக அமைந்ததும் அதைத்தொடர்ந்து நிகழ்ந்த the great dictator என எல்லாமே ஆச்சர்யமூட்டும் நிகழ்வுகளே.

இப்படத்தில் ஒரு காட்சி. ஹிட்லராக நடித்திருக்கும் சாப்ளின் ஆர்ய இனத்தவனாக இவ்வுலகிற்கே சர்வாதிகாரியாகும் கனவோடு பூலோக வரைபடம் கொண்ட பலூனை கைகளாலும் கால்களாலும் புட்டத்தாலும் தட்டி உதைத்து தூக்கி எறிந்து பரவசத்துடன் விளையாடுவார். அது இப்படத்தில் நாஜிக்களின் குறியான ஸ்வஸ்திக்'கிற்கு மாற்றாக இரண்டு பெறுக்கல் குறிகளை (doublecross)'தவறு' என்னும் அர்த்தம் தரும் வகையில் லோகோவாக செய்து மாட்டப்பட்டுள்ள பதாகைக்கு மேலே பறந்து சென்று வரும். அப்படி விளையாடுகையில் சட்டென வெடித்துச் சிதறும். இப்படத்தை ஜெர்மனியில் தடைசெய்திருந்தாலும் ரகசியமாக பார்த்திருக்கிறார் ஹிட்லர். இக்காட்சியைக் கண்டபோது அவர் கண்கள் கலங்கியதாக அவருடன் படம் பார்த்த ஒருவர் சொன்னதாக தகவல். அது நிஜமெனில் அதுவே இக்கலைப்படைப்பின் வெற்றி. இப்படம் வெளியாகி ஐந்து வருடங்களுக்குப் பிறகு 1945 ல் தற்கொலை செய்து கொண்டார் ஹிட்லர். அதற்கான காரணம் எதுவாகவும் இருக்கலாம். இதுவாகவும் இருக்கலாம். சாப்ளின் தன் சுயசரிதையில் இப்படத்தைப் பற்றிய ஹிட்லரின் கருத்தை அறிவதற்காக தன் சொத்தை எல்லாம் தரத்தயார் என எழுதியிருக்கிறார். நிச்சயம் ஆரம்பத்தில் வெறுப்புடனும் கடுஞ்சினத்துடனுமே இருந்திருப்பார் ஹிட்லர். சாப்ளினை கொல்லத் திட்டமிட்டார் என்பதும் நம்பகத்தன்மையற்று உலவும் ஒரு செய்தியே. அது வேறு. ஆனால் அவரின் அகத்துள் வெளியே பகிராமல் ரகசியமாக உணர்ந்த உணர்வு எத்தகையதாக இருந்தது என்பதே முக்கியம். மனிதன் மாற வேண்டும். அதற்காகத்தான் கலைகள் உருவாகின்றன. ஆனால் ஹிட்லரோ மரித்தார். அது குற்றவுணர்வினாலாக இருப்பின் ஒருவகையில் சிறப்பு தான். தனிமனிதனின் அகத்தை

விவாதம் போர் அறிவுரை போன்ற எதுவாலும் சலனப்படுத்த முடியாத போது ஒரு கலைப்படைப்பு செய்து விடுவதே அதன் சிறப்பு. அதுவும் சிரிக்க வைத்து சிந்திக்கச் செய்தல் என்கிறபோது அதுவே ஆகச்சிறந்த வழிமுறையாகி விடுகிறது.

இத்திரைப்படம் சர்வாதிகாரம் கோலோச்சும் எந்த நாட்டிற்கும் எப்படிப்பட்ட தலைவனுக்கும் எல்லாக் காலத்திலும் பொருந்திப் போகிறது. பூலோகத்தில் மனிதனின் வாழ்வு அவஸ்தைக்குள்ளாகும் போதெல்லாம் சாப்ளின்கள் வெவ்வேறு ரூபத்தில் தோன்றுவார்கள். அப்படிப் பிறந்த சொட்டவாளக் குட்டியான நேசமணி சாப்ளினின் நவீன வடிவமே. The great dictator திரைப்படம் செய்ததை தற்காலத்தில் நம் நேசமணி போன்றோர் செய்து வருகின்றனர். சர்வாதிகாரத்திற்கு அடக்குமுறைக்கு சுரண்டலுக்கு மறுக்கப்படும் உரிமைகளுக்கு எதிராக ஒவ்வொரு தனி மனிதரின் கோவமும் ஆற்றாமையுமே ‘நேசமணி’ யாக மாறி செயல்படுவது. சிரிப்பை விட சீரியசான ஷார்ப்பான போர்வாள் இருக்க முடியுமா. எவ்வளவு அடிச்சாலும் தாங்கறானே இவன் ரொம்ப நல்லவன்டா என்று மகாத்மாக்களை பார்த்து மனமுறுகி தவறை திருத்திக்கொண்டு திரும்பிச் செல்பவர்கள் இருந்தார்கள் ஒரு காலத்தில். அப்படிப்பட்டவர்களை நம்பி அகிம்சையின் பண்பாக அமைதி காத்து உண்ணாவிரதத்தில் இருந்தார் ஒருவர். ஆனால் உண்ணும் உணவே விஷமாகும் போது மண்ணே நாசமாகும் போது எவ்விடம் அமர்ந்து அகிம்சை கடைபிடிப்பது. இங்கு தான் நேசமணியின் போர்த்தந்திரம் செயல்படுகிறது. எதிரே பலத்துடன் நின்று அட்டாக் பண்ணுபவனைப் பார்த்து சிரித்து விடுவது. நிலைகுலைந்து போவார்களல்லவா. ‘ஒத்துக்கிடறேன். உன் தாய் பத்தினி தான்னு ஒத்துக் கிடறேன்’ என்று சைலன்டாக சர்டிபிகேட் கொடுத்தால் என்ன தான் செய்வார்கள்.

முதலாம் உலகப்போர் முடிந்து உலக நாடுகளிடையே ஜெர்மனியை வல்லரசாக கோலோச்ச யூத இனத்தை அடிமைப்படுத்தி அழித்துக் கொண்டிருந்த ஹிட்லரும் ஒத்த சிந்தனை கொண்ட பக்கத்து நாட்டு ராசா முசோலினியும் களத்தில் கலகலப்பாக இயங்க மக்களின் வதை பார்த்துச் சகியாத கலைஞன் சாப்ளின் அதுவரை காத்த மௌனம் கலைய முடிவெடுக்கிறார். தன் முதல் பேசும் படத்தை எடுக்கத் திட்டமிடுகிறார். 1938ல் the great dictator திரைக்கதையை எழுதுகிறார். படித்த நண்பர்கள் பலரும் அதிர்ந்து போய் அட்வைஸ் செய்கிறார்கள். வேண்டாம். விளைவுகள் விபரீதமாக இருக்கும். விட்டுடு. அதற்கு நேசமணி.. ச்சே.. சாப்ளின் சொல்கிறார் ‘ நானும் ரவுடி தான்.’

Let us pray for ஹிட்லர் !

Disclaimer : "Any resemblance between Hynkel the dictator and the Jewish barber is purely co-incidental."

என்னும் குறிப்பிலிருந்து துவங்குகிறது சார்லியின் அட்டூழியம்.

டொமேனியா (Tomania ஜெர்மனி) என்னும் கற்பனை நாட்டின் சர்வாதிகாரியான அடினாய்ட் ஹின்கள் (Adenoid Hynkel ஹிட்லர்) பக்கத்து நாடான ஓஸ்டர்லீச்' சை (osterleich) கைப்பற்ற திட்டமிடுகிறார். இவருக்கு நிகரான பாக்டீரியா நாட்டு பாசிஸ்ட் பெஞ்சினி நேபொலொனி (Benjini napoloni முசோலினி) அவருடன் கைகோர்க்கிறார். முசோலினியாக Jack oakie நடித்திருக்கிறார். டொமேனியாவில் ஹென்க்கல் யூதர்களை அடிமைப்படுத்தி வரும் நிலையில் முதலாம் உலகப் போரில் வேலை செய்த முடி திருத்துனரும் யூதருமான சாப்ளின் (இரட்டை வேடம்) ஒரு விமான விபத்தில் அடிபட்டு ஞாபக மறதி நோயால் தான் அடிமைப்பட்டிருப்பதை மறந்து தன் கடையைத் திறக்க வருகிறார். அவரை தடுக்கிறார்கள் ஹெய்ன்கலின் ராணுவ வீரர்கள்.

முடி திருத்துனருக்கு உதவும் பெண் ஹெண்ணா'வாக சாப்ளினின் மனைவி paulette goddard நடித்துள்ளார். யூதர்களாகிய இருவரும் அடிமை வாழ்விலிருந்து விடுபட்டு நிம்மதியாக வாழும் எதிர்காலக் கனவோடு இருக்கிறார்கள். சர்வாதிகாரிக்கும் முடி திருத்துனருக்கும் உருவ ஒற்றுமை. முடி திருத்துனரை கைதுச் செய்து சிறையில் அடைக்க மாற்று உடையில் வேட்டைக்குச் சென்ற ஹெய்ன்கலை முடி திருத்துனரென நினைத்து உதாசீனப்படுத்துகிறார்கள் அவரின் காவலர்கள். காவலர் உடையில் சிறையிலிருந்து தப்பிக்கும் முடி திருத்துனரை சர்வாதிகாரி ஹின்களாக நினைத்து அவரை அரியணைக்கு அழைத்துச்

செல்கிறார்கள். ஓஸ்டர்லீச் நாட்டை வென்ற வெற்றி விழாவில் உரையாற்ற நிர்பந்திக்கிறார்கள். சர்வாதிகாரி அடினாய்ட் ஹின்களாக பார்க்கப்படும் முடி திருத்துனரான சாப்ளினின் உணர்ச்சி பொங்கும் மானுடப் பேரன்பின் உரையோடு திரைப்படம் முடிவடைந்து விடுகிறது.

ஆள்மாறாட்டக் கதையாக புனையப்பட்ட இப்படத்தின் இறுதி அப்படத்தின் எந்தச் சிக்கல்களையும் கலையாமல் பார்வையாளர்களின் மனதில் அம்மேடைப்பேச்சின் வாயிலாக முற்றிலும் வேறுபட்டதொரு சலனத்தை தாக்கத்தை ஏற்படுத்திவிட்டு விடைபெற்று விடுகிறது. ஆயினும் பார்வையாளர்களாக நாம் அப்புனைவு உருவாக்கிய கதாபாத்திரங்களிடையிலான சிக்கல்களை மறந்து இறுதியில் சாப்ளின் பேச்சின் சாரத்தில் கரைந்து விடுகிறோம். இதுவே இன்றளவிலும் இப்படத்தின் சாதனையாக திகழ்கிறது.

ஹிட்ச்காக் படமான **'The life boat'** *(1944)* இதைப் போன்றதொரு ஆக்கமே. நாஜிக்களால் தாக்கப்பட்ட கப்பலிலிருந்து படகில் தப்பித்துச் செல்லும் வெவ்வேறு சித்தாந்தங்கள் கொண்ட எட்டு பயணிகள் உரையாடுவார்கள். படகு செல்லச் செல்ல அவர்களிடையே விவாதம் முற்றி இறுதியில் ஒரு புரிதலுக்கு வருவதோடு படம் முடிந்து விடும். படகு கரையைச் சேர்ந்ததா என்ற கேள்வி பார்வையாளர்களாக நமக்குள் எழாமல் அவ்வுரையாடலின் கருப்பொருளைப் பற்றிய சிந்தனையில் ஆழ்ந்து விடுவோம். இது தேர்ந்த கலைஞர்கள் கையாளும் உத்தி. கதையாடல் களம் வடிவம் அழகியல் போன்ற கலைக்கூறுகள் அனைத்தும் அக்கலைஞனுக்குத் தான் பார்வையாளனுள் நிகழ்த்த முனையும் சலனத்திற்கான கருவிகள் மட்டுமே. சாப்ளின் தன் அடையாளமான லிட்டில் ட்ரம்ப் என்ற பகடியாளனை பாசிஸத்திற்கு எதிர்க்குரலாக ஹிட்லராகவே நிறுத்தி போர்த்தொடுக்க அதுவரையில் சர்வாதிகாரிகளைப் பார்த்து பயந்த மக்கள் மனதில் சர்வாதிகாரிகளின் கயமையை போலித்தனத்தை சுயமோகத்தை கண்டு சிரிக்கலானார்கள். வல்லரசுகளின் வக்கிரத்தால் அடிமைப்படுத்தப்பட்ட மக்களுக்கு

சாப்ளினின் பகடிப்பார்வை ஆறுதல் தரும் மருந்தாகவும் எதிர்க்கத்தேவையான தெளிவையும் கொடுத்தது. இப்படத்தில் ஒரு காட்சி. ஓர் விருந்தில் ஹிட்லரும் முசோலினியும் அருகருகே அமர்ந்து உணவருந்துகையில் தானே உயர்ந்த சிம்மாசனத்தில் அமர வேண்டுமென எண்ணி மாறி மாறி இருக்கையை உயர்த்திக்கொண்டு போய் பரணில் முட்டி சறுக்கி கீழே விழுவார்கள். இது போன்று பற்பலக் காட்சிகள். ஹிட்லர் கதாபாத்திரமான சாப்ளினின் அன்றாட நிகழ்வுகள் காட்டப்படுகிறது. அடிக்கடி கைக்கடிகாரம் பார்த்து அனைவரையும் சுழற்றியடிப்பது சில நொடிகள் தன் உருவ ஓவியத்தையும் சிற்பத்தையும் வடிக்க போஸ் கொடுப்பது கம்பீரமாக நடக்க முற்பட மாடிப்படிகளில் தடுக்கி உருள்வது என அரசனின் அபத்தச் செயல்கள் நீள்கின்றன.

சர்வாதிகாரியாகவும் முடி திருத்துனராகவும் சாப்ளினே நடித்ததற்கு நிஜ வாழ்வில் ஹிட்லருக்கும் சாப்ளினுக்குமான உருவ ஒற்றுமையே காரணம். முதலாம் உலகப்போர் முடிவடைந்த பின் உலகையே அச்சுருத்திய சர்வாதிகார ஆளுமையான ஹிட்லரை எதிர்த்து குரல் கொடுக்க பெருமபாலானோரும் பயந்தனர். அமெரிக்கா உள்ளிட்ட நாடுகள் அவருக்கெதிரான குரலை அரசியலிலும் கலையிலும் முழுவதும் முடக்கின. இருப்பினும் ஒரு நகைச்சுவை நடிகராக அதுவரை தன் படங்களில் பகடி செய்து உலக மக்களை தன்வசப்படுத்தி வைத்திருந்த சார்லி சாப்ளின் மனித குலத்திற்கு எதிராக செயல்பட்டு வந்த அந்த அடக்குமுறைக்கு சுரண்டலுக்கு வஞ்சகத்திற்கு எதிராக ஒரு கலைஞனாக மனிதனாக தன் தொழில் மூலம் தன் எதிர்ப்பை காட்டத்துணிந்தார். ஹிட்லர் ஜெர்மனி முசோலினி இத்தாலி என்ற எந்த பெயரையும் பயன்படுத்தாமல் முழுவதும் ஒரு கற்பனைக் கதையாக திகழுமாறு வடிவமைத்தார். The great dictator என்ற தலைப்பை அறிவித்த நாள் முதல் உலகமே இப்படத்தை உற்று நோக்க ஆரம்பித்தது. சாப்ளின் தன்னையே கேளி செய்து படமெடுக்கிறார் என்று அறிந்த ஹிட்லர் அப்படத்தை ஜெர்மனியிலும்

நாஜிப்பிடியில் இருந்த ப்ரான்ஸிலும் திரையிட தடைவிதித்தார். அனைத்துத் தடைகளையும் மீறி படத்தில் ஹிட்லர் உள்ளிட்ட நிஜ வாழ்வு மனிதர்கள் யாரையும் குறிப்பிடவில்லை என்பதால் நீதி மன்றத்தில் இப்படத்தை திரையிட தடையகற்றினார்கள். 1940 அக்டோபர் 15 அன்று நியூ ஆர்க் நகரத்தில் வெளியாகி வெற்றி பெற்று இரண்டு மாதங்கள் கழித்து பிரிட்டனில் வெளியாகி அங்கும் பெருவெற்றி பெற்றது. ஐந்து ஆண்டுகள் கழிந்தே பிரான்ஸில் வெளியானது. படம் பார்த்த மக்கள் அனைவரும் தங்களின் ஆற்றாமையை துயரை வெளிப்படுத்த முடியா கோவத்தை பகடி மூலம் சாப்ளின் காட்டியதைக் கண்டு கொண்டாடி இருக்கிறார்கள். குறிப்பாக யூதர்கள். சாப்ளின் ஒரு யூதர் என்பதால் தான் பாரபட்சத்தோடு இப்படி ஒரு படமெடுத்திருக்கிறார் என்று சாடிய ஹிட்லருக்கு சாப்ளின் அளித்த பதில் : "அப்படி ஒரு கௌரவம் எனக்கு பிறப்பால் அமையவில்லை என்பது வருத்தமே".

'இரு உலகப் போர்களுக்கு இடைப்பட்ட காலத்தில் நிகழும் கதை இது. அக்காலத்தில் தான் மடத்தனம் கட்டவிழ்க்கப்பட்டது. சுதந்திரம் தலைகுப்புற வீழ்ந்தது. மனிதம் அடித்து நொறுக்கப்பட்டது.'

என்ற அறிமுகத்தோடு தொடங்கும் இப்படத்தில் ஹிட்லர் என்ற ஆளுமையின் முகத்திரையை கிழித்தெரிந்ததோடு முசோலினியையும் முடமாக்கினார் சாப்ளின். ஹிட்லரின் ஏகாதிபத்ய வெறி அகங்காரம் போலி பிம்பம் தன்முனைப்பு என அனைத்து கூறுகளையும் வெறுப்பான தோற்றம் இடுங்கிய முகம் வெறுப்புமிழும் கண்கள் என அவரின் உடல் மொழியையும் கடுகடுப்போடும் கோபத்தோடும் மேடையில் வெட்டிப் பேசும் குரலையும் அப்படியே பிரதிபலித்தார் சாப்ளின். அனைவரும் தன்னை அன்னாந்தே பார்க்க வேண்டும் என்பதற்காக மற்றவர் முன் எப்போதும் உயரமான இடத்திலே அமர்வார் ஹிட்லர். அவர் ஒரு சிறந்த நடிகர் என ஏற்கனவே சொல்லியிருந்த சாப்ளின் இப்படத்தில் ஹிட்லரின் அதிரவைக்கும் உடல்மொழியை நையாண்டி செய்து நடித்த போது அந்த அபத்தம் கண்ட மக்கள் ஆர்ப்பரித்திருக்கிறார்கள். எதிராளியை அசைக்கவல்ல ஆகச்சிறந்த எதிர்ப்பென்பது அவரைப் பார்த்து சிரித்து விடுவது. முதலாம் உலகப்போருக்குப் பிறகு தன்னை பார்த்து நடுங்கிக் கொண்டிருந்த அதே உலகம் தற்போது சாப்ளின் மூலம் பார்த்து கைகொட்டி சிரிப்பதை அறிந்த ஹிட்லர் நிலைகுலைந்து போனார்.

இவ்விடத்தில் தான் நம் வருத்தப்படாத வாலிபர் சங்கத்தலைவன் சுத்தியல் நேசமணியின் செயல்பாடு முக்கியத்துவம் பெறுகிறது. கீழிருக்கும் நேசமணியின் மண்டையில்

மேலிருக்கும் ரமேஷ் கண்ணா சுத்தியல் போட்டதும் மயங்கிய நேசமணியைப் பார்த்து வெகுண்டெழுந்த வருத்தப்படாத வாலிபர் சங்க உறுப்பினர்கள் போர்த்தொடுத்ததும் பதம் பார்க்கப் பட்டனர் ரமேஷ் கண்ணாமற்றும்கூட்டாளிகள். இதன் மூலம் மாற்றம் நிகழ்ந்து விடுமாவென்றால் உத்தரவாதமில்லை. ஆனால் ஏகாதிபத்ய அரியனை ஆட்டம் கண்டது கண்கூடு. ஒரு பகுதி மக்கள் தங்களின் வாழ்விடமும் கலாச்சாரமும் அழிக்கப்படுவதை அவர்களின் அறிவுசார் செயல்பாட்டினால் எதிர்கொண்டவிதம் எல்லைகளைக் கடந்தும் கவனிக்க வைத்தது.

சாக்கையர் கூத்து என்றொரு கூத்து மரபு சேர நாட்டில் புழக்கத்தில் இருந்தது. அதில் மக்களின் துயரை கோபத்தை பகடி மூலம் கொட்டித்தீர்த்து விடுவார் கூத்தாடி. சங்க காலம் முதல் சாப்ளின் வரை நீண்ட அவ்வித போர்முறை நேசமணி போன்ற கதாபாத்திரங்கள் வழியாக இன்றும் தொடர்கிறது.

சர்வாதிகாரியாக எண்ணிக் கொண்டிருந்தவர் சப்பானியாக பார்க்கப்படும்போது அவருள் தடுமாற்றம் நிகழவே செய்யுமல்லவா. சாப்ளினை முடக்க திட்டமிட்டார் ஹிட்லர். ஆனால் அது சாத்தியப்படவில்லை. சாப்ளின் போன்ற கலைஞர்கள் ஒருபுறம் இப்படி செயலாற்றிக் கொண்டிருக்க மறுபுறம் லெனி **(leni reifenstahl)** போன்றவர்கள் ஹிட்லரின் பராக்கிரமங்களை பறைசாற்றும் விதம் படமெடுத்தனர். ஜெர்மனியில் திறமிக்க கலைஞராக விளங்கிய பெண் இவர். அடோல்ப்பின் நாஜிப் படை அணிவகுப்பை அவர் மேடைப்பேச்சுகளை **'Triumph of the will'** என்று படமெடுத்தார் லெனி. கலைச்செயல்பாடுகள் இரு வகை. தன்னையும் தன் பணியையும் அதன் விளைவுகளையும் ஆய்ந்து கொள்கைப்பிடிப்போடு செயல்படுவது ஒரு வகை. மற்றொன்று கலையின் மீது கொண்ட காதலால் அதனை நிகழ்த்திப் பார்க்கும் போது ஏற்படும் பரவசத்திற்காக இயங்குவது. இதில் தவறில்லை. ஆனால் சினிமா போன்ற பெருங்கூட்டத்தை எளிதில் சென்றடையும் ஊடகத்தின் சாதக பாதகங்களை

அலசாமல் வெறுமனே அழகியல் வடிவம் தொழில்நுட்பம் என அதன் ஈர்ப்பால் உந்தப்பட்டு அரசியல் பிரக்ஞையில்லாமல் உருவாக்கப்படும் படைப்புகள் கலையின் மைய நோக்கத்தையே சிதைத்துவிடுகிறது.

பல இனக்குழுக்களும் ஒன்றாக சேர்ந்து வாழக்கூடிய அரசியல் சித்தாந்தத்தோடு உருவாக்கப்பட்ட ஒரு நாடு அதன் ஒரு பகுதி வீக்கத்தை மேலும் பெருக்க மற்றொரு பகுதியில் சுருங்கிக் கிடக்கும் தன் அங்கத்தினரை பயன்படுத்த தீர்மானித்து இயங்கி வரும் நிலையில் சினிமாவை வணிகமாக மட்டும் பார்ப்பவர்களும் அந்த ஊடகத்தை திறம்பட மக்களை மயக்கும் விதம் கையாளத் தெரிந்த சிலரும் அதிகார வர்க்கத்திற்காக செயல்படுகின்றனர். சமீப காலமாக அப்படிப்பட்ட படங்களும் வரத்தொடங்கியிருக்கின்றன.

நூறு வயதைக் கடந்த லெனியிடம் ஒரு பேட்டியில் அக்காலத்தில் ஹிட்லருக்கு ஆதரவாக படமெடுத்ததை தற்போது எப்படி பார்க்கின்றீர் என்ற கேள்விக்கு ஒரு ஆழ்ந்த மௌனத்திற்கு பிறகு அவர் அளித்த பதில் : "அப்போது எவ்வித அரசியல் பார்வையோ சினிமாவின் தீவிரமோ அறியாது வெறுமனே சினிமா மீதிருந்த மோகத்தால் ஹிட்லர் என்னை பாராட்டி அழைத்ததும் சென்று செயலாற்றிவிட்டேன். அது தவறு தான். அதற்காக இப்போது வருந்துகிறேன்."

The great dictatorல் *சாப்ளினின் இறுதி உரை : (பாகம் 1)*

மன்னிக்கவும். நான் ஒரு அரசனாக விரும்பவில்லை. அது என் தொழிலில்லை. நான் யாரையும் ஆட்சி செய்யவோ கைபற்றவோ விரும்பவில்லை. முடிந்த வரையில் எல்லோருக்கும் உதவ விரும்புகிறேன். யூதர்கள் கருப்பர்கள் வெள்ளையர்கள் என அனைவருக்கும். மனித இனமே அப்படித்தான். ஒருவர் மற்றவரின்

மகிழ்ச்சிக்குக் காரணமாக வேண்டுமே தவிர துயரத்திற்கல்ல. இவ்வுலகில் அனைவருக்குமான இடமிருக்கிறது. எல்லா மக்களின் வாழ்க்கையையும் செழிக்கச் செய்யும் வளம் கொண்டது இந்த பூமி. மனித வாழ்க்கை சுதந்திரமாகவும் அழகானதாகவும் இருக்க முடியும். ஆனால் அப்பாதையை நாம் இழந்து விட்டோம்.

பேராசை மனித ஆன்மாவை நஞ்சாக்கிவிட்டது. வெறுப்பென்ற தடுப்பு இவ்வுலகை மெல்ல திசை திருப்பி துயருறவும் இரத்தம் சிந்தவும் வைத்து விட்டது. நம் அறிவு நம்மை குறை காண்பவர்களாக மாற்றிவிட்டது. நம் புத்திசாலித்தனம் முரட்டுத்தனமானதாக கனிவற்றதாக இருக்கின்றது. நாம் நிறைய சிந்திக்கிறோம். ஆனால் மிகக்குறைவாகவே உணர்கிறோம். நமக்கு வேண்டியது இயந்திரத்தன்மை அல்ல மனிதத்தன்மை. புத்திசாலித்தனத்தை விட நமக்குத் தேவையானது கனிவும் கருணையுமே. இப்பண்புகளைத் தவிர்த்தோமானால் மனிதவாழ்வு வன்மமாகி அனைத்தும் அழியும்.

என் பேச்சுக்கு செவி சாய்ப்பவர்களிடம் சொல்கிறேன். வருந்தாதீர்கள்! மனிதர்களின் வெறுப்புணர்வு விலகும். சர்வாதிகாரிகள் சாவார்கள். மக்களிடமிருந்து பறிக்கப்பட்ட உரிமை மக்களிடமே வந்து சேரும்.

Soldiers! Don't fight for slavery! Fight for liberty!

**

ஒரு மகத்தான கலை என்பது மண்ணில் மனிதரின் வாழ்வை செம்மையாக்க முனைவது. அந்நோக்கோடு செயல்படும் கலைஞர்களும் அவர்களால் படைக்கப்படும் கலையாக்கங்களுமே சிரஞ்சீவிகளாக நீடித்து நிற்கின்றன. மனிதரை அடிமைப்படுத்தும் அழிக்கும் மனோபாவம் உருவாகக்கூடிய காரணமும் தர்க்கமும் எதுவாக இருப்பினும் அடிப்படையில் இம்மண்ணில் மலர்ந்த தருணம் அனைவரும் தெய்வத்தின் குழந்தைகளே. சந்தர்ப்பமும் சூழலும் சில குழந்தைகளை ஹிட்லராக முசோலினியாக இடிஅமீனாக வளரச் செய்தாலும் அவர்களின் தவறுகளையும் அதன் விளைவுகளையும் சுட்டிக்காட்டி அவர்களை நல்வழிப்படுத்துவதற்கென இயற்கை அவர்களுக்கிணையான குழந்தைகளை வழங்கி விடுகிறது. அக்குழந்தைகளே காஸ்ட்ரோவாக சே குவேராவாக மண்டேலாவாக காந்தியாக நேதாஜியாக பிரபாகரனாக வளர்கிறார்கள். இயற்கையின் சமன்செய் திட்டப்படி நிகழும் இவற்றால் எவர் ஒருவரும் பெருமைப்படவோ சிறுமைப்படவோ ஏதுமில்லை.

Ifs and Buts.. ஒருவேலை சிறுவன் ஹிட்லரை அவன் தந்தை அடித்துத் துன்புறுத்தாமல் இருந்திருந்தால்.. ஒரு வேலை வாலிபன் ஹிட்லரை வியண்ணா கலைக்கல்லூரி கலை பயில அனுமதித்திருந்தால்.. இயற்கையின் திட்டத்தை நம்மால் புரிந்து கொள்ளமுடிவதில்லை.

The great dictatorல் *சாப்ளிணின் இறுதி உரை : (பாகம் 2)*

“இறைவனின் அரசானை மனிதனுள் தான் இருக்கிறது”. அது ஒரு தனி மனிதனுக்குள்ளோ அல்லது குறிப்பிட்ட ஒரு கூட்டத்திடமோ மட்டும் இல்லை. மாறாக மண்ணில் தோன்றிய அனைத்து மனிதரிடத்திலும் அது குடிகொண்டுள்ளது. இயந்திரங்களைப் படைக்கும் ஆற்றல் மகிழ்ந்திருக்கவே மனித வாழ்வை அழகானதாக ஒரு அற்புதமான சாகசமாக்கும் ஆற்றல் மக்களாகிய நம்மிடம் இருக்கிறது.

ஜனநாயகம் என்ற பெயரில் நாம் அனைவரும் ஒன்றிணைவோம். புதிய உலகை மனிதர்கள் செயலாற்றத்தக்க இளைஞர்களுக்கு நல்ல எதிர்காலமும் முதியோருக்கு பாதுகாப்பானதானதுமான ஒரு உலகை உருவாக்கிடப் போராடுவோம். இவ்வாக்குறுதிகளைச் சொல்லித் தான் கயவர்கள் அதிகாரத்தை கைப்பற்றினார்கள். ஆனால் அவர்கள் சொன்னது பொய். ஒரு போதும் அவர்கள் அதை செயல்படுத்த மாட்டார்கள்.

சர்வாதிகாரிகள் தங்களை சுதந்திரமாக்கி மக்களை அடிமைப்படுத்தி விட்டார்கள். நாம் அனைவரும் அந்த வாக்குறுதியை நிறைவேற்றப் போராடுவோம். பேராசையை வெறுப்புணர்வைக் கடந்து தேச எல்லைகளைக் கடந்து இவ்வுலக விடுதலைக்காக நாம் ஒன்றிணைந்து போராடுவோம். அர்த்தமுள்ள உலகை, விஞ்ஞானமும் வளர்ச்சியும் எல்லா மனிதர்களின் மகிழ்ச்சிக்கும் காரணமாக விளையும் உலகை உருவாக்கிடப் போராடுவோம்.

Soldiers ! In the name of democracy, let us all unite!.

**

The great dictator போன்ற படங்கள் இன்றளவிலும் செவ்வியல் படைப்புகளாகத் திகழ்வதற்கு காரணம் மானுடத் துயரை தன் துயரென உணர்தலிலிருந்து தொடங்கி இம்மண்ணில் மனிதர் அனைவரும் மகிழ்ச்சியோடு வாழவேண்டும் என்னும் பெருங்கனவோடு உருவாக்கப்பட்டதே ஆகும். வாழ்வை வதைக்கும் துயரை மறந்து இறுக்கத்திலிருந்து விடுபட பகடி

செய்து இறுதியில் மீண்டும் மனதை கனமாக்கி விடுவது. அதுவே இது போன்ற படங்களின் சூத்திரம். ஆனால் இந்த கனம் மானுடத்துயரை விடுவிக்க சகமனிதனை நேசிக்கத் தூண்டும் கனம். அக்கனத்திலிருந்து விடுபட அன்பு ஒன்றே தீர்வு. சங்க காலம் முதல் சாப்ளின் வரை நீண்ட அவ்வழிமுறை நேசமணி போன்ற கதாபாத்திரங்கள் வழியாக இன்றும் தொடர்கிறது.

'மனிதர் நோக மனிதர் பார்க்கும்
வாழ்க்கை இனியுண்டோ.'

இனியொரு விதிசெய் வோம்அதை

எந்த நாளும் காப்போம் :

எல்லாரும் ஓர் குலம் எல்லாரும் ஓரினம்.

எல்லாரும் ஓர்நிறை எல்லாரும் ஓர் விலை.

இம்மண்ணில் மனித இனம் நிலைத்திட மனிதம் செழித்திட காலந்தோறும் சாப்ளின்களும் நேசமணிகளும் தோன்றியபடியே தான் இருப்பார்கள்.

படச்சுருள், ஜூலை 2019.

(பாசிச எதிர்ப்பு சிறப்பிதழ்)

கனவினூடே ஒரு பயணம்

கெ.ஜி.ஜார்ஜ்

‘சினிமா எடுப்பது எனக்கு கனவு காண்பதைப் போன்றதே’ கெ.ஜி.ஜார்ஜ்.

மனித உறவுகளில் குறிப்பாக ஆண் பெண் உறவுகளில் விசித்திரமான கலவை இந்த கணவன் மனைவி இடையிலானது.

தன்னைப் பற்றிய ஆவணப்படத்தில் தன் மனைவி அருகிலிருக்க இயக்குநர் கெ ஜி ஜார்ஜ் சொல்கிறார், “நான் யாரையும் நம்பியில்ல.” பொய்க்கோவத்துடன் அவர் மனைவி, “அப்ப எதுக்கு கல்யாணம் பண்ணிக்கிட்டீங்க” என்கிறார். ஜார்ஜ் சிரிக்க மனைவி முறைக்க தொடர்கிறது பயணம்.

பள்ளிப் பருவத்தில் எங்கள் வீட்டில் கண்ட ஒரு காட்சி, வளர்ந்த பின் தாம்பத்ய சிந்தனையில் ஆழ்ந்திருக்கும் பல சமயங்களில் தவறாமல் வந்து போகும். வீட்டு வேலைகள் முடிந்த பிறகு எல்லோரும் தூங்கும் நேரம் எங்கள் பாட்டி வரவேற்பறையில் இருந்த இறந்த தன் கணவரின் போட்டோ பிரேம் முன்பு அமர்ந்தவாறு சுயராகத்தில் பாடலாகப் பாடி அவருடன் உரையாடிக் கொண்டிருப்பார்.

அவர்கள் இருவரும் வாழ்ந்த நாட்களின் இனிமையான தருணங்கள் கசப்பான நிகழ்வுகள் என அனைத்தும் உள்ளடங்கியதாக இருக்கும் அப்பாடல். வினோதமாகத் தென்படும் இக்காட்சி ஆரம்பத்தில் அதிர்ச்சியாக இருந்து பிறகு பழகிப் போனது. தூங்கியெழுந்து 'பாட்டி தண்ணி வேணும்' என்றால் வெகு இயல்பாக 'த்த..வர்றேண்டா ராசா' என்று எழுவார்.

தன் அக உலகையும் யதார்த்த உலகையும் எவ்வித சிக்கலுமில்லாமல் இணைத்து வாழ்ந்த பாட்டியைப் பார்த்து வளர்ந்தபின் திருமணமான சில மாதங்களிலே விவாகரத்து பெற்று பிரிந்து போகும் தம்பதியினரை காணுமிடத்து அதிர்ச்சியாக இருந்தது. முகமே பார்க்காமல் கலந்துரையாடாமல் நடத்தி வைத்த திருமணங்களில் இணைந்தவர்கள் இருவேறு துருவங்களாக இருப்பினும் இல்லறம் போற்றி வாழ்ந்தது எப்படி.

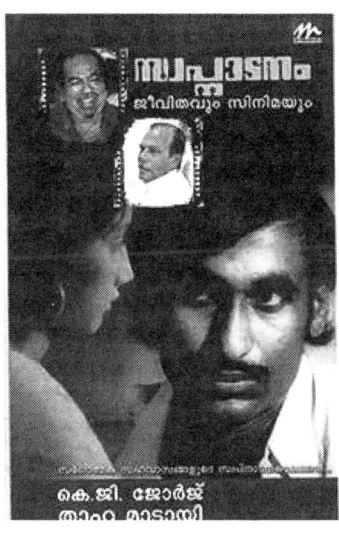

கடற்கரை மணலில் கலைந்த தலைமுடியுடன் அழுக்காக குப்புற விழுந்து கிடக்கும் ஒருவன் எழுந்து சுற்றிலும் வெறிக்க எதையும் பொருட்படுத்தாது தன்னியல்பில் இயங்கிக் கொண்டிருக்கும் பரபரப்பான அந்நகரத்தின் சாலையை தெருக்களைக் கடந்து ஒரு வீட்டின் முன் குக்கி உட்கார்ந்து எச்சில் துப்புகிறான். கெ ஜி ஜார்ஜ்' யின் முதல் திரைப்படமான **'ஸ்வப்னதனம்'** (கனவினூடே ஒரு பயணம்) யின் முதற்காட்சி இது. நிர்ப்பந்தத்தால் திருமணம் செய்து கொண்ட மருத்துவனான கதாநாயகன் இருவரின் இயல்புகளும் முரணாக அமைய தன் கல்லூரிக் காதலியின் நினைவில் கனவில் ஆழ்கிறான். அது கடுமையான உளச்சிக்கலாக மாற மனோதத்துவ நிபுனரிடம் சிகிச்சைக்காக செல்கிறான். அவரிடம் தன் ஆழ்மனதில் புதைந்துள்ள நிராசைகளையும் வலிகளையும் ஏக்கத்தையும் சொல்வதாக அமைக்கப்பட்டுள்ளது இத்திரைக்கதை. 1975 ல் எடுக்கப்பட்டுள்ள இப்படத்தை இன்று பார்த்தால் ஆச்சர்யமாக இருக்கிறது. இந்திய சினிமாக்களின் வனிக சூத்திரங்கள் எதுவும் சிறிதும் கலக்கப்படாத சீரான படைப்பு. பூனே திரைப்படக் கல்லூரியில் சினிமா பயின்ற ஜார்ஜ் அப்பாரம்பரியத்தின்

நீட்சியாக தன் முதல் திரைப்படத்தை தரமானதாக எடுக்க எத்தனித்து ஒரு மனோதத்துவ நிபுனருடன் சேர்ந்தே இப்படத்தின் திரைக்கதையை அமைத்துள்ளார். முதல் படத்தின் முதல் ஷாட்டில் கதாநாயகன் மண்ணில் மயங்கிக் கிடப்பதைப் போன்று எடுப்பது எல்லோருக்கும் சாத்தியப்படாது. சினிமாவை ஆழ்ந்து நேசிப்பவர்களுக்கு எடுத்துக் கொண்ட கதைக்களத்தை நேர்மையாக அணுக நினைக்கும் கலைஞர்களுக்கு மட்டுமே அது வாய்க்கும். ஜார்ஜ் அப்படியான கலைஞர் என துவக்கத்திலேயே நிரூபித்திருக்கிறார். அதற்கு முன் இயக்குநர் ராமு கரியட்' டிடம் **'செம்மீன்'** படத்திலும் **'நெல்லு'** விலும் உதவி இயக்குநராகப் பணிபுரிந்தவர் நெல்லுவின் திரைக்கதையை எழுதியுள்ளார். இப்படத்தில் தான் பாலுமகேந்திரா ஒளிப்பதிவாளராக அறிமுகமாகிறார். பிறகு பாலுவின் ஒளிப்பதிவில் **'உள்கடல்'** என்னும் படத்தை இயக்கியிருக்கிறார் ஜார்ஜ். அதில் கதாநாயகி ஷோபா. அதன்பின் பாலுவுக்கும் ஷோபாவுக்கும் நெருக்கம் அதிகரிக்கத் தொடர்ந்து தன் படங்களில் ஷோபாவை கதாநாயகியாக்குகிறார் திருமணமான பாலுமகேந்திரா. பிறகு அது காதலாக மாறி அதன்பின் மனச்சோர்வடைந்து தற்கொலை செய்து கொள்கிறார் ஷோபா.

1982ல் நடந்த இந்த சம்பவத்தால் சட்டச் சிக்கல் ஏற்பட்டுப் பிறகு தன் சொந்த நாட்டிற்கே போகமுடியாதபடி ஆனது ஆசான் பாலு மகேந்திராவுக்கு. இதனால் மனமுடைந்து தளர்ந்திருந்தவர் தனக்கும் ஷோபாவுக்குமான நெருக்கத்தை **'மூன்றாம் பிறை'** என்ற படமாக எடுக்கிறார். அதுவே வெகுஜன சினிமா ரசிகர்களிடம் பாலுமகேந்திராவின் கலையுலக அடையாளமாகிப்போனது. அச்சமயம் ஷோபாவின் மரணத்தை மையப்படுத்தி 1983ல் 'லேகாயுடெ மரணம் ஒரு ஃப்ளாஸ் பேக்' என்ற படம் எடுத்துள்ளார் ஜார்ஜ். நளினி நடிகை ஷோபாவாக நடித்துள்ள இப்படம் அப்போது நிலவிய இந்தியாவின் வனிக சினிமாக்களின் போக்கை பகடி செய்திருக்கிறது. எழுபதுகளில் சினிமா நடிகைகளின் தொடர் தற்கொலைகளே இப்படமெடுத்ததற்கான காரணம் என ஜார்ஜ் சொன்னாலும் அது ஷோபாவின் வாழ்க்கை தான் என்பது வெளிச்சம். ஒரு நடிகை மரணமுற்ற பின் இறுதி ஊர்வலம்

நடப்பதை முதற்காட்சியாகக் கொண்ட இப்படத்தில் ஆண்கள் குறிப்பாக சினிமாத்தொழில் செய்து பிழைக்கும் ஆண்கள் ஒரு பெண்ணின் வாழ்க்கையை எவ்வாறு சிதைக்கிறார்கள் என்பதை ஆழமாகவே பதிவு செய்துள்ளார் ஜார்ஜ். நாள் முழுவதும் நடித்து களைத்து உறங்கச் செல்கையில் 'பாம்பே பார்ட்டி அட்வான்ஸோட காத்திருக்காங்க நீங்க தாம்மா மனசு வைக்கணும்' என்று நடிகையின் தா யாரிடம் சிபாரிசுக்காக பல்லிழிக்கும் மேனேஜர்(ப்ரோக்கர்) பணத்தாசையால் களைத்துறங்கும் மகளை தயங்கியவாறு வற்புறுத்தும் அம்மா. மறுக்கமுடியாத நடிகை. இப்படிச் செல்லும் அவளுடைய வாழ்க்கை ஒரு கட்டத்தில் பொறுமையிழந்து அத்தரகனுக்கு மறுப்பு தெரிவிக்க அவன் தன் டைரியில் உள்ள அந்நடிகையின் படம் மற்றும் விலாசத்தை கிழித்து குப்பைக்கூடையில் போட்டுச் சிரிக்கிறான்.

எழுபதுகளின் இந்திய சினிமாச்சூழலை இப்படிப் பதிவு செய்திருக்கிறார் ஜார்ஜ். திருமணமான இயக்குநருடனான நெருக்கம் அதிகரித்து இருவரும் ஒரு தனி வீடெடுத்து தங்குகையில் பிரச்சனை உண்டாகிறது. அப்போது அந்நடிகையை உதாசீனப்படுத்திவிட்டு சென்று விடுகிறார் அந்த இயக்குநர். தன் நடிப்புக்காக தேசிய விருது பெற்ற அடுத்த வாரம் தூக்கு மாட்டித் தற்கொலை செய்து கொள்கிறாள் அந்தப் பெண். நடிகை ஷோபா தான் நடித்த 'பசி' படத்திற்கு தேசிய விருது பெற்ற சில நாட்களில் மரணிக்கிறார். அந்த இயக்குநர் பாலுமகேந்திரா என அனைத்தும் உண்மைக்கதையுடன் பொருந்திப்போகிறது. ஆனால் தனக்கும் ஷோபாவுக்குமான உறவையே மூன்றாம் பிறையெனத் தான் எடுத்ததாகச் சொல்லும் பாலு சார் தன் வாழ்நாளில் ஜார்ஜ் எடுத்த இப்படத்தைப் பார்க்கவே இல்லை. ஒரு குழந்தையுள்ளம் மாறாத பெண்ணான ஷோபாவை அறிவு முதிர்ச்சி அடைந்த ஆணான தான் பார்த்துக் கொண்டதில் பத்து விழுக்காடு தான் மூன்றாம் பிறையில் காட்டியதாகச் சொல்வார் ஆசான். அதுசார்ந்த மற்றவரின் அனுமானத்தையோ கற்பனையையோ தான் ஒரு போதும் பார்க்க முடியாதென்று மறுத்து விட்டார். இந்த சம்பவங்களை ஒதுக்கி வைத்துவிட்டு ஒரு திரைப்படமாக மட்டும் பார்த்தோமானால் இது நல்ல படைப்பே.

எழுபதுகளில் வங்க சினிமாவின் மகத்தான இயக்குநரான மிருணாள் சென் '**பதாந்திக்**' போன்ற படங்களில் இந்தியாவில் பெண்களின் நிலையை பதிவு செய்த சமயம் கேரளத்தில் கெ ஜி ஜார்ஜ் தன் சார்பாக இப்படி ஒரு படமெடுத்திருக்கிறார். ஷோபாவின் மறைவால் பாதிக்கப்பட்டு இப்படத்தை எடுத்தாரா அல்லது பாலுமகேந்திராவை அவமானப்படுத்த எடுத்தாரா

என்னும் கேள்விக்குள் போகவேண்டியதில்லை. அவருடைய மொத்த படங்களையும் பார்த்தோமானால் கைவிடப்பட்ட சுரண்டப்பட்ட அபலைப் பெண்களின் வாழ்க்கையை கதைக்களமாக கொண்டு ஆணாதிக்கமிக்க இந்தியச் சூழலில் பெண்களின் சுயமரியாதையை சுதந்திரத்தை பாதுகாக்க தன் படங்களில் மிருணாள் சென் போன்றும் இலக்கியத்தில் மண்ட்டோ போன்றும் கதையாடியிருக்கிறார் என்பது புலப்படும். அவ்வகையில் ஒரு புனைவாக ஜார்ஜ் சித்திரப்படுத்திய இவ்வாழ்க்கையை மேற்கூறிய வரலாற்று பின்னணி அறியாத பிறநாட்டினர் பார்த்தாலும் அவர்களுக்கும் இது நேர்த்தியான கலைப்படைப்பாகவே விளங்கும்.

'கதக்குப் பின்னில்'. 1987ல் எடுக்கப்பட்ட இப்படத்தில் மம்முட்டியின் கதாபாத்திரம் 1990 ல் பாலுமகேந்திரா எடுத்த மறுபடியும் படத்தின் அரவிந்தசாமி கதாபாத்திரத்தை ஒத்திருக்கிறது. ஒரு நடுத்தரப் பெண்ணின் கையறுநிலையைத் தங்களின் இச்சைக்கு தீனியாக்க முயலும் சில ஆண்களுக்கு மத்தியில் அவளை பெண்ணாக சகஜீவியாக நடத்தும் எழுத்தாளனாக மம்முட்டி. தன் கணவன் தன்னை ஏமாற்றிவிட அவளுக்கு ஆறுதலாக நம்பிக்கையளிக்கும் ஆணாக இசைக்கலைஞனாக 'மறுபடியும்' படத்தில் அரவிந்தசாமி. 'கதைக்குப் பின்னால்' என்ற தலைப்பே ஆழமான அர்த்தத்தைத் தருகிறது. தன்னை தற்காத்துக்கொள்ள கொலை செய்யும் அப்பெண்ணை தண்டனையின்றி நீதி மன்றம் விடுதலை செய்கிறது. அத்தீர்ப்பை மெச்சி சுற்றிலுமுள்ள அனைவரும் கைத்தட்டும் ஒலி. அவர்களுடன் மம்முட்டியும் சேர்ந்து கைத்தட்டியவாறு திரும்பிப் பார்த்தால் காலியாக உள்ள நூற்றுக்கணக்கான இருக்கைகளுக்கு மத்தியில் தன்னந்தனியாக அமர்ந்திருக்கிறார். இது அவர் எழுதும் கதையின் முடிவு. நிஜத்தில் அப்பெண்ணுக்குத் தண்டனை வழங்கி சிறைக்கு அழைத்துச் செல்வதை மம்முட்டி கையறுநிலையில் துயருடன் பார்ப்பதாக முடிகிறது இத்திரைப்படம். 'தர்மம் வெல்லும்' 'வஞ்சிக்கப்படுபவர்கள் நீதி வழங்கப்பட்டு காக்கப்படுவார்கள்' போன்ற நன்னம்பிக்கைகள் கதைகளில் தான் சாத்தியம் என்பதை நேர்த்தியாக சொல்லி சமூக யதார்த்தத்தின் அபத்தத்தையும் மூர்க்கத்தனத்தையும் அதன்மூலம் நிறுவுகிறார் ஜார்ஜ். இந்த இரட்டைப்போக்கின் முடிவற்ற சாத்தியங்களை தனது கல்லூரி காலகட்டத்தில் பார்த்த மேற்கத்தியப் படங்களிலிருந்து கற்றிருக்கிறார்.

'லேகாயுடெ மரணம்' 'கதக்குப் பின்னில்' 'யவனிகா' போன்ற எண்பதுகளில் எடுக்கப்பட்ட படங்களின் பெண் கதாபாத்திரங்கள் சமூக இடர்களை தகர்த்தெறிந்து தங்கள் சுயத்தை காத்து

முன்னேறுவதாகக் காட்டினாலும் கடைசியில் கையறு நிலையில் விடப்படுவதாகவே முடியும் கதை. இப்படங்களின் இறுதியை **Thelma & Louies**ன் இறுதிக்காட்சியுடன் ஒப்பிடலாம். ஆனால் இப்படம் வெளியானது 1992ல். '**ஆதாமிண்டே வாரியழு**'வில் மட்டும் தடைகளைத் தகர்த்து முன்னேறிச் செல்கிறார்கள் பெண்கள்.

ஜார்ஜுடைய பெரும்பாலான படங்களின் திரைமொழியும் பாலுமகேந்திராவுடையதைப் போன்றே இருக்கிறது. சட்டக உருவாக்கம் கேமரா கோணங்கள் அசைவுகள் குறிப்பாக படத்தொகுப்பு (Action match cuts) என அவர் ஒளிப்பதிவு செய்யாத படங்களும் அப்படியே அமைந்ததற்கான காரணம் இருவரும் ஒரே காலக்கட்டத்தில் பூனே திரைப்படக் கல்லூரியில் படித்ததால் இருக்கக்கூடும். ஜார்ஜுடைய மற்ற படங்களுக்கு ஒளிப்பதிவு செய்தவர் ராமச்சந்திர பாபு. தமிழ்நாட்டவரான இவர் பூனே திரைப்படக் கல்லூரியில் மேற்கண்டவர்களுடன் படித்தவர். ஜான் அப்ரஹாம் எம். டி. வாசுதேவன் நாயர் உள்ளிட்டோரின் முதற்பட ஒளிப்பதிவாளரும் இவரே. அரவிந்தன் மணிகௌல் ஜார்ஜ் உள்ளிட்டோர் அடிக்கடி கூடிப்பேசி சினிமாக்கலை விவாதித்திருக்கிறார்கள். ஒரு நீண்ட பாரம்பரிய வளையமான ஃபெலினி கட்டக் சென் ரே ஜான் அடூர் வரிசையில் ஜார்ஜ் அவர்களின் நீட்சியாக உருவாகியிருக்கிறார்.

இன்று சினிமாவில் மட்டுமல்லாது எல்லாத் துறைகளிலும் மினிமலிசத்தின் (Minimalism) அவசியம் உணரப்பட்டு வரும் நிலையில் 70களிலும் 80களிலும் அதனை இயல்பாக கையாண்டிருக்கிறார்கள் நம் முன்னோர்கள். நவீனம் மற்றும் தொழில்நுட்ப வளர்ச்சியின் பலனாக படப்படிப்புச் சாதனங்கள் பல்கிப்பெருக ஆரம்பித்த காலகட்டத்தில் ஜார்ஜ் சென் போன்றோர்களால் தொடர்ந்து இயங்க முடியாமல் போனதில் ஆச்சர்யம் ஏதுமில்லை. சினிமா என்னும் கலை தொழில்நுட்ப வளர்ச்சியை சார்ந்ததில்லை என்ற புரிதலோடு களமிறங்கியவர்கள் இக்கலைஞர்கள். ஒரு தேர்ந்த திரைக்கலைஞருக்கு கருவி முக்கியமில்லை சினிமாவின் உத்தி மற்றும் திரைமொழி அதை கொண்டு படைக்கப்படும் படைப்பு இவையே அவரின் இலக்காக இருக்கும். இன்று மொபைல் வைத்துள்ளவரெல்லாம் படமெடுத்துக் கொண்டிருக்கிறார்கள். இணையம் மூலம் சினிமா கற்கிறார்கள். அது கலைப்படைப்புகளாகுமா. பாலு சார் அடிக்கடி சொல்வார், " காமசூத்ராவ தலைகீழா படிச்சி உருவடிச்சதாலயே ஒருத்தன் காமக்கலையில மன்னனாகிட்டதா அர்த்தம் கிடையாது. படுக்கையறையிலே எப்படி பர்ஃபார்ம் பண்றாங்கறத பொருத்தே அது தீர்மானிக்கப்படும்'.

ஜார்ஜுடைய பெண்கள் வக்கிரமான ஆண்களை மட்டுமல்ல குடும்பத்தலைவனாக கடமையை மட்டும் கச்சிதமாக செய்யும் வாழ்க்கையை உப்புச்சப்பின்றி வாழும் ஆண்களையும் எதிர்த்து செயல்படுகிறார்கள். 'மட்டோரில்' (பிறர்) படத்தில் இந்த அபூர்வம் நிகழ்கிறது. கதாநாயகன் கண்ணியமான ஆணாக அலுவலகத்தில் ஆளுமைமிக்க அதிகாரியாக குடும்பத்தாருக்குத் தேவையானவற்றை அட்டவனை போட்டு செய்து விடுகிறவராக இருக்கிறார். ஆனால் மனைவியின் ஆசாபாசங்களை அறியமுற்படுவதில்லை. அவருக்கும் பிள்ளைகளுக்கும் பணிவிடை செய்யும் இயந்திரம் அவள். வார இறுதியில் மனைவியுடன் கடற்கரைக்குச் சென்று மணலில் அமர்ந்து சமுத்திரத்தை வெறிக்கிறார். மனைவி சற்றே தள்ளி அவர் பின்னால் அமர்கிறார். மௌனம். பிறகு வீடு திரும்புகிறார்கள். படுக்கையில் புத்தகம் படிக்கிறார். மனைவி படுத்ததும் விளக்கணைத்து தூங்குகிறார். இந்த ஆணை சாதுவான மனைவி எப்படி எதிர்கொள்வாள். புடவையால் வாய் பொத்தி படுக்கையில் சத்தம் வராது உள்ளுள் குமுறுவாள். இவளும் அப்படியே. ஆனால் அது வெகுகாலம் தொடர்வதில்லை. எப்பொழுதும் போல் தொடரும் இச்சூழலில் ஒருநாள் அப்பெண் காணாமல் போகிறார். இவ்விடத்தில் தான் ஜார்ஜ் பெரியாரைப் போன்று சிந்தனையில் தனித்து தெரிகிறார். ஒரு மெக்கானிக்குடன் சென்றுவிடுகிறாள் அவள். செயலற்றுப் போகிறது வீடு. தனிமையில் பிள்ளைகளுடன் வாடும் கணவர் சுயப்பரிசீலனை செய்கிறார். அவருக்கு இருவிதமான ஆண்கள் அறிவுறுத்துகிறார்கள். ஒருவர் மறுமணம் செய்துகொள்ளச் சொல்ல குடும்ப நண்பர் மம்முட்டி கணவன் மனைவி இருவரிடமும் பேசி புரிதலை உண்டாக்க முயல்கிறார். இறுதியில் அப்பெண்ணை அவள் கணவனிடம் அழைத்து வருகிறார் மம்முட்டி. அவர் கடற்கரையில் தற்கொலை

செய்து இறந்து கிடக்கிறார். பதறுபவள் தானும் மாண்டு போக கடலை நோக்கி ஓடுகிறாள்.

இந்திய மனத்தை துள்ளியமாகக் காட்டும் படமிது. ஈழ எழுத்தாளர் எஸ்.பொ. தன் ‘சடங்கு’ நாவலில் (1971) ஃப்ராய்டிய மனோதத்துவ ஆய்வு இந்திய மரபால் கட்டமைந்த மனதிற்கு பொருந்தாதென நிறுவுகிறார். யாழ்ப்பானத்தில் வாழும் மனைவி மக்கள். வெகு தொலைவில் கொலும்பு நகரத்தில் வாழும் கணவன் மூன்றுமாதம் கழித்து தாம்பத்ய ஆசையுடன் ஊருக்கு வருகிறார். அந்த ஐந்து நாட்களே அத்தம்பதியினர் நெருக்கமாக இருக்க முடியும். அப்படி ஒரு சமயம் வரும் கணவனுக்கும் காத்திருந்த மனைவிக்கும் ஏமாற்றம். அவர்கள் வசிக்கும் தெருவில் ஒரு பெண் பூப்படைந்ததால் தெருவாசிகள் அனைவரும் கூடி சடங்கு செய்ய ஆயத்தமாகிறார்கள். அடுத்தடுத்து இடர் ஏற்பட இருவரும் சேரமுடியாது போகிறது. சந்தர்ப்பம் கிடைக்கும் போதெல்லாம் இருவரும் பார்வையாலே தங்களின் காமத்தை பரிமாறிக்கொள்கிறார்கள். விடுமுறை முடிந்து கொலும்பு செல்ல ஆயத்தமாகிறார் கணவர். கனப்பொழுது இருவரும் உரச நேரிட அந்த ஸ்பரிசம் அடுத்து அவர்கள் சந்திக்கும் வரைக்கும் போதுமானதாக இருக்கிறது.

ஷோபா ஷக்தி சமீபத்தில் எழுதிய சிறுகதையான **‘காயா’** வில் மனதை மீறிய உடலின் செயல்பாட்டை விவரிக்கிறார். ஐம்பது வயதாகும் உடல் தேவை பூர்த்தியாகாத ஆணின் மடியில் தன் நண்பனின் மகள் (சிறுமி) அமர்ந்து குளுங்கி விளையாடுகையில் அவளை தன் மகளாகவே எண்ணும் மனதையும் மீறி உடை நனைந்து விடுகிறது.

இந்த இரு கதைகளின் உளவியல் அடிப்படையில் ‘மட்டோரில்’ படத்தில் வரும் மனைவியின் மனதை அணுகினால் நம்மால் அவளின் செயல்பாட்டை புரிந்து கொள்ளமுடியும். மேலோட்டமாகப் பார்த்தால் ஃப்ராய்டின் கூற்று தென்படும் இப்பெண்ணின் செயல்பாடு முடிவில் இந்திய மனதின் பண்பை அடைந்து விடுகிறது. ‘அன்பு பாலுணர்ச்சியைச் சாராது, சமூகத்தைச்

சார்ந்து அமைந்துள்ளது' என்கிற இயன் சட்டியின் கூற்றைச் சார்ந்து மனிதன் உருவாக்கப்பட்ட சூழலுக்கும் பண்பாடுகளுக்கும் இசைவாகவை மனித இயற்கை அமைகின்றது என்பதை சடங்கு நாவலில் நிறுவுகிறார் எஸ்போ. பாலுமகேந்திராவின் 'சதிலீலாவதி' யில் தன் மனைவியைத் தவறாகப் பேசும் வைப்பாட்டியிடம் "அவளப்பத்தி ஏதாவது பேசுன பல்லப் பேத்துடுவேன் ராஸ்கல்" என்று கொந்தளிப்பான் அக்கணவன். இவ்வுணர்வு தான் தாம்பத்தியத்தின் அஸ்திவாரம். யவனிகா'வில் வரும் கணவரும் இதையேச் செய்கிறார். கணவனின் தற்கொலைக்குப்பின் தானும் மறிக்க முற்படுகிறாள் மனைவி. இவையே இந்திய மனம். அதை நிகழ்த்திக்காட்டியதே ஜார்ஜ் என்ற கலைஞரின் தனிச்சிறப்பு.

ஸ்வப்னதனம் படத்தில் பிடிக்காத தன் மனைவியை தொடர்ந்து படுக்கையில் புறக்கணித்து கனவுலகில் தன் காதலியுடன் சஞ்சரித்து வந்தவன் ஓர் இரவு சஞ்சலப்பட்டு அவளை அணைக்கையில் சொல்கிறான் 'ஒனக்கு வயசாயிடிச்சில்ல..' அவளுள் அவ்வார்த்தை மெல்லியதொரு கனத்தை ஏற்படுத்தினாலும் அதை மறைத்து புன்னகையுடனே தன் கணவனுடன் கலக்கிறாள். கலவிக்குப் பின் முன்னெப்போதையும் விட அதிகமாக அவர்களுக்குள் சண்டையும் வெறுப்பும் வளுக்கிறது. மனதை மீறிய உடலின் தேவையை இந்நிகழ்வுகளால் காட்சிப்படுத்தியுள்ளார் இயக்குநர்.

இப்படத்தில் கனவுகள் அதிகளவில் இடம் பெறுகிறது. தார்க்கோவ்ஸ்கி தன் முதல் படமான 'Ivan's Childhood'ல் இருந்தே கனவுகளின் வழியாக கதைகளை காட்சிப்படுத்தியிருப்பார். அவ்வழித்தோன்றலாகத் தலைப்பிலேயே கனவுகளினூடே பயணித்திருக்கிறார் கெ.ஜி.ஜார்ஜ். கனவுகளை யதார்த்தத்தின் நீட்சியாகவே பார்ப்பவர் ஜார்ஜ். இரு பெண்களுக்கு நடுவில் தத்தளிப்பவனின்

செயல்பாடுகளை கனவுகளே தீர்மானிக்கிறது. பெர்க்மனின் 'Wild Strawberries' ஃபெலினியின் '*8 1/2*' மற்றும் 'Satyricon' படங்களின் கனவுக்காட்சிகளைப் போன்ற அதிர்வை ஏற்படுத்தக்கூடியவை இவர் காட்டும் கனவுகள். இப்படத்தின் கதாநாயகனுடைய நடிப்பு சுமாரானதாக நாடகீய பானியிலானதாக உள்ள போதிலும் நம்மால் அக்கதாபாத்திரத்தின் மன இறுக்கத்தை உணர முடிவதிலிருந்தே இயக்குநருக்கு சினிமா என்ற ஊடகத்தின் மேலுள்ள ஆளுமையை புரிந்து கொள்ள முடிகிறது.

ஜார்ஜ் கட்டமைக்கும் கதாப்பாத்திரங்கள் தங்களின் வாழ்க்கையை பரிசீலிக்க சிக்கல்களைக் களைய சிந்தைத் தெளிய புகைப்படங்கள் பயன்படுகிறது. ஸ்வப்னதனத்தில் புகைப்படத்திலுள்ள உருவங்கள் உயிர்பெற்று அசைவதாக பாவிக்கையில் சிந்தை தெளிகிறான் அக்கதாநாயகன். ஜார்ஜ் தன் படங்களின் மூலம் செய்ய எத்தனிப்பதும் அதுவே. நம்முள் உறைந்துக் கிடக்கும் மகத்தான தருணங்களை உயிர்க்கச் செய்து வாழ்வை மீட்டெடுக்க முனைகிறார். ஸ்வப்னதனத்தின் இறுதியில் மனநோயிலிருந்து மீண்ட நாயகன் எல்லாவற்றையும் கடந்து புத்துணர்வோடு பயணிக்கிறான். சமுத்திரத்தில் சூர்யோதயம்.

முதலில் குறிப்பிட்ட அந்த ஆவணப்படத்தில் கெ.ஜி.ஜார்ஜ் என்கிற கலைஞருக்கும் தன் கனவருக்குமான முரண்களை மனைவி செல்மா அடுக்க மௌனமாக ஏற்றுக் கொள்கிறார் ஜார்ஜ்.

மட்டோரல் படத்தில் தன் மனைவிக்கு நல்ல கணவனாக விளங்காததால் தன்னை விட்டு இன்னொருவனுடன் சென்றுவிட்டவளைப் பற்றி நண்பர் மம்முடியிடம் இப்படி சொல்கிறார் அந்த கணவர், "அவ பாவம். வெறும் பாவம். அவள கொண்ணா ஒரு ஆட்டுக்குட்டிய கொண்ண மாதிரி".

கிராமத்தில் தொண்ணூற்று நான்கு வயதாகும் எங்கள் தாத்தா சில வருடங்களுக்கு முன்பு தன் மனைவி இறந்த அக்குடிசையிலே தானும் இறக்க வேண்டுமென யார் கூப்பிட்டும் வராமல் தன்னந்தனியாக தன் மனைவியுடனான நினைவுகளுடன் வாழ்ந்து வருகிறார்.

படச்சுருள், ஏப்ரல் 2019.

(கெ.ஜி. ஜார்ஜ் சிறப்பிதழ்)

வால்டர் சாலஸின் சாலைகள்

'யாதும் ஊரே; யாவரும் கேளிர்.'

பல்லாயிர மைல்கள் ஒன்றாகப் பயணித்த தன் பால்ய சினேகிதன் தற்போது தன்னைப் பிரிந்து வாழ்வின் அடுத்தக்கட்ட பாய்ச்சலுக்குத் தயாராகிறான். அவனை விமான நிலையத்தில் வழியனுப்புகையில் கேட்கிறான்

இவன் : திரும்பி வந்துடறியாடா. நாம ஊருக்கு போய் ஒன்னா வேல (மருத்துவம்) செய்யலாம்.

நண்பன் : அது முடியுமான்னு தெரியலடா. நிச்சயமா சொல்ல முடியல. இவ்ளோ நாள் நாம ஒன்னா சேர்ந்து இந்த நாடுகல சுத்திப்பாத்ததுல எனக்குள்ள ஏதோ ஒருவித மாற்றம் ஏற்பட்டிருக்கு. நம்மள சுத்தி அதீத அநீதி நிலவரத உணரமுடியுது. நான் கௌம்பறேன்.

மறுப்பின்றி நெகிழ்வோடு தன் நண்பனை கட்டி வழியனுப்பி வைக்கிறான் இவன்.

சரக்கு விமானத்தில் பரந்தபடி மனதுக்குள் சொல்கிறான் நண்பன். 'இது ஒன்னும் கதாநாயகக்கதையில்ல. ஒத்த சிந்தனையும் ஒரே கனவுமுள்ள இரண்டு பேரும் கொஞ்சகாலம் ஒன்னா சேர்ந்து பயணிச்ச கத. அவ்ளோ தான். எங்களோட பார்வ குறுகலானதா சார்புடையதா அவசரமானதா?

எங்களோடய முடுவு மூர்க்கத்தனமானதா? இருக்கலாம். ஆனா இவ்வோ தூரம் அமெரிக்காவ சுத்தனதுல அது நான் நெனச்சதோட அதிகமாவே என்ன மாத்திடுச்சி. இனி நான் ஒரு புது மனிதன். கொறஞ்சபட்சம் இதுக்கு முன்ன இருந்த நான் இப்ப இல்ல.'

அந்த இவன் அல்பர்டோ க்ரணாடோ. அவனுடன் சேர்ந்து பயணித்த நண்பன் அப்பயணத்திற்குப் பின் புரட்சியாளனாக மாறிய எர்னஸ்டோ சே குவேரா. அவர்களை மாற்றிய அந்த தென் அமெரிக்க பயணக்குறிப்புகளை எழுதி வைத்திருந்தார் சே. அதனைக்கொண்டு ப்ரேஸிலிய இயக்குநர் வால்டர் சாலஸ் உருவாக்கிய திரைப்படம் தான் 'The motorcycle diaries'.

அமெரிக்க வரலாற்றை பாரம்பரியத்தை கலாச்சாரத்தை சமூக அரசியல் போக்கை திரைப்படத்தின் மூலம் பதிந்த சினிமா நோவா கோட்பாட்டால் உந்தப்பட்ட திரைக்கலைஞன் தான் வால்டர் சாலஸ்.

தான்தோன்றித்தனமாக இன்பநாட்டத்துடன் (Hedonistic) துவங்கிய வாலிபப் பயணம் புறக்காட்சிகள் வழியே அகத்துள் ஏற்படுத்தும் மாற்றமும் அதுதொட்டு தன்னை அறிவதோடு தன் இலக்கையும் தீர்மானித்து விடுகிறது. உலகை மாற்றிய பெரும் புரட்சியாளர்களின் பயணங்கள் இவ்வாறே துவங்கியுள்ளன. காந்திக்கு ஆப்பிரிக்கப் பயணம். காமராஜருக்கு இந்தியப் பயணம். புத்தனுக்கு போதியை நோக்கியப் பயணம். எர்னஸ்டோ

என்னும் மருத்துவம் படித்த இளைஞன் சே குவேராவாக மாறக் காரணமானது தென் அமெரிக்கப் பயணம்.

பயணங்கள் பலவிதம். இலக்கை நிர்ணயித்துவிட்டு கிளம்புவது ஒருவகை. பயணித்த பின் வீடு திரும்புவது மற்றொரு வகை. பாதியில் திசை மாறி வேறு இலக்கை நோக்கி பயணிப்பது என்னும் வகைமைக்குள் பொருந்துபவர்களே பெரும்பாலான புரட்சியாளர்களாகவும் தலைவர்களாகவும் விளங்கியவர்கள். மற்றொரு வகைப் பயணம் என்பது இலக்கற்று திரிவது. Vagabond என்னும் நாடோடிகள் இவ்வகையினரே. அமெரிக்க பீட் எழுத்தாளர்களின் தந்தையான **jack kerouac** எழுதிய நாவல் on the road *(1958)*. இரண்டாம் உலகப் போருக்கு பின்பு ஜேக் கெரொவாக் மற்றும் சிலர் **(allen ginsberg, william s.burroughs)** உருவாக்கிய பீட் இலக்கிய அமைப்பு அன்றைய அமெரிக்க கலாச்சாரத்திலும் அரசியலிலும் ஒருவித தாக்கத்தை ஏற்படுத்தியது. இவ்வகை எழுத்தாளர்கள் வலமையான எல்லாவித கட்டுகளையும் உதறித்தள்ளிவிட்டு முட்ட முட்ட குடிப்பது, காமத்தில் திழைப்பது, 'நனவின் நீரோடை' (stream of consiousness) வகைமையில் எழுதுவது என விதிகளை கலைந்து வாழ்ந்திருக்கிறார்கள். கெரொவாக், தனது ஏழு வருட பயண அனுபவத்தை மூன்று வாரங்களில் எழுதிய புதினமே on the road. அமெரிக்க இயந்திர கதியிலான வாழ்க்கையை விட்டு விலகி வாழ்வின் சாரத்தை சுவைத்திடும் வேட்கையுடன் சுற்றித் திரியும் நண்பர்களைப் பற்றிய இப்புதினம் ஜேக்கின் ஒரு பகுதி சுய வாழ்க்கை வரலாறு. இப்பின்னணி கொண்ட இந்நாவலை *2012* ல் திரைப்படமாக எடுத்திருக்கிறார் வால்டர் சாலஸ்.

இவ்விரண்டு படங்களுக்குமான பொதுத் தன்மை பரவசத்தன்மையோடு புது அனுபவத்திற்காக பயணித்தல். அதன் விழைவாக வாழ்வின் அடுத்த கட்டத்துக்கு செல்தல்.

வால்டர் சாலஸின் இன்னொரு பயணம் ஒரு ஓய்வுப்பெற்ற பள்ளி ஆசிரியையுடையது. Central do brazil (central station) என்ற இப்படத்தில் பொழுது போக்க ரயில் நிலையத்தில் எழுதப் படிக்கத் தெரியாதவர்களுக்கு கடிதம் எழுதுகிறார் அக்கிழவி. அவரிடத்தில் ஒரு சிறுவன் வருகிறான். அவன் அறியாத அவனின் தந்தையைத் தேடி இருவரும் பயணிக்கிறார்கள்.

சாலஸின் முதல் திரைப்படமான **foreign land**ல் ப்ரேஸிலியனான கதாநாயகன் போர்த்துகீஸில் மாட்டிக் கொள்வதும் அங்கிருந்து மீழ்வதும் தான் கதை. வாலிபப் பருவத்திலிருந்து முதிற்சியடைந்து அடுத்த கட்டத்திற்கு கூட்டிச் சென்று எழுத்தாளனாக்குகிறது ஒரு

சாலை. மருத்துவ மாணவனை புரட்சியாளனாக மாற்றுகிறது ஒரு சாலை. வெறுமையுடனிருக்கும் வயதான பெண்ணை உறவைத்தேடியலையும் சிறுவனுக்கு உதவுவதன் மூலம் தன்னை மீட்டெடுத்து மனநிறைவடையச் செய்கிறது ஒரு சாலை. ஒரு திரைப்படக்கலைஞனை (Jia zhang ke) அவன் வேரைத்தேடி அழைத்துச் செல்கிறது மற்றொரு சாலை. இப்படியே நீள்கின்றன வால்டர் சாலஸின் சாலைகள்.

**

The motorcycle diaries

"Let the world change you and you can change the world."

- Che Guevara.

புதியதை அடையத் தேவையான முதல் தகுதி பழையதை துறக்கும் மனம். "Goodbye life-long companions, dear old-time gang" என்று துவங்குகிறது படம்.

திட்டம் : 8000 கி.மீ பயணம். எண்ணம் : மேம்படுத்துதல். இலக்கு : புத்தகத்தில் மட்டுமே அறிந்த தென் அமெரிக்க கண்டத்தை சுற்றித்திரிந்து அறிதல். கருவி : வலிமைமிக்க வாகனம். வயதான ஒழுகும் புல்லட், Norton *500 (1939)*. பாதை : buenos aires யிலிருந்து patagonia, chile, andes, machu pichu (கிளிமாஞ்சரோ பாடல் படம் பிடித்த இடம்) அங்கிருந்து பெருவிலிருக்கும் அமேஸான் காட்டிலுள்ள சான் பாப்லோ லெப்பர் காலனி சென்று இறுதியாக venezuela விலுள்ள guajira தீபகற்பத்தை அடைவது.

இருவர் குடும்பங்களும் நெகிழ்வோடு வாழ்த்தி வழியனுப்ப பயணம் தொடர்கிறது. எர்னஸ்டோ தன் தாய்க்கு கொடுத்த வாக்குப்படி தொடர்ந்து கடிதம் எழுதுகிறார். அக்கடிதங்களே சாலைகள் அவருள் மெல்ல ஏற்படுத்தி வரும் மாற்றங்களை வெளிப்படுத்துகின்றன.

'நாங்கள் நாகரீகம் எனப்படுவதை புறந்தள்ளி நிலத்தை நோக்கிச் செல்வது மகிழ்ச்சியளிக்கிறது.'

600 கி.மீ. கடந்த பிறகு ஒரு விருந்தில் கலந்து கொள்கிறார்கள். அங்கு அல்பர்டோ க்ரணாடோ பெண்களுடன் நடனமாட, அது தெரியாத எர்னஸ்டோவுக்கு அவர் காதலி சின்சினா கற்றுக்கொடுக்க ஆட முயற்சிக்கிறார். இருவரும் நெறுக்கமாக இருந்தபின் அங்கிருந்து கிளம்புகையில் சின்சினா பிரிய மனமின்றி வருந்த அவ்விடத்தைக் கடக்கிறார்கள் நண்பர்கள் இருவரும். எர்னஸ்டோ மனதுள் அசைபோடுகிறார்.

‘என் இதயம் அவளுக்கும் சாலைக்கும் நடுவை ஊசலாடியது. ஆனால் எந்த ஆற்றல் என்னை அவள் பார்வையிலிருந்து விட்டகல வைத்ததென்றும் அவள் கைகளிலிருந்து விடுபட வைத்ததென்றும் தெரியாது. அவளின் வேதனை என்னை கலங்க வைத்தாலும் அதை இந்த மழைநீர் மறைக்க வைக்கிறது.’

வழியில் அல்பர்டோ கேட்கிறார் : மச்சான் சின்சினாவோட எதாவது நடந்ததா? மௌனிக்கும் எர்னஸ்டோவைப் பார்த்து சின்னதா கூட எதுவும் நடக்கலையா? அதைத்தொடர்ந்து அவள் கொடுத்த பதினைந்து டாலர்களை அவரிடம் கொடுக்கிறார் எர்னஸ்டோ. வட அமெரிக்கா சென்றால் அங்கே தனக்கொரு bath suit வாங்கி வரச் சொன்னதாகச் சொல்கிறார். பின்னால் புல்லட் பழுதடைந்து பணப்பற்றாக்குறை ஏற்பட்டு அப்பணத்தை அல்பர்டோ பயன்படுத்தலாமென கேட்ட போது மறுத்து விடுகிறார் எர்னஸ்டோ.

அடுத்து அந்த நதியோரம் ஒருவரின் வீட்டில் உண்ண உறங்க உதவி கோறுகிறார்கள். இருவரும் மருத்துவர்களென நண்பன் சொல்ல தான் மருத்துவம் படிப்பதாகவும் அல்பர்டோ வேதியியல் நிபுனரென்றும் உண்மையைச் சொல்கிறார் எர்னஸ்டோ. அப்பெரியவர் தன் கழுத்திலுள்ள கட்டியை பார்க்கச் சொல்ல அது புற்றுநோய் என சொல்கிறார் எர்னஸ்டோ. சாதாரண கட்டி தானென்றும் தங்களுக்கு தங்க இடம் கொடுத்தால் அவரை குணப்படுத்துவதாகவும் சொல்கிறார் அல்பர்டோ. அது புற்றுநோய் தான் என உறுதியாகச் சொல்கிறார் எர்னஸ்டோ. தங்களால் இவ்விடத்தில் வைத்தியம் பார்க்க முடியாது. தேவைப்பட்டால் பூணோஸ் ஆரிஸில் தெரிந்த மருத்துவரை பரிந்துரை செய்கிறேன் என்றதும் அவர்களை மறுத்து அனுப்பி விடுகிறார் அப்பெரியவர். அதனால் இருவருக்கும் சண்டை வர பசிக்கு பறவையை சுடுகிறார் அல்பர்டோ. அது ஏரியில் விழ சில்லிடும் ஏரியில் எர்னஸ்டோ இறங்கியபடி “தொடைகளுக்கு நடுவுல குளிர்ல உறைஞ்சிடும் போலிருக்குடா” என்றதும் “அத சும்மாத்தான வச்சிருக்க. போனா

போட்டும் போ" எனச் சிரிக்கிறார் அல்பர்டோ. பிறகு இருவரும் பறவையை சுட்டுத்தின்று பயணத்தைத் தொடர்கிறார்கள்.

பரவலாக ஜீனியஸ் எனப்படுவர்களுக்கு ஒரு நண்பர் இருப்பார். அவரோடு அன்பாகவே பயணிப்பார் ஜீனியஸ். ஆனாலும் சில குறிப்பிட்ட நிகழ்வுகளில் அவரின் நிலைப்பாடு முற்றிலும் நண்பருக்கு முரணானதாக ஒவ்வாததாகவே இருக்கும். ஜீனியஸின் முடிவுகள் அதிரடியாக ஆபத்தானதாக இருக்கும். அதை அக்கணத்தில் சமாளிப்பது கடுஞ்சவாலாகவே இருக்கும் நண்பருக்கு. தன் ஜீனியஸ் நண்பனை விடவும் முடியாமல் ஒட்டவும் முடியாமல் தத்தளிப்பார் நண்பர். அவரை மிரட்சியுடனும் புதிருடனும் ஏக்கத்துடனுமே பார்ப்பார் நண்பர். எது எப்படி இருப்பினும் இருவரும் பசித்தால் பறவையை சுட்டுத்தின்பார்கள். பகடி செய்தபடி பயணிப்பார்கள். இக்கதையிலும் அப்படியே.

பயணப்படங்களில் இது மிக முக்கியப்படைப்பாக விளங்குவதற்குக் காரணம் வால்டர் சாலஸ் செய்த பணி. அந்த தூரத்தை வெளியை காலத்தை கச்சிதமாக உணரவைத்து விடுகிறார் அவர். Sergio lèoneயைப் பொன்று நிதானமான extreme long shots அதனைத் தொடர்ந்து close up, slow pan அதற்கிணையான மெல்லிய கிட்டார் இசை. ஒவ்வொரு நிகழ்வுகளுக்குமிடையே கடக்கும் தூரத்தை text ஆக அறிவித்து விடுவது. பயணம் களைப்பு உணவு உரையாடல் ஓய்வு என இவ்வரிசையில் காட்சிகளை அடுக்கிய விதம் இவையனைத்தும் கச்சிதமாக இணைந்ததாலேயே இது செவ்வியல் படைப்பாக திகழ்கிறது.

முதல் சில ஆயிரம் கிலோமீட்டர் பயணித்த பிறகு அவர்களுக்கு சிக்கல் கூடுகிறது. வலிமையான வாகனம் வலுவிழந்து வீழ்கிறது. எச்சூழலிலும் தன் நேர்மைத்தனத்திலிருந்து பிசகுவதில்லை எர்னஸ்டோ. சீலே வந்த பிறகு அவர்கள் கண்முன் விரியும் காட்சிகள் மோசமானதாக மாறுகிறது. சுரங்கத் தொழிலாளிகளுக்கு தண்ணீர் கூட கொடுக்காமல் வண்டியில் ஏற்றிச்செல்பவர்களிடம் வாதிடுகிறார் எர்னஸ்டோ. அந்த அதிகாரி இவரை உதாசீனப்படுத்தி விட்டு கிளம்புகையில் தாங்க முடியாமல் அந்த லாரி மேல் வீசி எறிகிறார். எர்னஸ்டோ என்னும் மருத்துவ மாணவன் சே குவேரா என்னும் புரட்சியாளனாக மாறப்போவதற்கான முதல் விதை இந்நிகழ்வால் நடப்பட்டது.

சிறு வயதிலிருந்தே ஆஸ்துமாவால் அவதிப்பட்டு வந்த எர்னஸ்டோவுக்கு அப்பயணத்தில் அடிக்கடி மூச்சுத் திணறல் ஏற்படுகிறது. அல்பர்டோ அட்ரினலின் ஊசி போட்டு பார்த்துக்

கொள்கிறார். அச்சூழலில் அவரின் மருத்துவத் தேவைக்கு சின்சினாவின் பணத்தை கேட்க மீண்டும் மறுத்துவிடுகிறார் எர்னஸ்டோ.

பிப் 15. 1952. சீலே நாடு வருகிறார்கள். பூனோஸ் ஆரிஸிலிருந்து 2306 கி.மீ. பயணித்தப் பிறகு அவ்விடத்தின் ரம்மியமான மலைசூழ் பனிப்படர் ஏரியை பார்த்தபடி எர்னஸ்டோ சொல்கிறார். "நமக்கு வயசானப் பிறகு இந்த இடத்துக்கு வந்து ஒரு க்ளினிக் போட்டு இங்க வர்ற மக்களுக்கு வைத்தியம் பாக்கணும்." ஆமோதிக்கிறார் அல்பர்டோ. தொடர்ந்து தன் தாய்க்கு கடிதம் எழுதுகிறார் :

'ஒரு இடத்தை கடக்கும் போது நாம் எதை விட்டுச் செல்கிறோம்? விட்டு வந்ததன் துக்கமும் புதியதை தரிசிக்கப் போகும் பரவசமுமாக ஒவ்வொரு கணமும் இரண்டாக பிரிந்துள்ளதாகப் படுகிறது.'

அடுத்த இடம் செல்லச்செல்ல இவர்களைப் பற்றி பத்திரிகைகளில் செய்தி வர ஆங்காங்கே அறியப்படுகிறார்கள். சிறு சிறு உதவிகள் கிடைக்கின்றன. ஒரு உணவகத்தில் பெண்களிடம் சுவாரசியமான பொய்களைச் சொல்லி ஓசியில் தின்கிறார்கள். அல்பர்டோ வாய்ப்புக் கிடைக்கும் போதெல்லாம் பெண்களோடு உல்லாசமாக இருக்கிறார். தொழுநோயாளிகளுக்கு மருத்துவம் பார்க்க வந்த மருத்துவர்களென்பதால் மதிப்புடன் நடத்தப்படுகிறார்கள். அதுவரை கண்டுகொள்ளாத தொழுநோய் கொண்ட ஒரு மூதாட்டியிடம் கரிசனத்துடன் பேசுகிறார் எர்னஸ்டோ. அவருக்கு அந்த அருகாமை மிகுந்த ஆறுதல் அளிக்கிறது.

"அம்மா, அந்த பாட்டிக்கு உதவற ஆற்றல் எங்கிட்ட இல்லன்னு எனக்குத் தெரியும். இந்த ஏழை மூதாட்டி கொஞ்ச நாலைக்கு முன்ன வரையில என்ன மாதிரியே மூச்சுத் திணறலோட

அவதிப்பட்ட போதிலும் கண்ணியமாக வாழ முயற்சித்திருக்காங்க. இப்ப மரணத்தருவாயில இருக்கற அவங்களோட கண்கள்ல மன்னிப்புக்கும் ஆறுதலுக்கும் ஏங்கிட்டிருந்த தன்மை மறைஞ்சிப் போய் நம்மச் சுத்தியுள்ள இந்த மாபெரும் புதிருக்கு மத்தியில அவங்க உடம்பு இப்ப மறிக்கப்போகுது."

கடிதம் எழுதி முடித்தவரிடம் "மச்சான் அந்த ரெண்டு பொண்ணுங்ககிட்ட நான் என்ன ஆராய்ச்சி பண்ணேன்னு நீ கேக்கவே இல்லியே!" அல்பர்டோ கேட்கிறார்.

"நீ அர்ஜென்டினாவோட காமத்தூதனா இருக்கறத நெனச்சி நான் எவ்ளோ மன உலச்சல்ல இருக்கறேன்னு உனக்கு தெரியாதுடா" சிரித்தபடி இருவரும் புறப்படுகிறார்கள்.

6932 கி.மீ. அடுத்து அவர்கள் வருவது பெரு நாட்டின் cuzcoவுக்கு. அங்கே பலதரப்பட்ட சுரண்டல்களுக்கு ஆளாகி அடிமைகளாக வாழும் மலைவாசிகளை சந்தித்து உரையாடுகிறார்கள். அவ்விடத்தின் வரலாற்றை ஊர்மக்களின் வாய்வழியாக அறிகிறார்கள். சுரங்க முதலாளிகளும் பணம் படைத்தவர்களும் விவசாயிகளின் நிலத்தைப் பறித்துக் கொண்டு அவர்களை தெருவில் விடப்பட்டதை சொல்கிறார்கள் அம்மக்கள். எர்னஸ்டோ எழுதுகிறார் : 'சீலேவிலிருந்து காட்சி மாறுபடுகிறது. அல்லது எங்களின் பார்வை மாறுபடுகிறதாவென தெரியவில்லை.' 'சே' என்னும் காம்ரேடாக உருவெடுக்கப் போகும் அவ்விதையின் வளர்சிதை மாற்றமே இவ்வரிகள்.

The real voyage of discovery consists not in seeking new landscapes, but in having new eyes

- Marcel proust.

86 ⊙ காலமற்ற வெளி

மூட்டைகளுடன் மூச்சிறைக்க அடுத்து அவர்கள் மலையேறிச் செல்வது மச்சு பிச்சு குன்றை நோக்கி. வெர்னர் ஹெர்ஸாக் 'Aguire, the wrath of god' யின் துவக்கக் காட்சியை படம் பிடித்த அதே செங்குத்துப் பாதை. 7014 கி.மீ.உச்சியை அடைந்ததும் மிரட்சியில் உரைந்து போகிறார்கள்.

எர்னஸ்டோ : 'இன்காக்கள் (incas civilization கொலம்பஸ் வருகைக்கு முன்பிருந்த பூர்வகுடி நாகரிகம்) வானியல் அறுவை சிகிச்சை கனிதம் மற்றும் பல்வேறு அறிவு பெற்றவர்களாக வாழ்ந்துள்ளனர். ஆனால் ஸ்பானியர்கள் துப்பாக்கிகளை கொண்டிருந்தனர். ஐரோப்பியர்கள் காலனியாதிக்கம் செலுத்தாது இருந்திருந்தால் இப்போதுள்ள அமெரிக்கா என்னவாக இருந்திருக்கும்?'

இன்கா வழிப்பெண்ணை திருமணம் செய்து கொண்டு உரைந்து கிடக்கும் மக்களைத் திரட்டி புரட்சி செய்யலாமெனும் அல்பர்டோவிடம் தீர்க்கமாக சொல்கிறார் எர்னஸ்டோ, **'துப்பாகிகளற்ற புரட்சி எடுபடாது'**.

புரட்சிகர புத்தகங்களை வழங்கி அவர்களை ஊக்கப் படுத்துகிறார் தொழுநோய் மருத்துவர். எழுத்தாளர்கள் Mariátegui மற்றும் césar vallejo உடைய சிந்தனைகள் அவர்களை ஆக்கிரமிக்கிறது. 'புரட்சியில் மற்றொன்றை பார்த்து போலச் செய்தல் கூடாது. அது அவ்விடத்துக்குத் தக்கவாறு புதிதாக உருவாக வேண்டும்.'

அடுத்து அவர்கள் செல்லுமிடமே எர்னஸ்டோவின் மனிதப்பண்பையும் புரட்சியாளுமையையும் அவர் மனதில் நங்கூரமிட்டது. தொழுநோய் தீவிர சிகிச்சை மையம், சான் பாப்லோ. கப்பலில் சென்று கொண்டிருந்தவருக்கு மூச்சுத் திணறல் ஏற்பட அட்ரினலின் கொடுத்து ஆசுவிசப்படுத்துகிறார் அல்பர்டோ. கப்பலில் உதவிய பெண் ஒருவள் தன்னைக் கிரங்கடிக்க அவளை அடைய சின்சினாவின் பணத்தைக் கேட்கிறார். எர்னஸ்டோ சொல்கிறார் : "அத சுரங்கத்துல வேல பார்த்த கம்யூனிஸ்ட் தம்பதிகள்ட்ட கொடுத்துட்டேன்."

மருதன் பசுபதி ⊙ 87

கோபமுறும் அல்பர்டோ பிறகு சூதாட்டமாடி பணம் வென்று அன்றிரவு அவளுடன் புதிய ஆராய்ச்சியை செய்து முடிக்கிறார்.

கப்பல் மெல்ல நகர்கிறது. கடலலைகள் சலனமற்று ஒன்றன் மேல் ஒன்றெனப் பெருக்கெடுத்து உருபெறுகிறது. எழுச்சிமிகு ஆர்ப்பரிக்கும் இசை மேலோங்க கப்பல் செல்ல அதன் உச்சியில் நின்றவாறு தூரத்தில் தெரியும் நிலப்பகுதியை மக்கள் கூட்டத்தைப் பார்க்கிறார் எர்னஸ்டோ.

தொழுநோய் தீவிர சிகிச்சை மையம், சான் பாப்லோ. பெரு. ***10223 கி.மீ.*** அவர்களை வரவேற்கும் மருத்துவமனை ஊழியர்கள் உபசரிப்புக்குப் பின் நதிக்கு அக்கரையில் உள்ள தீவில் தொழுநோயாளிகள் இருப்பதாகக் கூற அவ்விடம் படகில் செல்கையில் நோயாளிகளை கையாளத் தரப்படும் கையுறைகளை அணிய மறுத்து விடுகின்றார் எர்னஸ்டோ. வழிமொழிகிறார் அல்பர்டோ. நோயுற்றவர்களிடம் கைகுலுக்க கரம் நீட்டுகையில் இருவரையும் புதிராகப் பார்க்கின்றனர். அவர்களின் வாழ்வில் வசந்தம் மலர்கிறது. இறுக்கமானச் சூழல் கலைந்து மெல்ல கலகலப்பு தலைகாட்டுகிறது. நோயாளிகள் சுதந்திரமாக நடமாடி விளையாடி குடிசை வேய்ந்து உயிர்ப்புடன் திகழ அவர்களுடன் உண்ண வரும் இருவருக்கும் உணவு மறுக்கப்படுகிறது. காரணம் அவர்கள் கிருத்துவ முறைப்படி பிரார்த்தனை செய்யாமல் இருப்பது. ஆன்மாவுக்கு உணவளிக்காமல் உடலுக்கு தரப்படமாட்டாது. ஆரம்பத்தில் கையுறை அணியாததையும் கண்டிக்கிறது நிர்வாகம். அவர்களால் அச்சிறுத்தீவிலேயே ஒரு நாட்டின் உலகின் அரசாங்கப் போக்கை உணர்ந்து விட முடிகிறது. அல்பர்டோவுக்கு சிபாரிசு மூலம் ஒரு மருத்துவமனையில் வேலை கிடைக்கிறது. மகிழ்வை நண்பனிடம் பகிர எர்னஸ்டோவொ நதியைப் பார்த்தபடி சொல்கிறார்: "இந்த நதி நோயுற்றவர்களையும் ஆரோக்கிமானவர்களையும் பிரிக்கின்றது" நண்பனை புதிராகப் பார்க்கிறார் அல்பர்டோ.

அந்த பயிற்சிக்காலம் முடிவடைந்து விடைபெறும் முன்னிறவு எர்னஸ்டோவின் 24 வது பிறந்த நாளை அனைவரும் கூடி கொண்டாடுகிறார்கள். ஆடிப்பாடி கலகலப்புக்குப் பிறகு நெகிழ்வுடன் நன்றியுரை வழங்குகிறார் மேலாளர். இறுதியாக எர்னஸ்டோ பேசுகிறார் :

"இந்த அருமையான டோஸ்டுக்கு நன்றி. நெடுந்தூரப் பயணத்துல களைச்சுப் போயிருந்த எங்கள உங்கள்ல ஒருத்தரா நெனச்சி பாத்துக்கிட்துக்கு என் பிறந்த நாள கொண்டாடனதுக்கு நன்றி. நாளைக்கி நாங்க பெருவ விட்டு கௌம்பறோம். அதுக்கு

முன்ன இந்த டோஸ்டுக்கு சம்பந்தமில்லாத வேறவொரு விஷயத்த பேசணும்னு நெனைக்கிறேன். பயப்படாதீங்க. நான் நடனமாட மாட்டேன்." எல்லோரும் கலகலப்புற, எர்னஸ்டோவின் முகம் தீவிரமடைகிறது. தொடர்கிறார் :

"இந்த உன்னதமான விஷயத்த பேச பொருட்படுத்தத்தக்க பிரதிநிகளா நாங்க இல்லாம போனாலும் இந்தப் பயணம் எங்களுக்கு ஒரு உறுதியான நம்பிக்கைய கொடுத்திருக்கு. அமெரிக்காவ நிலையில்லாத மாயையான நாடுகளா பிரிச்சி வெச்சிருக்கறது முழு கற்பனை. மெக்சிகோவுல இருந்து மெகிலன் நீரிணைகள் (Magellan straits) வரையிலான நாம ஓர் இனம். மெஸ்டிஜோ இனம் (**Mestizo race** ஐரோப்பியர்களையும் அமெரிக்க பூர்வக்குடிகளையும் ஒன்றாக அடையாளப்படுத்தும் சொல்.) அது போன்ற ஒற்றைச்சார்புடைய பிராந்திய வாதத்திலிருந்து நம்மை விடுவித்துக் கொள்ளும் விதமாக நான் பெருவுக்கும் இணைந்திருக்கும் அமெரிக்காவுக்குமான ஒரு டோஸ்ட் முன்மொழியறேன்."

எதையோ உள்ளுணர்ந்த அல்பர்டோவின் முகம் உரைகிறது. அந்த இரவு அனைவரும் இசை நடனம் மது என கொண்டாட தன் நண்பன் மற்றும் அனைவரும் எச்சரித்தும் கேளாமல் இக்கரையிலிருந்து ஒதுக்கப்பட்ட தொழுநோயாளிகள் வசிக்கும் தீவிற்கு நீந்திச்செல்ல நதியில் குதிக்கிறார் எர்னஸ்டோ. அனைவரும் பதற பாதி தூரத்தை கடந்து விடுகிறார். மூச்சுத்தினறல் ஏற்பட்டு தத்தளிக்கிறார். அக்கரையிலுள்ள மக்கள் அவரின் உறுதியைக் கண்டு ஊக்கப்படுத்துகிறார்கள். இரு கரையிலுள்ளவர்களின் ஆரவாரத்துடன் கரையை அடைகிறார். அவரை அந்நோயாளிகள் அன்போடும் மரியாதையுடனும் அழைத்துச் செல்ல இக்கரையில் கொண்டாடித் திளைக்கின்றனர். அனைவரையும் கட்டியணைத்து உற்சாகமாகும் அல்பர்டோ சொல்கிறார், "எனக்குத் தெரியும். என் நண்பன் சாதிச்சிடுவான்னு எனக்குத் தெரியும். என்ன இடர் எதிர்வந்தாலும் நதியக் கடந்துடுவான்னு எனக்குத் தெரியும்."

இந்த புரிதல் இருந்ததால் தான் எர்னஸ்டோவின் நண்பராக இருந்தார் அல்பர்டோ. மக்கள் சூழ்ந்து நிற்க அவர்களை தீர்க்கமாக பார்த்தபடி கையசைத்து விடைபெறுகிறார் எர்னஸ்டோ. அங்கிருந்து கொலம்பியா வழியாக வெனிஜுலாவில் கேரகஸ் விமான நிலையம் செல்கிறார்கள். 12425 கி.மீ. தான் அவ்விடமே தங்கிக்கொண்டு தன் நண்பனை அடுத்தகட்ட பாய்ச்சலுக்கு வழியனுப்புகிறார் அல்பர்டோ. அவர்களின் கடைசி உரையாடலே நாம் ஆரம்பத்தில் கண்டது.

சில வருடங்கள் கழிந்தபின் 1960ல் அல்பர்டோவுக்கு ஒரு கடிதம் வருகிறது. தன்னை கியூபாவுக்கே வந்து அங்கேயே தங்கி மருத்துவத் தொழில் புரியும்படி அழைக்கிறான் நண்பன் எர்னஸ்டோ. எட்டு வருடங்கள் கழித்து நண்பனை சந்திக்கச் செல்கிறார் அல்பர்டோ. அவரை நெகிழ்வுடன் வரவேற்கிறார் புரட்சியாளர் காம்ரேட் 'எர்னஸ்டோ சே குவேரா'.

கியூபா பொலிவியா விடுதலைக்காக போரிட்டவர் 1967 ல் அமெரிக்க ராணுவத்தினரால் கொல்லப்படுகிறார். என்றென்றும் தன் நண்பனுக்கு விசுவாசமாக இருக்கும் அல்பர்டோ க்யூபாவில் சான்டியாகோ மருத்துவப் பள்ளியை உருவாக்கி தன் மனைவி பிள்ளைகள் பேரப்பிள்ளைகளுடன் அங்கேயே இருந்து விடுகிறார்.

சே கொள்ளப்பட்டு பொலிவியா நாட்டிலேயே புதைக்கப்பட்டார். நாற்பது வருடங்கள் கழித்து கியூபாவின் வேண்டுகோளுக்கு இணங்கி சே'வின் எலும்புக்கூட்டை கியூபாவிடமே தந்துவிடுகிறார்கள். தங்கள் விடுதலைக்காக போராடிய உன்னதத் தலைவனை தங்கள் மண்ணிலே விதைத்து அவ்விடம் இப்படி எழுதியிருக்கிறீர்கள் :

'அவர்கள் நினைப்பது போல் அல்ல. நீ வாழ்வாய் சே'.

எல்லாப் பயணங்களும் உன்னதகங்களாவதில்லை. வெகு சில பயணங்கள் மட்டுமே நம்முள் சிறு மாற்றத்தையாவது ஏற்படுத்துகின்றன. அரிதான சில பயணங்களே நம் வாழ்க்கையையே மாற்றும் ஆற்றல் கொண்டதாகிறது. அதில் ஒன்றாகவே எர்னஸ்டோ என்னும் இளைஞனின் இப்பயணம். இதில் மகா அற்புதம் என்னவென்றால் தனிப்பட்ட ஒருவனின் அகமாற்றம் ஒரு நாட்டின் ஒரு கண்டத்தின் இவ்வுலகின் போக்கையே

மாற்றியமைத்தது. அதனாலே இது ஒரு வரலாற்றுப் பயணமாக பூரணத்துவம் பெறுகிறது. அதை கலைப்படைப்பாக்கி அடுத்த தலைமுறைக்கான ஆவணமாக நம்பிக்கையாக மாற்றிய பெருமை இயக்குநர் வால்டர் சாலஸை சேர்கிறது. இவரின் அடுத்த சாலை,

On the road

இருபுறமும் பரந்த வெளி. அதற்கு நடுவே வானில் சங்கமிப்பதைப் போன்ற பிம்பம் கொண்ட நீள்பாதை. அதில் ஒரு கார் சலனமற்று ஒருவித மோனநிலையில் செல்கிறது. அதனுள்ளே இரு ஆண்கள் ஒரு பெண். ஒருவன் ஓட்ட மற்றவன் அவனருகில். அவர்களுக்கு நடுவில் அப்பெண் (Kristan stewart). மூவரும் பிறந்த மேனியாக இருக்க அப்பெண் இருவருக்கும் ஒரே நேரத்தில் கை மைதுனம் செய்து கொண்டிருக்கிறாள். ஆண்கள் இருவரும் கிரக்கத்தில் முனக அவ்வோசையை ரசித்தபடி இன்னும் துரிதப்படுத்துகிறாள் அவள். மகிழுந்து மயக்கத்தில் சீறுகிறது. தூரத்தில் வரும் லாரி இவ்வாகனத்தின் சீறிய வேகத்தால் சற்றே கலவரமுற்று புதிருடனே நெருங்க லாரி ஓட்டுநரான பெரியவர் அவர்களை குனிந்து பார்க்கிறார். பிறகு அவள் பின் திரும்பி பார்க்கிறாள். அந்த லாரி தடுமாறி தடம் பிறள்கிறது. அவள் சிரித்தவாறே கைகளை குலுக்க பரவசப் பாதையில் பறக்கிறது கார்.

இப்படத்தின் ஒரு காட்சி இது.

உலகப் போருக்கு பின்பாக அமெரிக்காவின் எதிர்க்கலாச்சாரம் (counteculture) உருவான காலகட்டத்தை பற்றிய புதினமே

On the road. *1947*ல் வட அமெரிக்காவில் இன்ப நாட்டம் (hedonism) தேடும் சில இளைஞர்கள் இப்பயணத்தில் இணைகிறார்கள். குடி, மிதமிஞ்சிய போதைப்பொருட்கள், கட்டுப்பாடற்ற பாலின பேதமற்ற காமம், கருப்புக் கலாச்சார மோகம், ஜாஸ் இசை, என நிரந்தர தொழிலையும் குடும்பத் தடைகளையும் உதறித் தள்ளியபடி நீள்கிறது இவர்களின் பயணம்.

ஜாக் கேரொவாக்கின் இப்போக்கை சகியாத அவரின் தந்தை அவரை அருவருக்கத்தக்க கரப்பாம்பூச்சியென சாடியிருக்கிறார். ஆனால் கெரொவாக் உண்மையில் தேடியது வாழ்க்கையின் அர்த்தத்தை. அதனால் தான் உச்சபட்ச இன்பநாட்டத்தை துறந்து ஒரு குன்றில் தனிமையில் இருக்க முடிந்திருக்கிறது அவரால்.

மேற்கிலிருந்து தொடங்கிய இச்சாலை மெல்ல கிழக்கு நோக்கி வர வர (தத்துவ தரிசனத்திலும்) அவர்களுக்குள் சுய விசாரணை நிகழத்துவங்கி ஒரு கட்டத்தில் வாழ்க்கை புதுவிதமான விழிப்பை ஏற்படுத்துகிறது. சுதந்திரத்தின் தேவை எல்லை உறவுகளின் சாரம் இன்பநாட்டத்தின் உச்சமாக ஏற்படும் அபத்தம் என பாதை வெளிச்சம் பெற பார்வைகள் மாறுகின்றன. வாலிபத்தை கடந்து அடுத்த கட்டத்திற்கு தயாராகிறார்கள். அந்த அனுபவமே On the road புதினம். வட அமெரிக்காவின் மேற்கிலிருந்து கிழக்கை நோக்கிய இப்பயணம் இறுதியில் தெற்கே மெக்ஸிகோவுக்கு வருகிறது. சே மற்றும் அல்பர்டோவின் மோட்டார்சைக்கிள் பயணம் தெற்கிலிருந்து வடக்கை நோக்கியது. **Eric gautier**யின் ஒளிப்பதிவில் அமெரிக்க நிலப்பரப்புகள் அம்மக்களின் வாழ்வின் பகுதியாக ஏற்படுத்தும் தாக்கத்தை பார்வையாளர்களாக நாம் உணர்வோம்.

'பீட்' என்ற சொல்லை 1920 க்கு முன்பிருந்த ஹிப்பிகளிடமிருந்து பெற்ற ஜாக் அதற்கு திட்டவட்டமான எந்த அர்த்தமும் கற்பிக்கவில்லை. எளிமை நேர்மை ஆளம் வீச்சு என்றும் போதையடிமை திருட்டு என்று ஒருவாறு வரையறுக்கிறார். படத்தின் மைய கதாபாத்திரமான **Dean moriarty**க்கு ஜாக் வைத்த பெயர் **Neel cassady**. பீட் கலாச்சாரத்திற்கு தூண்டுகோளாக இருந்த நபரான நீல் கேசடி தன் வாழ்நாளில் எந்தவொரு படைப்பையும் எழுதவில்லை. தன் பயணத்தில் சந்தித்த கேசடியின் வாழ்க்கைப் போக்கால் உத்வேகமுற்று தன் பீட் கலாச்சாரத்தை கட்டமைத்திருக்கிறார் ஜாக்.

இப்பயணத்தில் ஆச்சர்யமளிக்கும் அம்சம் இவர் புத்தத்தை நாடியது.

கெரொவாக்கின் அடுத்த புதினம் 1959ல் வெளியான **'The dharma bums'**. தான் கடந்து வந்த பாதையை இலக்கியமாக்க கையாண்ட வகைமையை Spontaneous prose என்பவர் அதை அக்கணத்தில் தங்களின் உணர்சிகளை வெளிப்படுத்தும் ஜாஸ் இசைக்கலைஞர்களோடு ஒப்பிடுகிறார். இலக்கணமோ வேறு எவ்வித புறத்தடைகளோ தன் எண்ண ஓட்டத்தை கட்டுப்படுத்த விடாத அணுகுமுறை இது. ஆனால் அவர் இறந்து நாற்பத்திரண்டு வருடங்கள் கழித்து 2012ல் அவரின் காதலி ஒரு புத்தகம் வெளியிடுகிறார். கெரொவாக் தனது ஏழு வருட பயண அனுபவங்களை வரி வரியாக செதுக்கி வைத்தே அப்புதினத்தை உருவாக்கினார் என்கிறார். போதைக்கு அடிமையாகி மனப்பிறழ்வுக்கு ஆளானதாக கருதப்படுபவர் கடைசி வரையில் அமைதியற்றே கிடந்து வயிற்றில் இரத்தக்கசிவு ஏற்பட்டு இறந்திருக்கிறார். எப்படியிருப்பினும் இரண்டாம் உலகப் போருக்கு பிந்தய அமெரிக்க பீட் கலாச்சார இளைஞர்களின் வாழ்வை இளமையை அவர்கள் கொண்டாடி பிறகு அதைக்கடந்த விதத்தை கலையிலக்கியமாக பதிவு செய்த விதம் அதை இன்றும் அமெரிக்க இளைஞர்கள் தங்களின் வேதாகமம் போல் பாவிப்பதாக இருப்பதே அதன் சிறப்பு. அந்த பயண அனுபவத்தை அப்படியே காட்சிப்படுத்தி விட்டார் வால்டர் சாலஸ்.

"The only people for me are the mad ones, the ones who are mad to live, mad to talk, mad to be saved, desirous of everything at the same time, the ones who never yawn or say a commonplace thing, but burn, burn like fabulous yellow roman candles." **Jack kerouac.**

கசான்ஸாகிஸின் ஜோர்பா பேசும் அதே சித்தாந்தம்.

"A man needs a little madness, or else, he never dares cut the rope and be free." — **Nikos Kazantzakis.**

மார்லன் ப்ராண்டோ கப்பொலோ போன்ற பலரும் அரை நூற்றாண்டு காலம் முயற்சித்தும் செய்யமுடியாததை வால்டர் சாலஸ் செய்திருக்கிறார். On the road திரைப்படமாகியது. வால்டரின் அடுத்த சாலை,

**

Jia- zhang ke - a guy from fenyang

சீன இயக்குநரான ஜியா ஜாங்கியை அவர் பிறந்து வளர்ந்த ஃபென்யாங் என்ற ஊருக்கு அழைத்துச் செல்கிறார் சாலஸ். அவரின் பால்ய தோழர்கள் அவ்வூர் மக்கள் என ஒவ்வொருவரிடமும் அவர் சந்தித்து உரையாட காலம் மனித வாழ்வில் ஏற்படுத்தி வரும் மாற்றங்களை ஆவணப்படுத்துகிறார் சாலஸ். நவீனமய சீனாவில் வாழ்ந்துவரும் ஜியா, ஃபென்யாங்கில் ஆரம்ப காலத்தில் படம்பிடித்த படப்படிப்புத் தளங்களை தற்போது பார்க்கும் போது ஏற்படும் உணர்வு அதற்கிடையே அன்றைய நிலம் இடம்பெற்றுள்ள படக்காட்சிகளை இடையிடையே காட்டப்பட மாற்றத்தை நம்மால் உணரமுடிகிறது. சாலஸைப் போன்றே ஜியாவும் ஒரு கலைப்படைப்பு பார்வையாளனிடத்தில் ஏற்படுத்தும் சலனத்தைப் போலவே அதன் படைப்பாளனிடத்திலும் மாற்றத்தை நிகழ்த்துமென நம்புகிறார். ஜியாவை பற்றிய முழுமையான ஆவணப்படமாக இது அமையவில்லை என்று விமர்சகர்கள் சொல்வதையும் கடந்து வால்டர் சாலஸின் எல்லை தாண்டிய சிந்தனையை ஒரு கலைஞனாக உலகையே தன் வீடாக பார்க்கும் பார்வையை போற்ற வேண்டும். அடுத்த சாலை,

Central station (central do brasil)

எழுதப்படிக்கத் தெரியாத பெண் தன் ஒன்பது வயது மகனின் தந்தைக்கு கடிதம் எழுத டோரா (Fernanda

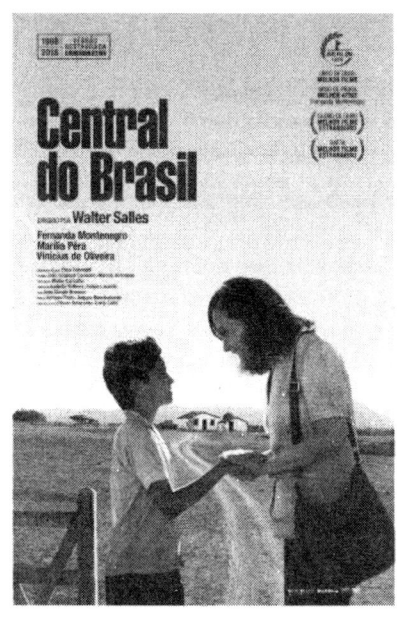

Montenegro) என்னும் ஓற்வுபெற்ற ஆசிரியையிடம் இப்படி கூறுகிறார் : 'ஜீசஸ். உங்க மகன் ஜோசுவா உங்கள பாக்கணும்னு சொல்றான். எப்ப வருவீங்க?' இப்படி தொடங்குகிறது இப்படம். டோரா சுயநலமிக்க கருணையற்ற பெண். ரியோ டி ஜெனிரியோ'வின் ரயில் நிலையத்தில் தன்னிடம் கடிதம் எழுத வரும் பலதரப்பட்ட மனிதர்களின் கண்ணீர் சந்தோஷம் பூரிப்பு நெகிழ்ச்சி என அத்தனை உணர்வுகளையும் இறுதியில் குப்பைக்கூடையில் வீசிவிடுபவர். எழுத்து மூலம் கிடைக்கும் பணம் மட்டுமே அவருக்கு பிரதாணம். அச்சிறுவனின் தாய் அடுத்த நாள் சாலை விபத்தில் மரணிக்க ஜோஷ்வா டோராவிடம் திரும்ப வந்து தன் தந்தைக்கு மறுகடிதம் எழுதித் தரச்சொல்லி கேட்கிறான். அவனிடம் பணமில்லாததால் மறுத்துவிடுகிறாள். எல்லாப் பெருநகரங்களைப் போலவே ரியோ'விலும் மக்கள் கூட்டம் ரயிலில் முண்டியடித்து இடம் பிடிக்கிறது. பசி, பர்ஸ் திருட்டு. அத்திருடர்களை சுட்டுக்கொள்கிறது போலீஸ். அவ்விடத்தில் போக்கற்று குப்பைத் தொட்டியருகே உறங்குகிறான் ஜோஷ்வா. கல் நெஞ்சோடு கடிதம் எழுதிக் கொண்டிக்கும் டோரா அவனை பார்க்கும் கணம் மனம் இளகி அவனுக்கு தான் தின்று கொண்டிருக்கும் பர்கரை பகிற அவன் மறுத்து விடுகிறான். இதுவரை பார்க்காத தன் தந்தை ஜீஸஸ் மேல் அவரின் உழைப்பின் மேல் பெரு மதிப்பு வைத்திருக்கிறான் ஜோஷ்வா. அவனை அப்படியே விட்டுச் செல்ல மனமின்றி தன் வீட்டுக்கு அழைத்துச் செல்கிறாள் அம்மூதாட்டி. திருமணமாகாத எவர்மேலும் பற்றில்லாதவள் அடுத்த நாள் அவனை அனாதை ஆசிரமத்தில் விட்டுவிட்டு அப்பணத்தில் தொலைக்காட்சிப் பெட்டி வாங்கி மகிழ்கிறாள். தன் தோழி மூலம் அது போன்ற சிறுவர்களுக்கு நேர்கின்ற விபரீதங்களை அறிந்து அவனை அவ்விடத்திலிருந்து கடத்தி வேறுவழியின்றி அவனின் பாரா தந்தையிடம் ஒப்படைப்பதற்காக ஜீஸஸைத் தேடி இருவரும் பயணிக்கிறார்கள். பிரேஸிலின் நவீன நகரமான ரியோவிலிருந்து

கடைக்கோடி கிராமம் வரை நீள்கிறது இப்பயணம். ஒரு பக்கம் வளர்ச்சி ஒரு சாராரை வசதியாக வாழவைக்க மறுபுறம் வரண்ட சூழலில் பிழைத்து வருகிறார்கள் பிரேஸிலின் கடைநிலை மக்கள். இருவருக்குள்ளும் மெல்ல ஒரு உறவு நிலைகொள்கிறது. அவர்கள் தேடியலைந்த தந்தையை (கடவுளை) கண்டடைந்தார்களா?

கருணையுணர்வற்ற மனிதர்களுக்கு கடந்தகாலக் காரணங்கள் எதுவாகவும் இருக்கலாம். ஆனால் இயல்பாக இருக்க வேண்டிய அது உயிர்ப்பதற்கான சூழலும் காலமும் வாய்ப்பது அவசியம். டோரா கணப்பொழுதில் மனமுறுகி கருணையின் வடிவமாக மாறிவிடுவதில்லை. மனிதருக்கே உரிய சஞ்சலங்கள் சந்தேகங்கள் தடுமாற்றங்கள் என அனைத்தையும் மெல்ல கடந்தே அவருக்குள் அம்மாற்றம் நிகழ்கிறது. சிறுவனும் அன்பும் உதவியும் கிடைத்ததும் உறுகி விடுவதில்லை. கோபப்படுகிறான். நிராகரிக்கிறான். தன் தந்தையின் பெருமை பேசுகிறான். இப்பயணத்தில் இத்தனையும் நிகழ்கையில் இவர்களிடேயே உயிர்க்கும் நேசம் இறுதியில் ஆழமாக வேரூன்றுகிறது.

பரவலாக இது போன்ற கதைக்களங்களைக் கொண்ட படைப்புகளில் கருணைச்சாயத்தை அள்ளி கதற கதற பார்வையாளர்களின் முகத்தில் அப்பிவிடுவார்கள். வால்டர் சாலஸ் செய்வதோ வேறு. விலகி நிற்பது. கையறு நிலையில் விடப்பட்ட சிறுவன் கருணையற்ற மூதாட்டி அவர்கள் இருவரையும் பிரேஸிலின் நெடுஞ்சாலையில் விட்டுவிட்டு விலகி நின்று வேடிக்கை பார்க்கிறார். அவர்கள் பயணப்பட சாலஸ் படம் பிடிக்கிறார். அவ்வளவே. இறுதியில் பார்வையாளனுள் ஒரு ரஸவதம் நிகழ்கிறது. அதையும் மௌனமாக பார்க்கும் வால்டருக்கு விருதுகளை அள்ளிக் கொடுக்க விலகி நின்று வாங்கிக் கொள்கிறார். பிரேஸில் சார்பாக ஆஸ்காருக்கு பறிந்துறைக்கப்பட்ட முதல் பெண் நடிகை Fernanda Montenegro. 1998 ன் சிறந்த வெளிநாட்டுப்படத்திற்கான கோல்டன் க்ளோப் விருதும் தந்திருக்கிறார்கள் இப்படத்திற்கு.

Vinicius de Oliveira என்னும் சூ பாலீஸ் போட்டுக்கொண்டிருந்த இச்சிறுவனைவிமானநிலையத்தில்கண்டதும்இக்கதாபாத்திரத்தில் நடிக்க வைத்திருக்கிறார் சாலஸ்.

சாப்ளினின் **The kid** படத்தில் அச்சிறுவன் தனக்கு பாரமாக இருப்பதை உணர்ந்த சாப்ளின் ஒரு சாக்கடைக் குழி திறந்திருப்பதை பார்த்ததும் ஒரு கணம் அவனையும் அதையும் பார்த்தபடி யோசிக்கிறார். மறுகணம் உடல் குழுங்க அக்கணநேர சிந்தனையை அச்சாக்கடையினுள் உதறித்தள்ளி விட்டு அவனுடன் பயணிக்கிறார். அத்தருணத்திலிருந்து அவரின் அனைத்து

செயல்பாடுகளும் அச்சிறுவனை மையப்படுத்தியே இருக்கும். சிறுவனிடமிருந்து அவரை காவலர்கள் கைது செய்து கூட்டிச் செல்கையில் பரிதவித்துப் போவார் சாப்ளின். பெரும்பாடுபட்டு மீண்டும் அவனை அணைக்கையில் கசிந்துருகி போவார். இதே போன்ற மற்றொரு படம் **Tsotsi**.

மேலோட்டமாக பார்த்தால் Central do brazil படம் சிறுவனை அவன் தந்தையிடம் சேர்க்க முயற்சிக்கும் ஒரு வயதானவளைப் பற்றிய கதையாகத் தெரியலாம். நிஜத்தில் இது சிறுவனைப் பற்றிய கதையல்ல. டோரா என்ற பெண்ணின் அகவிழிப்பைப் பற்றிய கதையே இது. இதில் கடவுள் மதம் போன்ற குறியீடுகள் கவனமாக கையாளப்பட்டிருக்கின்றன. இப்படத்தில் கடவுள் கடைசி வரை பாரா முகமாகவே இருக்கிறார். அவர் எங்கோ இருக்கிறார் நம்மை நேசிக்கிறார் நாளை வருவார் என்கிற நம்பிக்கை மனிதர்களை ஒன்று சேர்க்கிறது. உறவுகளை பிணைக்கிறது. சிறுவனை திட்டியதும் அவன் கோபித்துக் கொண்டு ஓடியதும் பிரார்த்திக்கும் பெருங்கூட்டத்தினூடே அவனைத் தேடி ஓடுகிறார் டோரா. ஆயிரம் விளக்குகளின் ஜோதியும் அவர்களின் உறுதிமிக்க பிரார்த்தனை ஒலியும் அவரின் அத்தனை கால இறுக்கத்தையும் கலைக்க 'ஜோஷ்வா' என்றபடி மயங்கி விழுகிறார். கண் விழிக்கையில் சிறுவனின் மடியில் அப்பெண்.

அவர்களின் பாதையில் ஒரு ட்ரங்க் ஓட்டுநர் (சாலையை மட்டுமே தன் உறவாக பாவிப்பவர்) வர அவரிடம் தன் பெண்மையை உணர்கிறார் டோரா. காதலுடன் அவர் கைகளைப் பற்றி மெய் மறக்க அவர் தன் உறவிடம் சென்று விடுகிறார். ஒரு வகையில் அவ்விடத்தில் டோராவிடம் ஒரு நல்ல மாற்றம் ஏற்பட்டபோதிலும் அது முழுமையானதல்ல. மற்றொரு வகையில் அதுவும் பலவீனமே. இறுதியில் அவர் கன்னம் வழிய பூரித்தபடி புன்னகைக்கிறார். அதுவே நிறைவு. அவரிடத்தில் அதை நிகழ்த்தவே ஜீஸஸ் முதல் ஜோஷ்வா வரை அத்தனை பேரும் அவர் வாழ்க்கையில் வந்து போகிறார்கள்.

**

வால்டர் சாலஸின் பாதை

எந்த ஒரு கலைப்படைப்பும் அது பேசும் வாழ்க்கையோடு அதை நாடுபவரிடத்தில் அது ஏற்படுத்தும் தாக்கம் அத்தோடு அதைப் படைப்பவரிடத்தில் அது ஏற்படுத்தும் மாற்றம் என அனைத்தும் சேர்ந்தே அதன் தரத்தை நிர்ணயிக்கிறது. வால்டர் சாலஸ் தன்

சாலைகளை படைக்கும் போது அக்கதை மாந்தர்களைப் போல் அவருக்குள்ளும் புதுப்புரிதலும் அக விசாலமும் ஏற்பட்டுள்ளது. பிரேஸிலை பூர்வீகமாக கொண்டிருந்தாலும் மோட்டார்சைக்கிள் டைரீஸ் எடுக்கும்பொழுது எர்னஸ்டோ போன்றே தன்னை தென் அமெரிக்க கண்டத்தில் ஒருவராக உலக மக்களில் ஒருவராக உணர்ந்திருக்கிறார்.

பிரேஸில் என்றதும் கூகுள் ரொனால்டோ ரொனால்டினோ பாவ்லோ கொயல்லோ என்று மட்டுமே சொன்னால் அது அந்நிலப்பரப்பில் விநோதமாகப் பிறந்த ஆசிர்திக்கப்பட்ட சில குழந்தைகள். அவர்களைத் தவிர மிச்சமிருக்கும் இரண்டு மில்லியன் குழந்தைகளின் புறக்கணிக்கப்பட்ட துயர் சூழ்ந்த வாழ்க்கையை யாரும் அடையாளப்படுத்த மாட்டார்கள் என்றுணரும் சாலஸ் அந்த விளிம்பு நிலை மனிதர்களின் வாழ்க்கையை தன் திரைப்படங்களில் பதிய முனைகிறார். அவர் படங்களில் அவரே அறியாத ஒரு தொடர்நிகழ்வு அப்பாக்களை தேடியலையும் மகன்கள். 1998ல் Central stationல் அப்பாவை தேடிய சிறுவன் Vinicius வாலிபனான பிறகும் 2008ல் **Linha de passe**வில் தொடர்ந்து தேடியபடியே இருக்கிறான். அதற்கான காரணத்தை விளக்குகிறார் சாலஸ். பிரேஸிலில் முப்பது விழுக்காடு பிள்ளைகள் அப்பாவை தேடிக்கொண்டு தான் இருக்கிறார்கள்.

தான் வாழும் சமுதாயத்துடன் தன்னை இயல்பாக பிணைத்துக்கொள்ளும் கலைஞனுக்கே இது சாத்தியம். வால்டரின் இப்போக்கிற்கு முன்னோடியாக இருப்பது பிரேஸிலிய இயக்குநர் நெல்சன் பெரீய்ரா **Nelson pereira dos santos)** 1963ல் எடுத்த 'விடாஸ் செகாஸ்' (Barren lives) என்ற படம். அக்காலக்கட்ட வடகிழக்கு பிரேஸிலின் கடைக்கோடி மக்கள் வாழ்வின் குறுக்குவெட்டுத் தோட்டமே இப்படம்.

ஒரு ஆண் ஒரு பெண் அவர்களின் இரு மகன்கள் ஒரு நாய் ஒரு கிளி பிரேஸிலிய வறண்ட நிலப்பரப்பில் இரை தேடி அலைகிறார்கள். நடந்து நடந்து சோர்ந்து மகன் மயங்கி விழ அத்தாயின் முன் வாஞ்சையுடன் அமர்ந்து கிறீச்சிடும் பறவையை சட்டென கழுத்தைப் பிடித்து நெரித்துக் கொல்கிறாள் அப்பெண். அதனை சுட்டுத் தின்று பசியாறுகிறார்கள். வறட்சி வறுமை. வேலை தேடி நடந்து சோர்வுற்று அமர அந்த நாய் காட்டில் ஒரு முயலை வேட்டையாடி அவர்களுக்கு கொடுக்க அதனை வாஞ்சையுடன் கட்டித்தழுவுகிறாள் அவள். தொடர்ந்து நடக்கிறார்கள். நகரில் ஒரு முதலாளியிடம் அடிமாட்டு விலைக்கு வேலையில் அமர்ந்து சேர்த்த சிறு சேமிப்பும் சூதாட்டத்தில் பறிபோக மீதிக்கூலியை

அந்த முதலாளி ஏமாற்றி விடுகிறான். மறுபடியும் பசியில் அல்லாடுகிறார்கள். நோய்வாய்பட்ட நாய் அவர்களுக்கு (கணவன் மனைவிக்கு) தொல்லையாக இருக்க சிறுவர்கள் தடுத்தும் கேளாமல் சுட்டு விடுகிறான். அது துடித்து இறக்கையில் சில முயல்கள் அந்நாயை பயத்துடன் பார்த்து ஓடி மறைகின்றன. அவற்றை பார்த்தவாறே இறந்து விடுகிறது அந்த நாய். அக்குடும்பம் எல்லா மனிதர்களைப் போல நிம்மதியான வாழ்க்கையைத் தேடி அந்த வறண்ட நிலத்தில் நடந்து அதில் மறைந்து போகிறார்கள்.

ஏறத்தாள வட அமெரிக்காவில் பீட் கலாச்சாரம் பரவலாகிக் கொண்டிந்த காலத்தில் லத்தீன் அமெரிக்க நாடுகளின் நிலை இதுவே. சே குவேரா லத்தின் அமெரிக்காவில் போராடிக்கொண்டிந்த காலக்கட்டத்தில் பிரேஸிலில் ஒரு சாராரின் வாழ்க்கையை இப்படி படம் பிடித்திருக்கிறார் நெல்சன் பெரீய்ரா. இத்தாலிய **நியோ ரியலிஷப்** பண்புகளைக் கொண்ட இப்படம் **சினிமா நோவா** காலக்கட்டத்தில் எடுக்கப்பட்டுள்ளது. இரண்டிற்குமான பொதுப்பண்புகள் :

1. தொழில் முறை நடிகர்களை பயன்படுத்தாமை.

2. படப்பிடிப்புத் தளங்களாக கதை நடக்கும் இடத்தையே பயன்படுத்துவது.

3. பேசு பொருளாக உழைக்கும் வர்க்கத்தினரின் வாழ்க்கை.

4. அன்றாட வாழ்வினை காட்சிப்படுத்துதல்.

5. சிறுவர்கள் படத்தின் பகுதியாக நடப்பவற்றை கவனிப்பவர்களாக இருப்பது.

ஒரு கலைஞன் தான் வாழும் நிலப்பகுதியில் குறிப்பிட்ட காலக்கட்டத்தின் வாழ்க்கையை பதிவதின் தேவையை வரலாற்று ரீதியாக உணர்ந்திருக்கிறார் வால்டர் சாலஸ். அவரின் தந்தை ஒரு அரசியல் நிபுனராகவும் இருந்ததால் நாடு விட்டு நாடும்

பல்வகை கலாச்சாரங்களும் இயல்பாகவே அறியும் வாய்ப்பு அமைந்திருக்கிறது சாலஸுக்கு. அண்டோனியோனியின் வெளியும் (space) *ப்ரஸானின் காலமும்* (time) *சினிமா நோவா இயக்குநர்களின் அறமும் சாலஸின் திரைக்கலையை கட்டமைக்க அடிப்படையாக இருந்திருக்கின்றன. அப்பாதையில் அவரின் பயணங்கள் நீள்கின்றன.*

**

சக பயணிகள் கேட்கிறார்கள் :

• ஆமா, எங்க போறீங்க?

• பயணிக்கலாம்ணு பயணிக்கறோம் எர்னஸ்டோ.

• போறத்துக்குனு எந்த இடமும் இல்ல. ஆனா எல்லா இடத்துக்கும் போகணும் கெரொவாக்.

• சாலை தான் என் உறவு. உறவாடிட்டிருக்கேன் ட்ரக் ஓட்டுநர்

• காலம் இடத்தை மாற்றி விடுகிறது. அதில் சிக்கி காணாமல் போன வாழ்க்கையை மீட்டெடுக்க பின்னோக்கி பயணிக்கிறார் ஜியா ஜாங் கி.

• முன்னோர்கள் போட்ட பாதையில் வரலாற்றுப் பிரக்ஞையுடன் பயணிக்கத் துவங்கி தன் பயணக்குறிப்புகளையும் சேர்த்து வருங்காலத்திற்கான வழியை அமைக்கிறார் சாலஸ். அவ்வகையில் பயணித்தே ஆக வேண்டியவை வால்டர் சாலஸின் சாலைகள்.

படச்சுருள், ஆகஸ்டு 2019.

(லத்தீன் அமெரிக்க சிறப்பிதழ்)

இடம் காலம் கலகம் கனவு: மிருணாள்

சிதையக் கூடிய நம்பிக்கைகளை நான் திடமாக மறுக்கிறேன்.
எதையும் எதிர்கொள்கிறேன்,
போராடுகிறேன்,
பதற்றத்தில் பிழைத்திருக்கிறேன்.
பிழைத்திருக்கையிலே
அப்பால் பார்க்கிறேன்.
கனவு காண்கிறேன்.

மிருணாள் சென்.

Sculpting in Time. காலத்தை உரையச்செய்தலே திரைப்படம் என்னும் அசுரக்கலையினை மற்ற கலை வடிவங்களிலிருந்து தனித்துக் காட்டும் சிறப்பம்சம். இக்கலையில் காலத்தை மீளுருவாக்கம் செய்து அதில் இரத்தமும் சதையுமாய் மனித வாழ்வை இயங்கச் செய்ய முடிகிறது.

காலம் சுருங்கியும் நீண்டும் உறைந்தும் உருகியும் நடமாடும் படிமங்களாக காட்சியாக, அதைத் தரிசிக்கும் மனிதன் தன் அகத்தையும் புறத்தையும் ஆய்வுக்குட்படுத்தி புரிந்து கொள்ளமுடிகிறது. சரியான கலைஞனிடம் அகப்படும் இக்கலையானது மனித குலத்தையே அசைக்கவல்லது. சினிமாவினால் வரலாறுகள் மாற்றி எழுதப்பட்டிருக்கின்றன. அரசாங்கங்கள் ஆட்டம் கண்டிருக்கின்றன. தனி மனிதத் துயர் மானுடத்துயராக மாறியுள்ளது. ஒரு தேர்ந்த கலைஞன் இந்த மாயவித்தையை மாற்றத்திற்கான கருவியாகப் பயன்படுத்திக் கொள்கிறான்.

அவ்வகையில் மானுடம் செழிக்கச் செய்ய தீவிரமாக இயங்கிய மகாகலைஞர்கள் வரிசையில் இந்திய ஆன்மாவின் வங்கமுகமாய் திகழ்ந்தவர் மிருனாள் சென்.

சென் படங்களில் மீளுருவாக்கம் செய்த வாழ்க்கை கல்கத்தா என்னும் பெருநகரத்தின் பொருளாதாரம் அரசியல் சூழல் மற்றும் இயற்கைப் பேரிடர் அதன்பின் அந்நில மக்களின் வாழ்க்கைத்தரம் எவ்வாறு சிதைவுற்றதென்றும் இவை ஒருபுறமிருக்க அப்புறச்சூழல் எவ்வாறு தனி மனித அகத்தையும் ஒரு கூட்டு மனோபாவத்தையும் கட்டமைத்ததென்றும் ஒரு வரலாற்று ஆவணம் போலவே பதிவாகியுள்ளது.

தன் வாழ்க்கையை எப்பொழுதுமே திட்டமிட்டு வாழவில்லை என்கிறார் சென். 1940ல் பராக்பூரிலிருந்து கல்கத்தா வந்த புதிதில் அந்நகரம் அவருக்குக் கலவையான அனுபவத்தையே கொடுத்திருக்கிறது. இடதுசாரி கொள்கைகளில் ஈடுபாடு கொண்டிருந்தவரின் கவனத்தை அந்நகரத்தின் கலவையான நிறங்கள் சூழ்ந்தபடியே இருந்திருக்கிறது. கல்கத்தா நகரத்தில் அவர் இயற்பியல் பட்டப்படிப்பு படித்த போது நாடகங்கள் பார்ப்பதுண்டு. அது அவருக்குள் ஒருவித கிளர்ச்சியை ஏற்படுத்திக் கொண்டிருந்த சமயம் கல்லூரி நூலகத்தில்

எதேச்சையாக 'ருடோல்ப் அர்னீம்' (Rudolf Arnheim)மின் 'Film' என்ற புத்தகத்தில் சினிமாவின் அழகியல் பற்றி படித்திருக்கிறார். இது தவிர 'பாரடைஸ் கஃபே' எனும் குட்டி டீக்கடையில் புரட்சிகர மனோபாவம் கொண்ட இளைஞர்கள் சிலர் நாள்தோறும் கூடி அரட்டையடிப்பார்கள். சமூக மாற்றத்தை ஏற்படுத்த இடதுசாரி கொள்கைகளை செயல்படுத்த திட்டமிடுபவர்களின் இறுதி வடிவம் திரைப்படத்தில் தான் வந்து நிற்கும். டீயும் பீடியுமாக மணிக்கணக்கில் பேசுபவர்களிடம் சுயகட்டுப்பாடே இல்லாது ஆக்ரோசமாக கத்தி சேட்டை செய்வான் ஒரு ஒல்லிப்பிச்சான். அவன் பெயர் ரித்விக் கட்டக். நண்பனை சமாளிக்க முடியாது தவிப்பார்கள் சலீல் சௌத்ரி, ரிஷிகேஷ் முகர்ஜி, தபஸ் சென், பன்ஷி சந்த்ரகுப்தா, நிருப்பன் கங்கோபாத்யாய மற்றும் மிருனாள் சென்.

மேற்கு வங்க சினிமாவின் பொற்காலம் 1950 களில் துவங்கியது. மும்மூர்த்திகளின் முதல் படங்களும் அப்போது தான் வெளிவந்தது. ரேவின் 'பதேர் பாஞ்சாலி', கட்டக்கின் 'அஜாந்த்ரிக்' மற்றும் சென்னின் 'ராத் போர்'. இவர்களில் ரே மேட்டிமைக் கலைஞர். கட்டக் இடப்பெயர்வால் அல்லலுற்று அத்துயரை கலையாக்கினார். சென் தன்னை இயக்கியது காலம் தான் என்கிறார். அந்நேரத்தில் அச்சூழலில் அவரை அலக்கழித்தவற்றை படமாக்கியிருக்கிறார். 1955 முதல் 2002ல் எடுத்த கடைசி படம் வரை தன்னை மாற்றத்திற்கு உட்படுத்தியபடியே வாழ்ந்தவர் சென். விடாப்பிடியாக எந்த கொள்கைகளையோ கோட்பாடுகளையோ கடைபிடித்ததில்லை அவர். முதல் இரண்டு படங்களும் அதீத உணர்ச்சிவயமானவையாக திரைமொழிவும் சாதாரணமாக இருந்ததென உணர்நதவர் மூன்றாம் படத்தின் உள்ளடக்கத்தை மாற்றுகிறார். சினிமா மொழி கைகூடுகிறது. மிருணாள் உலக அரங்கில் உற்று கவணிக்கப்படுகிறார்.

பதேர் பாஞ்சாலியில் ரே காட்டியது நகரவாசியின் பார்வையிலான கிராமிய அழகியலை. சென் காட்டியது உக்கிரமான யதார்த்த கிராமத்தை. இடம் இவர்

படங்களில் அக அமைப்பை பிரதிபலிப்பதாகவே இருக்கிறது. இடுங்கியன அறைக்குள் நடமாடும் கதாபாத்திரங்களை இறுக்கமானவர்களாக பார்க்க முடிகிறது. புறத்தைக் காட்சிப்படுத்துவது அது மனிதனின் அகத்துள் ஏற்படுத்தக் கூடிய தாக்கத்தை உணர்த்துவதற்காக மட்டுமே இருக்கும்.

Akaler sandhaneyவை எடுத்துக் கொண்டால் 1943ல் உண்டான பஞ்சத்தால் வங்க மக்கள் எவ்வாறு பாதிக்கப்பட்டார்கள் என்பதை படமெடுக்க 1980ல் ஒரு திரைப்படக்குழு கிராமத்திற்கு செல்வதாகப் படத்தினுள் படமாக அமைத்துள்ளார். அக்கிராமத்தைப் பல வருடங்கள் கழித்து பார்ப்பவர்களுக்கு யதார்த்தம் அதிரச்செய்கிறது. காலங்கடந்தும் மக்களின் வாழ்க்கைத்தரத்தில் எந்த மாற்றமும் நிகழாததை அறிகிறார்கள். கடைக்கோடி கிராமங்களை அரசாங்கமும் காலமும் கைவிட்ட நிலையை திரைப்படத்திலுள்ள இயக்குநர் கண்டு அதிர்வதாக காட்டுவதன் மூலம் சினிமாக்காரர்களாலும் எதுவும் செய்துவிட முடியாதென்பதை பூடகமாக உணர்த்துகிறார். பிறகெதற்கு இவ்வளவும். கலைஞன் என்பவன் ஒரு காலத்தின் மனசாட்சி.

மிருணாள் தா தான் வாழும் நிலத்தில் நிகழும் மனித வாழ்க்கையைக் கவனிக்கிறார். வாழ்வின் இயல்பான போக்கு. திசை திரும்பும் போதெல்லாம் இயற்கைக்கு புறம்பான மனித செயல்பாடுகளை காணும்போதெல்லாம் அதை ஒரு கலைஞனாகத் தன் படங்கள் மூலமாக அதே மனிதர்களுக்கு காட்டுகிறார். கலைஞனின் வேலை அவ்வளவே. கல்கத்தா முப்பட வரிசையின் முதல்படமான **'Interview'**வில் ஒரு கோட் இல்லாத ஒருவன் வழியாக கல்கத்தா நகர வாழ்வின் அபத்தத்தைக் காட்டுகிறார். இதில் ஆடை ஒரு அபத்தக் குறியீடு. இறுதிக்காட்சியில் ஒரு துணிக்கடையின் முன் நிற்கும் பொம்மைக்கு அணிவித்திருக்கும் கோட் சூட்டை அந்த இளைஞன் கிழிப்பதோடு படம் முடிகிறது.

சென் மனித வாழ்க்கையின் அபத்தங்களைச் சுட்டிக்காட்டி அதன் சமன் குலையாது வாழ்ந்திடவே கனவு காண்கிறார். புறத்தே நிகழும் மாற்றத்தை மட்டுமல்லாது அகத்தின் நிறங்களை காலமும் சூழலும் ஆட்டுவிக்க பகடையாய் மனித வாழ்க்கை உருட்டப்படுவதை காட்டுகிறார்.

Akash kushum. நடுத்தர வர்க்கத்தைச் சேர்ந்த கதாநாயகன் தன்னை பெரும்பணக்காரனாக பாவித்துக்கொண்டு தானொரு வளர்ந்து வரும் தொழிலதிபர் என்று காதலியிடம் நம்பவைத்து அடுத்தடுத்து திருமணம் வரை செல்ல உண்மை வெளிப்பட்டு காதலியின் அப்பாவால் வெளியேற்றப்பட செய்வதறியாது தலை தாழ்ந்து நிற்கிறாள் அவள். அவளைப் பிரிந்து தன் பழைய

A FILM BY UN FILM DE
mrinal sen
ek
din
prati
din

வாழ்க்கைக்கே திரும்புகிறான் அவன். வில்லியம் வைலரின் **'Roman Holiday'**வை ஒத்த முடிவுதான் இதுவும். பேராசை நிராசையாகி திரும்பிச் செல்லும் தருணமே அவர் காட்ட நினைக்கும் தரிசனம்.

Ek din pratidinயில் வீட்டிலிருந்து வெளியே சென்ற பெண் திரும்பி வருவதற்குள் அவ்வீட்டின் அங்கத்தினர் ஒவ்வொருவரின் அகங்களும் பழுது பார்க்கப்படுகின்றன. இறுதியில் தான் பார்வையாளருக்குத் தெரியும் தானும் அவ்வீட்டின் அங்கத்தினரென்று. 'காண்' திரைப்பட விழாவில் மிருனாளுடனான கலந்துரையாடலில் ஒருவர் அப்பெண் எங்கு தான் சென்றாள் என கேடடாராம். "உங்கள அந்த கேள்வி தொந்தரவு பண்ணுதில்ல. அது ஏன்னு நீங்க உங்ககிட்டயே கேளுங்க. எனக்கும் அவ எங்க போனான்னு தெரியாது" என்றாராம் சென்.

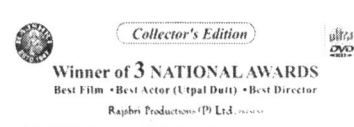

Mrinal Sen

ஃபெலினியின் 8 1/2 மற்றும் பெர்க்மனின் wild strawberriesஐ ஒத்த கட்டமைப்பைக் கொண்ட 'வூடி ஆலன்'னின் சிந்தனைப் போக்கை பிரதிபலிக்கும் படம் 'புவன் ஷோம்'. பணி ஓய்வுக்குப் பிறகு எதிலும் பிடிப்பில்லாத ஐம்பதுகளிலுள்ளவர் குஜராத்திலுள்ள ஒரு கிராமத்தின் வழியாக பயனிக்கும் போது அங்குள்ள ஒரு பெண்ணைச் சந்திக்கிறார். அவளின் எளிமையான கிராமிய

வாழ்க்கையில் தன்னை மீட்டெடுக்கிறார். மிருணாளை உலக அரங்கில் உற்று கவனிக்க வைத்த சர்ரியலிஸ்டிக் கல்ட் க்ளாசிக் படமான 'Bhuvan Shome'(Mr.Shome)யின் கதை இது.

1986ல் இந்திய ஐரோப்பிய கூட்டு தயாரிப்பான 'Genesis' என்ற படத்தில் ஒரு புதிய கலாச்சாரத்தைத் தேடிப் பயணிக்கும் மூவரின் கதையைச் சொல்கிறார். நஸீருதீன் ஷா ஓம்புரி மற்றும் சபானா ஆஷ்மி நடித்த அப்படத்தில் சகாரா பாலைவனத்தில் பாழடைந்த கட்டடங்களில் வாழ்ந்து கொண்டிருக்கும் விவசாயி ஓம்புரியும் நெசவாளர் ஷாவும் வானத்தில் பறக்கும் விமானத்தைப் பார்த்து கத்துவார்கள். “இது எங்க நிலம். இங்க எந்த வெளி வாகனங்களும் வர அனுமதிக்க மாட்டோம். போயிடுங்க. நவீன வாகனங்களுக்கு இங்க வேலை இல்ல. எங்களுக்கு தேவையும் இல்ல.” என்று வான் நோக்கி கல் எறிவார்கள். Jamiee Uysன் 'The Gods must be crazy' படத்தில் நவீனம் எட்டிப் பார்க்காத பழங்குடியினர் வாழும் பாலைவனத்திற்கு மேல் ஹெலிகாப்டரில் பறக்கும் ஒருவர் வீசி எறிந்த கோக் பாட்டில் வந்து விழ அது அவர்களுக்குள் அதுவரையிலில்லாத பேராசை பிரிவினை வன்மம் என அவர்களின் வாழ்வை சிதைக்க மீண்டும் கடவுள் அருளியதாக நினைத்த அந்தப் பொருளை வான் நோக்கி வீசி எறிவார்கள் அப்பழங்குடியினர்.

சிறு வயதில் சென்னுக்கு வினோதமான கனவுகள் வருவதுண்டு. ஒரு விமானம் சட்டென பருந்தாக மாறி பறப்பது போன்று கனவு கண்டிருக்கிறார். பின்னாட்களில் தன் மகனுடன் ஒரு மழைப் பொழுதில் அமர்ந்திருக்கையில் வானில் மின்னி மறைந்த மின்னலைப் பார்த்ததும் '70 mm Screen' என்றிருக்கிறான். அதற்கு ஒரு வாரம் முன்பு தான் 70mmல் படம் பார்த்திருக்கிறான் அவன். இதுவே தன் தாத்தாவிடம் கேட்டிருந்தால் நிச்சயம் அவர் வாழ்ந்த நிலப்பகுதியின் ஏதோவொரு அடையாளங்களே அவர் கற்பனைக்குக் காட்சியளித்திருக்கும் என்பவர் பால்யகாலத்தில் சிறார்களின் கற்பனையை சிந்தனையைத் தீர்மானிப்பது இது போன்ற படிமங்களே என அதன் முக்கியத்துவத்தை வலியுறுத்துகிறார்.

தன்னையும் தன் செயல்பாடுகளையும் ஒருபோதும் ஞாயப்படுத்தியோ வாதிட்டோ நிலைநிறுத்த முயன்றதில்லை சென். இந்த மனித கிரகத்தின் சுழற்சியையும் தன்னையும் சதா கவனித்து வந்தவர் மனிதனின் இருப்புக்கான தேவை என்ன அர்த்தம் என்ன என்ற கேள்வியுடனேயே வாழ்ந்திருக்கிறார். தன் தனிப்பட்ட வாழ்க்கையையும் கலை வாழ்க்கையையும் பிரித்துப் பார்க்கவேயில்லை. மனித வாழ்வின் புதிரைப் புரிந்து

கொள்ளவும் மனிதனைச் சிறைபடுத்தும் அகத்தலைகளையும் புற நெறுக்கடிகளையும் களையவே முயன்றிருக்கிறார். தன்னில் மட்டுமின்றி தன் சமகால கலைஞர்களின் வாழ்விலும் கலைகளிலும் அவருக்கான விடையைத் தேடியிருக்கிறார்.

தான் என்றுமே காலத்திற்குக் கட்டுப்பட்டவன் என்னும் மிருனாள் தன் செயல்பாடுகளையும் நிகழ்வுகளுக்கான தன் எதிர்வினைகளையும் தீர்மானிப்பது தன் சூழலே என்கிறார்.

இப்பிரபஞ்சத்தில் மனித இனம் தனக்கு வழங்கப்பட்டுள்ள மகத்தான ஆற்றலைக் கொண்டு தன் வாழ்வை மேன்மைபடுத்துவதிலிருந்து விலகி வேறெங்கோ எதை நோக்கியோ சென்றபோதும் நவீனம் வளர்ச்சி என்ற பெயரில் இயற்கைக்கு எதிர் திசையில் பயணப்படுவதை பார்த்தபோதும் துயருற்ற தார்கோவ்ஸ்க்கி போன்ற கலைஞர்கள் அதன் விளைவுகளைப் பதிவு செய்துள்ளார்கள். தர்காவ்ஸ்க்கியின் கடைசி படமான **'Sacrifice'**ஐ பார்த்த அனுபவத்தை இப்படி பகிர்கிறார்.

"வெறுமை சூழ்ந்த பரந்த வெளி. சலனமற்ற தண்ணீர் கிடங்கு. சுற்றிலும் செழித்துப் படர்ந்திருக்கும் மரங்கள். நிசப்தம். இலையுதிர்ந்த ஆனால் அதன் கிளைகள் வான்நோக்கி விரிந்தபடியுள்ள ஒற்றை மரம். அதை இயற்கையின் லயம் பிசகாமல் லாவகமாக நட முயற்சிக்கும் மனிதர். அவருக்குத் துணையாக அவர் மகன். அம்மரத்திற்குத் தண்ணீர் ஊற்றியவாறு தன் மகனிடம் சொல்கிறார், 'ஒரு மலையடிவாரத்தில் ஒரு துறவி இருந்தார். அவர் நாள்தோறும் காலையில் இது போலவே ஒரு இலையுதிர்ந்த மரத்திற்கு தண்ணீர் ஊற்றி கண்காணித்து வந்தார். ஒரு நாள் அம்மரம் உயிர் பெற்று அதில் பூக்களும் கனிகளும் மலர்ந்தன.' தண்ணீர் ஊற்றியபடிறே சொல்கிறார், 'அது போலவே நாம் ஒவ்வொருவரும் ஒரு வேலையை அதன் லயத்தில் தொடர்ந்து செய்து வருவோமேயானால் அது நிச்சயம் உயிர்த்து வளரவே

செய்யும். இந்த உலகம் வேறுமாதிரியானதாக இருப்பினும் அது நிச்சயம் மாற்றத்திற்கு உட்பட்டதே.'

இப்படி தொடங்கும் 'Sacrifice' படத்தின் படிமங்களிலும் ஒலியிலும் கரைந்த சென் தார்கோவ்ஸ்க்கியின் தனிமையை இறுக்கத்தை தவிப்பை உணர்ந்து கொள்கிறார். அப்படத்தின் இறுதியில் தனதானவற்றையெல்லாம் எரித்தபடி சிதைவுற்றுச் செல்லும் கதாபாத்திரத்தைப் போன்றே படப்பிடிப்பின்போது தானும் ஒருவித மயக்க நிலையில் அலைந்து கொண்டிருப்பார் தர்காவ்ஸ்க்கி. அந்நிலையை உணர்ந்த மிருனாள் சென் அப்படத்தின் மூலம் தானும் அவஸ்தைக்குள்ளாகுகிறார். பின் நிதானப்பட்டு அப்படத்தின் குறைகளை கண்டுபிடிக்க எத்தனித்து அத்தனை கூறுகளையும் தனித்தனியாக பகுத்தாய்ந்து தோற்கிறார். கடைசியில் தார்க்கோவஸ்க்கி படிமங்களையும் ஒலியையும் கோர்த்த விதத்திலும் இறுதிவரை பிசகாத அதன் லயத்திலும் அதன் மானுட நேசத்தை தரிசித்த மிருணாளுக்கு மற்றொரு கேள்வி எழாமலில்லை.

'ஏற்கனவே நொந்து ரணப்பட்ட மனிதனுக்கான விடுதலையாக தற்கொலை எப்படி தீர்வாக அமைய முடியும். அல்லது அது ஒரு தத்துவ நிலைப்பாடு மட்டுந்தானா?'

இந்த எண்ணம் உதித்ததை இறுதியாக கொள்ளவில்லை சென். தொடர் தனிமையிலும் வெறுமையிலும் உழன்ற தார்கோவ்ஸ்க்கி அதிலிருந்து தன்னை மீட்டெடுக்கும் பொருட்டு உதித்த தீர்வாகவே இது அமைந்திருக்க வேண்டுமெனும் புரிதலுக்கு வருகிறார். எனினும் தன் புரிதல் தவறாகவும் இருக்கலாமெனவும் அத்தவறுகளாலே தான் இன்றும் (தன் வயோதிகத்தில்) ஒரு அருவருக்கத்தக்க யதார்த்தவாதியாகவும் உறுதியான பொருள்முதல்வாதியாகவும் அதிகப்படியான தர்க்கங்களினால் பாதிக்கப்பட்டவனாகவும் இருக்கக்கூடுமென நினைத்துக் கொள்கிறார்.

அபத்தத்திற்குத் தீர்வாக தற்கொலையைப் பாவித்துக்கொண்ட இருத்தலியல்வாத நிலைப்பாட்டையும் இந்திய ஞான மரபையும் ஒருங்கே புரிந்துகொண்டு அதில் தனக்கான விடையை தேடியிருக்கிறார் மிருணாள் தா.

அடுத்த தலைமுறைக்கு விட்டுச் செல்லும் செய்தியின் முக்கியத்துவம் அறிந்தவர் அவர். தன் கடைசி படத்தை அது கடைசி படமென உணர்ந்தே தன் மகனுக்கு சமர்பித்திருக்கிறார் தர்காவ்ஸ்க்கி என அப்படத்தை பார்க்கும் போது தனக்கு தோன்றியதாக சொல்கிறார். அதன் நீட்சியே பித்து நிலையிலான அவரது படம் 'Genesis'.

எல்லாப்பிள்ளைகளைப் போல் சென்னுக்கும் தன் தந்தையே கதாநாயகர். சிறுவன் மிருணாள் போராளிகளுக்காக வாதாடிய வழக்குரைஞரான தன் தந்தையைப் பார்த்து வளர்ந்தவன். 1917ல் ரஷ்யாவில் நடந்த அக்டோபர் புரட்சியைப் பற்றி காங்கிரஸ் அபிமானியான தன் தந்தை பொதுமேடையில் சில்லாகித்துப் பேசியிருக்கிறார். 1930களில் காந்தியைக் கைது செய்தபோது வழக்குரைஞர்கள் வேலைக்கு செல்லாமல் போராட்டம் செய்திருக்கிறார்கள். நீதிபதியிடம் அனைவரும் பொய்க்காரணம் கூற சென்னின் தந்தை தினேஷ்சந்திரா உண்மையான காரணத்தை சொல்லியிருக்கிறார். அந்த நேர்மையும் வாய்மையும் சிறுவன் மிருணாளை கட்டமைத்திருக்கிறது. தன் மகன் CPIயின் முக்கிய கோட்பாட்டாளர்களும் மூர்க்கத்தனமான போராளிகளுமான மோகித் சென், பகல குஹா போன்றோரின் அருகாமையில் வளர விரும்பாவிட்டாலும் மிருணாள் அவர்களைப் பார்த்தே வளர்ந்திருக்கிறான். தன் படங்களின் இடதுசாரி போக்கிற்கு அதுவே அடித்தளம். ஆயினும் இன மோதல் என்று வந்ததும் தன் தந்தை இந்து மதத்திற்கு ஆதரவாக முஸ்லீம்களை எதிர்த்து செயல்படுவதை விரும்பவில்லை சென். இந்து மகாசபாவின் தலைவர் ஷியாம் பிரசாத் முகர்ஜி ஒரு மேடையில் நேதாஜியை தாக்கிப்பேச மிருணாள் நண்பர்களுடன் சேர்ந்து ஆர்பாட்டம் செய்து கைகலப்பில் ஒரு ஆசிரியரின் மண்டையில் தன் குடையால் தாக்கி விட்டு தப்பித்திருக்கிறார். பிறகு தன் தந்தையை எதிர்க்கும் பொருட்டு தான் ஒரு முஸ்லீம் பெண்ணையே மணம் முடிக்கப் போவதாகவும் சூளுரைத்திருக்கிறார். இந்த கலகமனோபாவமே பிறகு ஒன்றாய்த் திரண்டு மார்க்சியத்தை நோக்கி பயணிக்கச் செய்திருக்கிறது.

The hour of the furnaces. அர்ஜென்டினாவின் ஆவணப்படம். மூன்றாம் உலகத்திற்கான அரசியல் நிலைப்பாட்டை அர்ஜென்டினாவின் நவீன காலனியாதிக்கத்தை எதிர்த்த வரலாற்றை மையப்படுத்தி எடுக்கப்பட்ட துல்லியமான படமெனப் பார்க்கிறார் மிருணாள். **Kino - Eye** கோட்பாட்டை உருவாக்கிய **Dziga vertov** மற்றும் மூலதனத்தைப் படமாக்க ஆசைப்பட்ட **Sergei Eseinstein**னின் நீட்சியாக திகழும் முழுமையான படமென்கிறார். அச்சமயம் '**Oka oore katha**' என்ற படத்தை எடுத்திருந்தார். அக்கதையில் ஒரு கிராமத்தில் தந்தையும் மகனும் சுயமாக வேலை செய்து தங்கள் பசியை போக்கி வருகிறார்கள். தங்களை சுரண்டும் முதலாளிகளுக்கு அடிமைகளாக வாழும் ஊராரை முட்டாள்கள் என்கிறார் அப்பா. பந்தம் என்றால் ஈடுபாடு பின் அடிமைத்தனம் பின் பேரழிவு வரும் என்பதால் தன் மகன்

திருமணத்திற்கு உடன்படுவதில்லை அவர். ஆயினும் அவன் விடாப்பிடியாக மணம் முடிக்கிறான். மருமகளின் பிரசவத்திற்கு மருத்துவரை அழைக்காததால் அவள் இறந்து போக அப்பாவும் மகனும் அவளின் இறுதிச்சடங்கிற்காக ஊராரிடம் பிச்சை எடுத்து அப்பணத்தில் குடித்து கும்மாளமிட திட்டமிடுகிறார்கள்.

மற்றொரு படமான 'Baishey Shravana'வில் ஊரே புயலால் பாதிக்கப்பட்டு மக்கள் உணவிற்காக அலைந்து கொண்டிருக்கையில் தங்களின் முதல் திருமண நாளன்று கணவனும் மனைவியும் மூன்று நாட்கள் பட்டினி கிடப்பதாகிறது. அன்பு மாறி வன்மமாகிறது. பின் கிடைக்கும் உணவை தன் இணையாளுடன் பகிராமல் தானே வெறி கொண்டு முழுவதையும் தின்று முடிக்கிறான் அக்கணவன். அவனின் அச்செயல்பாட்டைக் கண்ட மனைவி தன்னை மாய்த்துக் கொள்கிறாள்.

புறத்தே சமூகம் என்னும் அமைப்பும் அரசாங்கக் கட்டமைப்பும் அதன் அங்கத்தினான தனி மனிதனின் வாழ்வில் ஏற்படுத்தும் மாற்றங்களை சாடும் சென் அதன் மற்றொரு கோடியில் நிற்கும் மனிதனின் அகநிலைப்பாட்டை அவனுள்ளிருந்து அவனை இயக்கும் விழுமியங்களையும் மிருக குணத்தையும் அலச தவறுவதில்லை. இவ்வுலகை ஆட்டுவிக்கும் கூட்டு மனோபாவங்கள் அரசாங்கச் செயல்பாடுகள் தலைமை யாவும் தனி மனிதனின் உள் கட்டமைப்பிலிருந்தே உருவாகின்றன என்பதை உணர்த்தும் விதமாகவே அவர் படங்களின் பரிணாமப் பயணம் அமைந்திருக்கிறது.

உலகம் சுறுங்கச்சுருங்க தனி அடையாளங்கள் தேயத்தேய மனித வாழ்க்கை அதன் சாரத்தை மெல்ல இழக்கும் என்பதை 90 களின் தொடக்கத்திலிருந்தே பேசி வந்திருக்கிறார். ஆரம்பக்காலத்தில் தன் பால்யத்தை வாழ்ந்து கழித்த பராக்பூர் பற்றிய நினைவுகளை கல்கத்தா குடிபெயர்ந்ததும் தவிர்த்து விடுகிறார். அடுத்தகட்டத்தை நோக்கி புது மாற்றங்களுக்கு எப்போதும் தன்னைத் தயாராக வைத்திருந்திருக்கிறார். ஆனால் கட்டக்கோ கால் நூற்றாண்டு காலமும் அத்துயரையே படம்பிடித்திருக்கிறார்.

பதேர் பாஞ்சாலியை உலகமே கொண்டாடியபோது ரேவின் படங்களிலேயே மிருனாளை மிகவும் பாதித்த படமென குறிப்பிடுவது ‘அபராஜித்தோ’வை. அப்பு வெகு காலம் கழித்து ஊருக்குத் திரும்பும் போது தன் தாயின் மரணத்தை அறிந்ததும் அவனுள் உண்டான வெறுமை மரத்துப்போன தனித்து விடப்பட்டவனைப் போன்ற உணர்வு பிரிவுத்துயர் அதிலிருந்து மீண்டு மாற்றத்திற்கு தன்னை தகவமைத்துக் கொண்டு தன் பால்யத்தில் வாழ்ந்த ஊரை விட்டுப் பிரிந்து செல்வது என ஒவ்வொரு படிநிலைகளும் தனக்கு தன் பால்யத்தையும் அது சார்ந்து மனதின் அடி ஆழத்தில் புதைந்து கிடந்த ஞாபகங்களையும் உயிர்க்கச் செய்ததாக குறிப்பிடும் சென் சமகாலத்தன்மை என்பது அணுகுமுறையைச் சார்ந்ததே தவிர காலம் சார்ந்ததில்லை என்கிறார்.

அவருடைய கடைசிப்படத்தின் தலைப்பு ‘Aamaar Bhuvan’ (My land). பற்றற்ற தன்மையை ஒரு குறிப்பிட்ட நோககத்திற்காக திட்டமிட்டே கடைபிடித்து வந்ததாகத் தெரிகிறது. இருப்பினும் தன் கடைசி காலத்தில் மனிதனை நவீனமும் உலகமயமாதலும் தாக்க தன் இருப்பிடத்தை தனிப்பட்ட அடையாளத்தை இழக்க நேரிடுதலின் வலியை தனக்குள் அனுமதிக்கிறார். பராக்பூர் ஒருமுறை போய் வருகிறார்.

முதல் படமான ‘Raat Bhore’ன் (The dawn at the end of the night) படுதோல்விக்குப் பின் ‘Neel Akasher Nichey’ (under the blue sky) வெற்றியடைந்தாலும் பிரதமர் ஜவஹர்லால் நேரு இந்தியாவுக்கும் சீனாவுக்குமான உறவை இப்படம் மேம்படுத்தியுள்ளதாக பாராட்டினாலும் அதீத உணர்ச்சிகள் மேலோங்கியும் பலவீனமான தொழில்நுட்பமும் கொண்டதென மிருணாள் அதை

அங்கீகரிக்கவில்லை. இருப்பினும் அதன் அரசியல் பார்வையை தான் முக்கியமானதாக கருதுவதாக 1992ல் கூறுகிறார். அப்பார்வை இன்றைய இந்தியாவுக்கும் பொருந்துகிறது. அது,

‘சுதந்திரத்தித்தை எதிர்நோக்கிய நம் போராட்டங்கள் யாவும் பரவலாக உலகில் ஃபாசிசத்திற்கும் ஏகாதிபத்தியத்திற்கும் எதிரான ஜனநாயக போராட்டங்களின் ஒரு பகுதியே’.

மூன்றாம் படமான **‘Baishey Shravana’**வின் தலைப்பிலேயே கலகம் செய்திருக்கிறார். வங்க மாதமான ஷ்ரவனா 22ம் தேதி என்பதே அதன் அர்த்தம். அத்தேதியில் தான் இரவீந்ரநாத் தாகூர் இறந்தார். மக்கள் வெள்ளத்தில் அவர் உடலை அடக்கம் செய்ய மயானத்திற்கு எடுத்துச் செல்கையில் அங்கே தன் இறந்த மகனின் உடலை அடக்கம் செய்வதற்காக கைகளில் ஏந்தியவாறு ஒரு தகப்பன் நின்றிருந்திருக்கிறார். தாகூர் மேல் வெறி கொண்ட மக்கள் அலைமோத கூட்ட நெரிசலில் அவர் தன் மகனைத் தவற விட்டிருக்கிறார். கட்டுக்கடங்காத கூட்டத்தில் அச்சிறுவனின் உடல் மிதிபட தேடியபடியே இருந்திருக்கிறார் அத்தகப்பன். கல்லூரியிலிருந்து நண்பர்களுடன் ஊர்வலத்தை காண வந்த மிருணாள் இக்காட்சியை பார்த்திருக்கிறார். மனதில் இந்நிகழ்வு சில வருடங்களாக தொந்தரவு செய்தபடியே இருந்திருக்கிறது. பிறகு பஞ்சத்தால் அலையும் மக்கள் கூட்டத்தின் நடுவே தங்கள் திருமண நாளன்று உணவு கிடைக்காமல் பட்டினி கிடக்கும் தம்பதியினர் அவர்களுக்குள் வன்மம் மிகுந்து அவ்வுறவு சிதைவதாக ஒரு படமெடுத்து அதற்கு இத்தலைப்பிட்டிருக்கிறார். தணிக்கைத் துறையினர் தாகூரை பெருமைப் படுத்தும் படமென பார்த்து பஞ்சம் பட்டினி தற்கொலை என்றிருந்ததால் ஏமாற்றமடைந்து அத்தேதியை மாற்றச் சொல்லியிருக்கிறார்கள். அத்தேதியில் வங்கத்தில் தாகூரைத் தவிர வேறு சிலரும் வாழ்ந்தும் மரணித்தும் சிலர் திருமணம் முடிந்தும் இருந்திருக்கிறார்களென கூறி மறுத்திருக்கிறார். டெல்லியில் மத்திய தணிக்கைத்துறைக்குச் சென்று வென்றும் இருக்கிறார். தேசிய ரீதியான முக்கியத்துவம் வாய்ந்த நிகழ்வுகளில் உணர்ச்சிவயப்பட்டு எப்படி நாம் ஒவ்வொருவரும் தனி மனிதனின் துயரத்தை உதாசீனப்படுத்துகிறோம் என்று பொருமும் சென் அப்படத்தின் முடிவை ஒரு ஐக்கூ கவிதையைப் போல விவரிக்கிறார்.

அவன் கயவன் அல்லன்
அருள் கூடியவள் அவள்
கொடியது அந்த காலம்.

இதையே கண்ணதாசன் இப்படி சொல்வார்,

உன்னைச் சொல்லி குற்றமில்லை
என்னைச் சொல்லி குற்றமில்லை
காலம் செய்த கோலமடி.

ஒரு திறமையான திரைப்படக் கலைஞன் தன்னையும் தன் சமூகத்தையும் பாதிக்கும் சம்பவங்களைத் தன் படைப்புகளில் எடுத்துக் கையாள்வதும் அதன் மூலம் சமூக மாற்றத்தை நோக்குவதும் மட்டுமே இலக்காக நிர்ணயித்துக் கொள்ளாமல் தனிமனித குழப்பங்களையும் வேதனையைப் பற்றிய விசாரணை மற்றும் மனிதனின் உள்ளார்ந்த முரண் ஆகியவற்றையும் காட்ட வேண்டியது அவசியமென்கிறார். 'காந்தகர்' எடுத்துக்கொண்டிருந்த நாட்களில் தஸ்தாவஸ்கியின் 'வெண்ணிற இரவுகளை' தழுவி ராபர்ட் பிரஸான் எடுத்த 'Four nights of a dreamer' வெளியாக அதைப் பார்த்து அது காட்டும் மனித மனத்தின் அபத்தத்தையே அவ்வாறு சொல்கிறார்.

*1990*ல் ஒவ்வொரு ஊரைப்பற்றிய படமாக கீஸ்லோவ்ஸ்க்கி உள்ளிட்ட உலக இயக்குநர்கள் பனிரெண்டு பேர் எடுத்த படங்களை தொகுத்து ஒரு ஆவணப்படம் உருவாக்கப்பட்டது. இந்தியா சார்பாக சென் கல்கத்தாவை படம் பிடிய்திருக்கிறார். அதில் முரண்களாலான மாநகரம் கல்கத்தா என்கிறார். ஒரே சமயத்தில் அதிக நெரிசல் மிகுந்த இடமாகவும் காலியான இடமாகவும், ஏழ்மையாகவும் பணம் படைத்ததாகவும், வெள்ளமும் வறட்சியும் மாறி மாறி நிகழும் இடமாக இருக்கிறதென்று சொல்வதிலிருந்தே கல்கத்தாவால் ஆக்கிரமிக்கப்பட்ட ஆளுமையாகையால் அந்நகரைப் போலவே இருண்மைத்தன்மை கொண்டவரென புரிந்து கொள்ள முடிகிறது.

ரேவுக்கும் சென்னுக்கும் இடையே கடும் வாக்குவாதம் ஏற்பட்டுள்ளது. இருவரும் கடிதங்களின் வாயிலாக நடத்திய கருத்தியல் மோதல் வங்கத்திரைப்பட வரலாற்றில் தனி அத்தியாயம். ரேவின்

படங்களைக் காட்டமாக விமர்சித்த சென் உலக சினிமா அரங்கில் இந்தியாவின் பிரதிநிதியாக ரேவையே சொல்கிறார். தனிப்பட்ட முறையில் மிகுந்த அன்பும் மரியாதையும் உண்டு அவர்மேல். ஆனால் கலை சார்ந்த விமர்சனமென்றால் பாரபட்சம் பார்த்தவரில்லை. அதனை ரேவும் நேர்மையாக ஏற்றுக் கொண்டுள்ளார்.

"அரசியல் கொள்கை மதிப்பீடுகள் தார்மீக உணர்வு என அனைத்தும் ஓரிரவில் மாறிப்போனது. கடந்த கால புரட்சிகள் யாவும் மூர்க்கத்தனமாக நிராகரிக்கலானது. முன்னெப்போதுமில்லாத இந்த அமளிக்கு மத்தியில் லெனினுடைய சிலை அப்புறப்படுத்தப்பட்டது. உள்ளூர கவனிக்கையில் நான் ஒரு குழப்பக்கிடங்காகவே உணர்கிறேன்" என்கிறார்.

சில வருடங்களுக்கு முன்பு ஒரு நேர்காணலில் இந்தியாவின் உயரிய விருதான 'தாதாசாகேப் பால்கே' தனக்கு வழங்கப்பட்டதை எப்படிப் பார்க்கிறார் என்ற கேள்விக்கு தன் மனைவி இவ்வுலகில் தன் கணவன் சொல்லிக்கொள்ளும்படியான ஏதோ ஒன்று செய்துள்ளதாலே இது போன்ற விருதுகள் வழங்கியிருக்கிறார்கள். ஆதலால் அவர் ஒன்றுக்கும் உதவாதவரில்லை என்ற எண்ணம் தோன்றியிருக்கும். அவ்வகையில் மகிழ்ச்சியே என்று நகைக்கிறார்.

மிருணாள் என்ற கலைஞர் தொடர்ந்து இயங்கியதிற்கு முக்கியக் காரணம் அவர் மனைவி. கையில் காசில்லாத காலத்தில் நடிகையான அப்பெண்ணுடன் பழகி ஒரு நாள் தன் காதலை மிருணாள் வெளிப்படுத்திய போது இருவரும் கல்கத்தாவின் ஒரு நதிக்கு மேலே ரயிலில் பயணித்துக் கொண்டிருந்திருக்கிறார்கள். சென் கையில் பொதுவுடைமை பற்றிய ஒரு புத்தகம். அது தவறி நதியில் விழுகிறது. ரயில் செல்லச் செல்ல அது பார்வையிலிருந்து மறைகிறது. மிருணாள் சொல்கிறார். "காதல் மலரும் தருணம் கம்யூனிசமும் கம்யூனிசம் மலரும் தருணம் காதலும் மறைவது ஏற்கத்தக்கதல்ல". வாழ்வையும் கலையையும் ஒன்றெனவே பாவித்து வாழ்ந்தவர் மிருணாள் சென்.

கடைசிப்படமான '**ஆமர் புவன்**' னின் துவக்கத்தில் வரும் வாசகம்,

'இவ்வுலகம் உடைய ஆரம்பித்திருக்கிறது, எரிகிறது, சிதைகிறது; இருப்பினும் மனிதர் இங்கு அன்புடனும் கருணையுடனும் மனிதாபிமானத்துடனும் தான் வாழ்ந்து வருகிறார்கள்'.

ஐம்பதாண்டு காலம் சினிமா என்னும் ஊடகத்தில் பல யுத்திகளை கற்ற கையாண்ட புதுமையை அறிமுகப்படுத்திய சென் தன் கடைசி படத்தின் திரைமொழியை மிகவும் எளிமையாக அமைத்திருக்கிறார். வடிவம் கட்டமைப்பு காட்சிகள் இசை என

எதிலும் புதுமை புகுதத்த நினைக்கவில்லை. காலங்காலமாக ஓடிய காட்டாறு ஒன்று கடலைச் சேரும் முன் நிதானித்து மெல்ல நகர்கையில் அதற்கடியில் தென்படும் தெளிவான காட்சிகளைப் போல் அன்பை அரவணைப்பை மட்டுமே மையமாகக் கொண்டு எடுத்த படமே 'ஆமர் புவன்'. பாலு மகேந்திரா தன் கடைசி படமான 'தலைமுறைகள்'ஐ அப்படியே அமைத்திருப்பார். ஒருவகையில் தர்காவ்ஸ்க்கிக்கும் மனக்குமுறலில் உளன்ற தன் 'பாரடைஸ் கஃபே' நண்பன் கட்டக்கிற்கும் சென் உருவாக்கித் தந்த புத்துலகம் என்றே இப்படத்தை சொல்லலாம்.

தன்னுடைய பெரும்பான்மையான படங்களில் சென் காட்டும் உலகம் இருந்தவை அழிந்து, பின் மீண்டுமொரு புத்துலகு தோன்றுவதற்கான சாத்தியக் கூறுகள் வாய்க்கப் பெற்றவை போன்றே அமைந்திருக்கும். இடத்தையும் காலத்தையும் தனக்கேற்றவாரு கலைத்தும் கோர்த்தும் பிரித்தும் சேர்த்தும் சென் செய்த கலகத்தின் நோக்கம் ஒன்றே. தன்னை சதா இம்சித்த கேள்விகளை பின் தொடர்வதன் மூலம் தனி மனிதனின் விடுதலைக்கான பாதையைக் கண்டறிந்து அதன் வாயிலாக மானுட விடுதலையை அடைந்திடவே அவர் கனவு கண்டிருக்கிறார். அவ்வகையில் தான் ஒரு கருவி. அவ்வளவே.

'அனுபவங்கள் மற்றும் பரிசோதனைகள் தோல்விகள் பிழைகள் மற்றும் சாதனைகள் என எவையேனும் இருப்பின், அவற்றின் வாயிலாக என்னையும் என் ஊடகத்தையும் புரிந்துகொள்ளவே முயன்றிருக்கிறேன். பின்னோக்கிப் பார்க்கையில் எனது முடிபுகளை திருத்தி கொண்டே வந்துள்ளதைக் காண்கிறேன்'. சென்.

படச்சுருள், பிப்ரவரி 2019

(மிருணாள் சென் சிறப்பிதழ்)

குட்டி ஜப்பானின் குழந்தைகள்

கொல கொலயா
முந்திரிக்கா
நரிய நரிய சுத்தி வா
கொள்ளையடிச்சவன்
எங்கிருக்கான்
கூட்டத்தில் இருக்கான்
கண்டுபிடி.

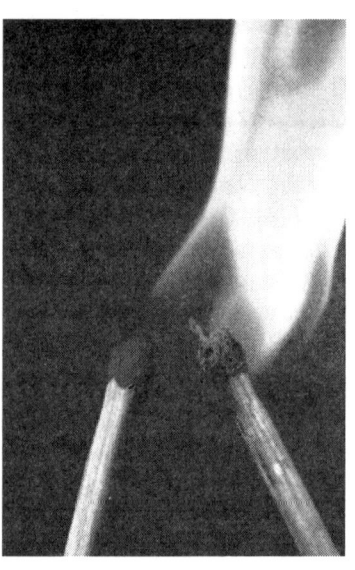

முகம் நிறைய அடர்த்தியான மஞ்சள் கலந்த பவுடர் சிறு புள்ளியிட்ட பொட்டு கைகள் தன்னிச்சையாக துரிதமாக இயங்கிக் கொண்டிருக்க நம்மை வட்ட விழி கொண்டு வெறித்துப் பார்த்தபடி வெகுளியாய் சிரிக்கும் சிறுமி. அவளுக்கருகில் அவளைவிடவும் சிறிய வயதுடைய சிறுவர் சிறுமியர் அதேப் போன்று வெறித்தபடி சிரிக்க அவர்கள் அனைவரின் கைகளும் இயந்திர கதியில் அதிவேகமாக இயங்க சாம்பல் நிற புகைமண்டலமாய் காட்சியளிக்கிறது அவ்விடம். வெறித்த முகத்திலிருந்து கீழிறங்கி இயந்திரக்கரங்களை பார்த்தால் மெல்ல உள்ளுக்குள் ஓர் அதிர்ச்சி அலை உண்டாகிறது. சில கைகள் சிறு குச்சிகளை அடுக்க மற்றவை அவற்றை கருங்கூழில் நனைக்க இன்னும் சில கைகள் அவற்றை உலர்த்த தட்டையான அட்டைகளை கணப்பொழுதில் மடக்கி இடுக்கி வீடாக்க அதன் மேல் காகிதம் ஒட்டப்படுகிறது. அதில் இருக்கும் வார்த்தைகள் ஏதோவொரு பேர்கொண்ட 'தீப்பெட்டி'.

நம் மனம் அதிர பெரு மரங்கள் ரம்பத்தால் வெட்டப்படுகிறது. இயந்திர சத்தத்தில் இருதயம் படபடக்கிறது. மறுபடியும் வெள்ளந்தியாய் வெறிக்கும் அம்முகங்கள் காட்டப்பட நம்மாள் இப்போது அச்சிரிப்பை எதிர்கொள்ள முடிவதில்லை.

கண்மூடினால் சாம்பல் சூழ்ந்த அவ்விடத்தின் தீப்பெட்டி புகையும் அவ்வாசமும் நம்மை உலுக்குகிறது.

திருப்பூரில் இயங்கும் அத்தீப்பெட்டிச் சொழிற்சாலைகளின் தலைவர் ரங்கநாதன் வெள்ளந்தியாய் அளிக்கும் பேட்டி: "சுற்று வட்டாரத்தில இருக்கற பல கிராமங்கள்ல தண்ணியில்ல. விவசாயம் பாக்க முடியல மக்களால. சோத்துக்கு திண்டாடறாங்க. பாவம் அவங்க என்ன பண்ணுவாங்க. நல்லவேலயா எங்கள மாதிரியான சிலர் தொழிற்சால தொடங்கனதால அவங்களால வயிறார சாப்பிட முடியுது.

கேள்வி : அரசாங்கம் கண்டுக்கலைங்களா?

பதில் : நல்ல கேள்வி தம்பி. அரசாங்கம் மனசு வெக்கணும். எங்கள மாதிரி முதலாளிங்களுக்கு சலுக தரணும். அப்ப தான் நாங்க ஏழைங்களோட பசிய தீக்க முடியும். உங்கள மாதிரி ஆளுங்க இந்த மாதிரி படமெடுத்து அரசாங்கத்துக்கு போட்டுக் காட்டணும். அப்ப தான் மாற்றம் வரும்.

'நிச்சயமா போட்டுக் காட்டறோம்.'

1990ல் 16mmல் எடுக்கப்பட்ட 59 நிமிடங்கள் ஓடக்கூடிய இந்த ஆவணப்படத்தை முழுவதும் பார்த்து முடிக்கும் போது சினிமா என்னும் கலை வடிவம் அதன் பார்வையாளனுள் ஏற்படுத்த வேண்டிய உணர்வை அது நங்கூரமிட்டுப் பதியச் செய்துவிடுவதை உணர முடிகிறது. கலைகள் சமூக மாற்றத்தை ஏற்படுத்தவல்லதா. இல்லை. அது அரசாங்கத்தால் சமூக களப்பணியாளர்களால் நிகழக்கூடியது. மாறாக கலைகள் தனிமனிதனுள் சலனத்தை

ஏற்படுத்தக்கூடியது. அது மாற்றத்திற்கான வித்து. அவ்வளவே. அச்சலனங்கள் பெருகி பேரலைகளாய் படர்ந்து விரிந்து ஒன்றையொன்று முட்டி மோதி உடைந்தும் சேர்ந்துமே புதுச் சாத்தியங்களை தோற்றுவிக்கும். அதுவே அதன் எல்லை. அவ்விடத்திலிருந்து தொடர்வதே அரசியல் களப்பணிகள். சுருங்கச் சொல்வதானால் கலைகள் தனி மனிதனின் அக மாற்றத்தையும் அரசியல் புற மாற்றத்தையும் ஏற்படுத்துபவை. அவ்வகையில் நம்முள் பெருஞ்சலனத்தை ஏற்படுத்தும் அறிய ஆவணப்படங்களுள் ஒன்று தான் 'குட்டி ஜப்பானின் குழந்தைகள்' (Children of little japan). பெங்களூரைச் சேர்ந்த **சலம் பென்னுராக்கர்** எடுத்துள்ளார்.

**

ஆவணப்படங்கள் பரவலாகவே அறிய நிகழ்வுகளை சமூக இடர்களை அரசாங்க மெத்தனத்தை தோலுரித்துக் காட்டும் நோக்கோடு எடுக்கப்பட்டாலும் அடிப்படையில் அது எத்தகைய மனிதனாயினும் அவனை உலுக்குகிறதா தன்னையும் தான் வாழும் இவ்வுலகையும் ஆய்வுக்குட்படுத்தத் தூண்டுகிறதா என்பதைக் கொண்டே அதன் தரத்தை மதிப்பிட முடியும். சகமனிதன் மேல் பேரன்பு கொள்ளாமல் படைக்கப்படும் எவ்வித கலையாக்கங்களையும் காலம் ஒதுக்கிச் சென்றுவிடுகிறது. வெகு சில படைப்புகளே காலம் கடந்தும் மனிதனை கசிந்துருகச் செய்கின்றன. இப்படம் எடுத்து முப்பது வருடங்கள் ஆனபோதிலும் இன்னமும் உயிர்ப்புடன் நம்மை உலுக்குவதாலேயே இது சிறந்த கலைப்படைப்பாகிறது. உலகம் வியத்தகு மாற்றத்திற்கு ஆளாகி மனிதனை மிஞ்சும் திறம்படைத்த எந்திரங்கள் ரோபோக்கள் கணினி தொழில்நுட்பங்கள் என விஷ்வரூப வளர்ச்சி கண்ட போதிலும் மனிதன் சில அடிப்படையான தொழிலை செய்வதற்கு சகமனிதனையே துன்புறுத்திச் சுரண்டி வருகிறான்.

துப்புறவுத் தொழிலாளர்கள் இன்னமும் மலம் அள்ளிப் பிழைக்க வேண்டிய நிலையில் இருக்கும் போது நம் விஞ்ஞானத்தையும் தொழில்நுட்பங்களையும் கேள்விக்குட்படுத்த

வேண்டியிருக்கிறது.'பீ' மற்றும் 'கக்கூஸ்' போன்ற ஆவணப்படங்கள் நம்மை முகம்சுழிக்கச்செய்து மூக்கையும் வாயையும் பொத்த வைக்கிறது. ஏன்? நின்று நிதானித்து யோசிக்க வேண்டிய இடங்கள் இவை. ஆனால் நம்மால் முடியாது. ஆனால் தங்கள் வாழ்நாள் முழுவதும் தலைமுறைத் தலைமுறையாக அத்தொழிலைசெய்துவரும் ஒரு கூட்டம் நாம் வாழும் இதே மண்ணில் தான் வாழ்கிறார்கள் என்பதை மறக்கலாகாது. சமூக அவலங்களுக்கு எல்லோராலும் குரல் கொடுக்கவியலாது என்பது எதார்த்தம் தான். இருப்பினும் தனியொருவன் முதலில் செய்ய வேண்டியது தன்னை நெறிப்படுத்திக்கொள்வது. பிறகு தன் வீடு. அதுவே போதுமானது. ஊரும் நாடும் தானாக மாறிவிடும். அவ்வகையான சலனத்தை அவனுள் ஏற்படுத்தக்கூடிய பணியை கலைஞர்கள் செய்துவிடுவார்கள்.

ஆவணப்படுத்துதல் அரசின் வேலை. அது சம்பிரதாயமாக கணக்கு வைக்கும். ஆனால் கலைப்படைப்பானது வெறுமனே தகவல் பதிவை செய்வதில்லை. அது வாழ்க்கையை அதன் இரத்த சூட்டோடு உரைய வைத்து காலந்தோறும் அதை பரிகாசிப்பவரின் சமன் குலைக்கும். அச்சமநிலைத் தடுமாற்றமே சீர் செய்யத் தேவையான கருவி. முப்பது வருடங்களுக்குப் முன்பிருந்த அச்சிறுவர்களின் அவலம் சற்றே குறைந்துள்ளதே தவிர முற்றாக மாறிவிடவில்லை என்பதே நிதர்சனம். இன்று அது வேறு ரூபத்தில் விஸ்வரூபமெடுத்துள்ளது. வட இந்தியர்களை அடிமாட்டு விலைக்கு வாங்கி வந்து அடிமைகளாய் வேலைக்கு அமர்த்தி அவர்கள் வாழ்வை சுரண்டும் பெரு வணிகமொன்று கடந்த பத்தாண்டுகளாகவே தமிழகத்தில் அதிகரித்து வருகிறது. அது வேறு கதை.

இப்படத்தில் ஒரு சிறுமியிடம் 'பள்ளிக்கூடத்துக்கு போறதில்லையாமா' என கேட்க 'அதுக்கு காசு வேணும். எங்கப்பா மட்டும் சம்பாதிச்சா எங்க குடும்பத்துக்கு பத்தாது' தீக்குச்சிகளை செய்தபடி அவள் கூற அவ்விடத்தின் வெப்பத்தை நம்மால் உணர முடிகிறது. பரவலாக இதுபோன்ற படங்களின் நோக்கம் மாற்றத்தை ஏற்படுத்துவதே என்ற போதிலும் அது மக்களிடத்தில் சென்று சேர்கிறதா என்றால் இல்லை. ஜான் அப்ரஹாம் போன்ற கலைஞர்கள் தங்கள் திரைப்படங்களை ஒரு இயக்கமாக ஊர் ஊராகச் சென்று பொதுமக்களுக்கு திரையிட்டுக் காட்டினார்கள். ஆனால் அது அரிதான நிகழ்வே. தற்போதய டிஜிட்டல் யுகத்தில் தனியொருவரை எந்நேரமும் தொடரலாம் என்பதால் இது போன்ற படங்கள் பகிரப்பட வேண்டும். தமிழனாக இருந்தால் பகிர். இந்தியனாக இருந்தாலும் பகிர். அடுத்த ஐந்து வருடங்கள் இப்படி பகிர்ந்துண்டே வாழ வேண்டியது தான். வேறு வழியில்லை. நம் அருகிலுள்ளவர் வாழ்க்கைக்கு அடுத்த நொடி உத்தரவாதமில்லாத சூழல் உருவாகி வருகிறது. அவ்வித சமூகச் செயல்பாடாக செய்துவருபவர்களில் தமிழகத்தில் குறிப்பிடத்தக்கவர் ஆவணப்பட இயக்குநர் ஆர். பி.

அமுதன்.

இந்திய துணைக்கண்டத்தின் மாபெரும் ஆளுமையான ஆனந்த் பட்வர்தன் 1992ல் எடுத்த ஆவணப்படம் 'In the name of god'. அதில் அப்போதைய ஆர் எஸ் எஸ் அமைப்பின் பிரதிநிதியாக அத்வானி தலைமையில் வட இந்தியாவில் மேற்கொண்ட ரதயாத்திரை இறுதியாக அயோத்தியைச் சென்றடைந்து ராமர் கோவிலை கட்டியேத் தீருவோம் என்று

சூழுரைத்ததையும் அதன் தொடர்ச்சியாக பாபர் மசூதி இடிப்பையும் ஆவணப்படுத்தியிருப்பார். இந்திய ஆவணப்பட வரலாற்றில் அதிமுக்கிய படைப்பு அது. அதற்கு இரண்டாண்டுகளுக்கு முன்பு தமிழகத்தில் அதற்கிணையான ஆக்கமாக கரு உள்ளடக்கம் வடிவம் அழகியல் அறம் என எல்லா விதத்திலும் முத்திரை பதித்த படைப்பே குட்டி ஜப்பானின் குழந்தைகள்.

**

ஆவணப்படங்களின் வடிவம் மிகவும் முக்கியம். காட்சிகளை அடுக்கும் விதத்தில் இயக்குநரின் பார்வை சார்பு அரசியல் நிலைப்பாடு ஆகியன வெளிப்பட்டுவிடும். இப்படத்தில் திருப்பூரைச் சேர்ந்த சமூகச் செயல்பாட்டாளர் பிரபாகரன் படத்தின் பெரும்பகுதியிலும் ஆதங்கப்பட்டு தன் உள்ளக்குமுறலை வெளிப்படுத்துகிறார். அவரின் பேச்சுக்கு இடையே அவ்வப்பொழுது இயந்திரமாக உணர்வற்று தங்களின் பிஞ்சுக் கரங்களைக் கொண்டு அதிவேகமாக தீப்பெட்டிகளை தயார் செய்யும் சிறுவர்களின் காட்சியை காட்டுவது அவர்களை இரட்சிக்கும் தேவனைப் போன்ற பாவனையில் பெருமிதத்தோடு பேட்டி கொடுக்கும் தீப்பெட்டித் தொழில்சங்கத் தலைவர் இக்னேஷியஸ் நாடார் போன்ற காட்சிகளை அடுக்கும் விதத்தில் பகடியும் பரிதவிப்பும் ஒருங்கே ஏற்பட்டு விடுகிறது நம்முள். அதற்கு சாட்சியாய் எங்களின் எட்டு வயது மகன் இப்படத்தை பார்த்துவிட்டு பைக்கில் பயணிக்கையில் சாலையோர பிளாட்பாரத்தில் கைத்தொழில் புரிந்து அவ்விடமே உண்டு உறங்கி வசித்து வரும் சாயம் போய் நைந்து கிழிந்த உடையணிந்த குழந்தைகளை பார்த்தபடி சொன்ன வார்த்தைகள் : “டாடி. நான் பெருசாகி பிரசிடண்ட் ஆனப்பரம் மொதல்ல செய்யற வேல என்ன தெரியுமா. சின்னப் பசங்க ஸ்கூல்ல படிக்க பணம் வாங்கக்கூடாது.”

குழந்தைகளை மந்தைகளைப் போல் மஞ்சள் வண்டிகளில் அடைத்துச் சென்று ப்ராய்ளர் கோழிகளாய் வளர்த்து சந்தையில் வீசும் கல்விக்கூடங்களுக்கு செல்வதைப்பற்றி இங்கு நாம் ஆதங்கப்படவில்லை. மாறாக ரே’வின் பதேர் பாஞ்சாலியில் அக்குழந்தைகள் இருவரும் ஒரு ரயில் வரும் சத்தம் கேட்டு அதனை பார்க்கும் ஆவலில் சந்திக்கும் அற்புத கணங்களைப் பற்றியது. இயற்கையுடனான தொடர்பைத் துண்டித்து தொழில் புரியும் இயந்திரங்களாக மாற்றி அவர்களின் குழந்தைப் பருவத்தை சிதைக்கிறார்களே. அந்த ஆபத்தை கொடூரத்தை உணர்தல். அதுவே முதல் தேவை. நான் பிரசிடெண்ட் ஆகி.. என்று தருண் சொன்ன வரி கூட நிறுவனவய திணிப்பே. ஆனால் சாலையோர குழந்தைகள் பக்கம் அவனின் பார்வை தானாகத்

திரும்பியதே, அதுதான் உன்னதமான மாற்றம். அதுவே கல்வி. அதுவே தேவை. இச்சலனத்தை அச்சிறுவனுள் ஏற்படுத்தியதே இப்படம் காலங்கடந்தும் உயிர்ப்புடன் உள்ளதற்கான சாட்சி. அது அவன் மூலம் மேலும் தொடரும்.

**

*** Aadhar and the politics of surveillance ***

'This or that particular person'. ஆதார் அட்டை கட்டாயமாக்கப்பட்ட சூழலில் தனி மனிதனின் நிலை குறித்து சுபஸ்ரீ கிருஷ்ணன் இயக்கிய இந்த ஆவணப்படத்தை முன்வைத்து டெல்லியைச் சேர்ந்த வழக்கறிஞரும் கட்டுரையாளரும் ஆய்வாளருமான உஷா ராமனாதன் அதிர்ச்சி அளிக்ககூடிய பல தகவல்களை பகிர்கிறார். ஆதாருக்கு எதிராக ஆதாரப் பூர்வமாகவும் தீவிரமாகவும் ஆரம்பத்திலிருந்தே பேசி வருபவர் இவர். அரசாங்கம் இரத்தமும் சதையுமான பிரக்ஞையுள்ள தன் குடிமக்களை வெறும் எண்களாக மட்டுமே (Bar code)பார்க்கிறது. நமக்களிக்கப்பட்ட ஆதார் அட்டைக்கு எந்த மதிப்புமில்லை. அதிலுள்ள எண்களே நாம். நம் கைரேகையானது நிரந்தரமானதல்ல. காலப்போக்கில் சிறுசிறு மாற்றங்கள் ஏற்படும். அதுபோன்றே கண்களிலுள்ள ஒளித்திரையும். இவற்றில் ஏதேனும் சிக்கலென்றால் 'நான்' என்று ஒரு தனி மனிதன் நிரூபிக்க ஏதுமில்லை.

உயிரற்ற மாயக்கோடுகளில் வாழ்கிறோம் நாம். அதுவே நிஜம். நடமாடிக்கொண்டிருக்கும் நாம் நாமல்ல. 'நான்' நானல்ல. இந்த ஆதார் முறைப்படி ஒரு மனிதனை இரண்டாக்கலாம். போலியாக்கலாம். இல்லாமலாக்கலாம். க்கலாம். லாம். ம்.

Jio sim தொலைந்ததால் duplicate சிம் வாங்க Reliance சென்றிருந்தேன். ஆதார் அட்டையை காட்ட பணியாளர் "அத நீங்களே வச்சிக்கங்க. விரல நீட்டுங்க" என்றார். பதட்டத்துடனேயே சிவப்பு லைட்டில் விரல் வைத்தேன். நல்ல வேளை. நான் இருந்தேன்.

தனி மனிதனைப் பற்றிய ஒரு நாட்டின் அரசாங்க நிலைப்பாடே இவ்வாறு இருக்கையில் உபரிகளாக ஆங்காங்கே செயல்படும் தொழிற்சாலைகளும் அதில் அடிமைகளாக கிடக்கும் மனித உதிரிகளையும் பற்றி யாரிடம் புகார் செய்ய முடியும்.

உஷா ராமநாதனின் பேச்சைக் கேட்டபோது முதலில் அதிர்ச்சியும் பிறகு பயமும் பிறகு சோர்வுற்று தனி மனிதனான நான் என் அடையாளத்தை வாழும் உரிமையை தக்கவைக்கவோ பாதுகாக்கவோ செய்வதற்கு ஏதுமில்லை என்ற கையறு நிலையில் தளர்ந்திருக்கையில் செய்ய வேண்டிய செயல் திட்டத்தை அவரே வழங்கினார். 'தனி மனிதனின் நலனில் அரசாங்கம் அக்கறை செலுத்தத் தவறுகையில் அத்தனிமனிதர்கள் கூட்டாக சேர்ந்து அரசாங்கத்திற்கு அதன் கடமையை கற்றுத்தர வேண்டும். The state should learn from its citizens.'

உண்மை தான். ஆனால் அதற்கு முன்பு தனி மனிதன் விழிப்படைய வேண்டும். தான் அடிமைப்பட்டுக் கிடக்கும் சுரணை வேண்டும். ஏதோ ஒரு நிறுவனத்தில் ஏசி அறையில் அமர்ந்தவாறு எவனுக்காகவோ உழைத்து அவன் பணத்தை பெறுக்க தன் வாழ்வை வீணடித்துக் கொண்டிருக்கிறோம் என்ற புரிதல் ஒரு சாராருக்கும் சக மனிதன் வெயிலிலும் மழையிலும் சுரங்கத்திலும் இடுங்கிய நச்சுமிழும் தொழிற்சாலைகளிலும் தங்களின் உயிரை உருக்கி பிழைப்பதற்காக உழைத்துக் கொண்டிருக்க அதை விட மோசமான நிலையில் சிறுவர் வாழ்வு நசுக்கப்பட்டுக் கொண்டிருக்கிறது என்ற உணர்தல் ஏதோவொரு வகையில் அவர்களளவில் பாதுகாப்பாக சுகமாக வாழ்ந்து கொண்டிருக்கும் பெருங்கூட்டத்திற்கு ஏற்படுவதே முதல் தேவை. மனிதன் தேடிப்போய் இவற்றை கண்டறிய முற்படமாட்டான். இவ்விடத்தில் தான் இது போன்ற கலைப்படைப்புகளும் கலைச்செயல்பாட்டாளர்களும் பங்காற்றுகின்றனர். சகவயது சிறுவர் வாழ்வு சீரழிக்கப்படுவதை கண்டு கசிந்துருகும் சிறுவனுக்கும் தான் என்ற அடையாளம் அழிக்கப்படுவதை அறிந்து அதிரும் குடிமகனுக்கும் அந்த அகவிழிப்பைத் தரும் ஒளியாய் இப்படைப்புகள்.

**

பிரிட்டிஷ் இயக்குநரான கென் லோச் 'சின் சமீபத்திய திரைப்படமான 'I, daniel blake' அரசு எந்திரத்தின் அபத்தச் செயல்பாடுகளை மெத்தனத்தை அரசாங்க விதிகளின் பெருங்குறைகளை போதாமையை துள்ளியமாக வெளிப்படுத்தியப் படம். நவீன வளர்ச்சிக்கு தகவமையாத முதியவர் தனக்கு வரவேண்டிய அரசாங்க ஓய்வூதியத்துக்காக அரசு அலுவலகங்களுக்கு

நடையாய் நடந்து போராடுகிறார். டிஜிட்டல் உலகம் அவரை உதறித்தள்ளுகிறது. அரசாங்கச் சுவர்களில் "டேனியல் ப்ளேக் என்கிற நான் பட்டினி கிடந்து இறப்பதற்கு முன்பே எனக்கான நீதி கிடைக்க வேண்டுகிறேன்" என எழுதி சாலையில் அமர்ந்து போராடுகிறார். இறுதியில் மாரடைப்பால் இறந்து போகிறார். நம்மைச் சுற்றியுள்ள வாழ்வு நசுக்கப்படும் வலியை வேதனையை உணர மறக்கும் சுரணையற்றவர்களாய் வாழப்பழகி வருவதை நாம் அறிவோமா? சமீபத்தில் ஸ்டெர்லைட் போராட்டத்தில் சுட்டுக்கொல்லப்பட்ட அப்பாவி மக்களுக்கான நீதி கேட்டு போராடிய தோழர் முகிலனை சில மாதங்கள் யாரோ கடத்தி வைத்து தன் உடலையும் உள்ளத்தையும் வதைத்ததாக வெளிவந்த அவரே சொல்கிறார். ஆனாலும் அவர்மேல் பாலியல் தான் வழக்கு தொடரப்படுகிறது. ஆனால் அதை செய்ய வேண்டிய பொள்ளாச்சி விவகாரத்தில் மெத்தனம். இச்சூழலில் இரயிலின் முன்பு அமர்ந்து நீதி கேட்டு மறியல் செய்யும் முகிலனை ஒரு வாலிபன் தாக்குகிறான். சுற்றி வேடிக்கை பார்க்கும் பயணிகள் அவருக்கு அறிவுரைக்கிறார்கள். "நீ ஒருத்தன் இப்படி ஒக்காந்து கத்துனா மாற்றம் வந்துடுமா. வழி விடு. நாங்க போகணும்". சார் அவ்வளவு அவசரமா எங்க கௌம்பிட்டீங்க? அவரு சீக்கிரம் ஒரு இடத்துக்கு போகணும். போனப்பறம்.. அங்கேந்து இன்னொரு எடத்துக்கு வேகமா போகணும். அதான் அவருக்கு முகிலனெல்லாம் எடஞ்சலா இருக்கறாங்க.

பாலாஜி சக்திவேலின் 'சாமுராய்' படத்தில் போராளி விக்ரமை கைது செய்து போலீஸ் ஜீப்பில் அழைத்துச் செல்கையில் ஒரு சிக்னலில் வண்டி நிற்கிறது. அவ்விடம் ஒரு பைக்கில் கணவன் மனைவி குழந்தை குடும்பமாக சிர்த்துப் பேசி கலகலப்புடன் இருப்பதை இரும்புக்கம்பிகளுக்குள்ளிருந்து பார்க்கும் போலீஸ் அதிகாரி விக்ரமை பார்த்து கேட்கிறார், "ஏன்டா நாயே. நீயும் ஏன்டா இவங்கள மாதிரி இல்லாம இப்புடி இருக்கற?" அவர்களை

தவிப்புடன் பார்த்தபடி தீர்க்கமாகச் சொல்கிறார் விக்ரம் : "இவங்கள்லாம் இப்படி சந்தோஷமா இருக்கறதுக்காக தான் நான் இப்படி இருக்கறேன்".

நிஜ வாழ்வில் இப்படிப்பட்ட தியாக உள்ளத்தோடு நமக்காக போராடும் என்னற்ற தோழமைகள் இருக்கிற நிலையில் சாமான்யர்களாய் குறைந்தபட்சம் நாம் செய்ய வேண்டியது அவர்களை பழிக்காமல் இருப்பது. முடிந்தால் அவர்களுடன் கைகோர்ப்பது அல்லது குரல் கொடுப்பது. அதற்கு சகமனிதனை நேசிக்கும் நெஞ்சம் வேண்டும். இது போன்ற கலைப்படைப்புகள் அதை செவ்வனே செய்கிறது.

**

பதேர் பாஞ்சாலியில் மஞ்சள் நீராட்டு விழாவில் தன் வயதை யொட்டிய சிறுமிக்கு மஞ்சள் நீராட்டு விழா நடக்க அவளுக்கு அலங்கரித்து உறவினர் அனைவரும் கூடி குதூகலமாக கொண்டாடுவதை ஏக்கத்துடன் பார்ப்பாள் சிறுமி துர்கா. Bicycle thievesல் திருடு போன சைக்கிளை தேடியலைந்து களைப்புற்று பசிக்கு ஒரு உணவகம் செல்கிறார்கள் தந்தையும் மகனும். அவர்களின் பொருளாதார சூழலுக்கு சற்றே மிகையான இடம் தான் அது. பக்கத்து டேபிளில் ஒரு சிறுவன் குடும்பத்துடன் அதிக விலைகொண்ட உணவை சுவைத்துக் கொண்டிருக்க விலை குறைவான உணவை உண்டபடி அதை ஏக்கத்துடன் பார்க்கிறான் மகன். அவனை கவனிக்கும் தந்தை அவனை அதட்ட திரும்பிக் கொள்கிறான். தன் மகன் ஏங்குவதை உணர்ந்த தந்தை தன் செயலால் வருந்தி 'நமக்கு காசு வந்தப்பறம் அது மாதிரி நல்லா சாப்பிடலாம்' என அவனை சமாதானப்படுத்துகிறார். குட்டி ஜப்பானின் குழந்தைகள் இவ்வுணர்வையே அறியாதவர்கள். அவர்கள் பார்த்து ஏங்குவதற்கு வெளியுலக அறிமுகம் தேவை. விடியும் முன் லாரியில் அள்ளிக்கொண்டு போய் ஆலைகளுக்குள் விட்டதும்

இயந்திரமாய் சுழல்பவர்கள் இருட்டியபின் எடுத்துச் சென்று வீட்டினுள் எறியப்படுகிறார்கள். அவர்களை படம் பிடிக்கையில் நம்மை பார்த்து சிரிப்பதை தாங்கிக் கொள்ளமுடிவதில்லை. அது ஏன் என்ற விசாரனையை நம்முள் நிகழ்த்துவதே இது போன்ற படத்திற்கு நாம் செலுத்தும் நன்றி.

அயல் சினிமா, **ஜூலை 2019.**

கட்டுடைத்து கட்டமைத்தல் : க்விண்டின் டெரெண்டினோ

Inglorious Bastards எனும் குழுத் தலைவன் பிராட் பிட் நாஜி போர்ப்படை அதிகாரியான கிரிஸ்டோபர் வால்ட்ஸ்' வுடைய மண்டையின் மேலடுக்கை அறுத்த பின் (கட்டுடைத்தல் எனப்படும் பின் நவீனத்துவத்தின் முக்கிய அம்சம் தலைமையை மையத்தை சிதைத்தல்) அவன் நெத்தியில் நாஜிக்களின் குறியான 'ஸ்வஸ்திகா'வை இரத்தம் பீறிட கத்தியில் கீறிட வால்ட்ஸின் கால்கள் துடிதுடிக்கிறது. அலறல் அரங்கம் அதிரச் செய்ய பிராட் பிட் தன் உதவியாளனிடம் சொல்கிறார் "I think this must be my master piece." - Cut. A film by Quentin Tarantino. இன்றளவில் இப்படம் தான் க்விண்டின் டெரெண்டினோவின் உச்சம்.

திரைப்படக்கலையை வாழ்வை புரிந்து கொள்ளும் ஒரு ஊடகமாகப் பயன்படுத்துவது ஒரு சாராரின் அணுகுமுறை. மற்றொரு சாரார் இக்கலையை அதன் தனித்துவத்தை ஒரு ஊடகமாக மட்டும் பயன்படுத்தி பரவசப்படுத்துவார்கள். ஒரு திரைப்படக் கலைஞனுக்கு தேவையான அறத்தின் வரையறை என்ன ? சமீபத்தில் வெளியாகி வணிக வெற்றிபெற்ற படமான 'ராட்சஷன்' னின் கதைப்படி நாயகன் வயோதிக நோயால் பாதிக்கப்பட்ட சிறுவன் சக மாணவர்களுடன் தானும் இயல்பாக வாழ ஏங்குகிறான். ஆனால் இச்சமூகம் அவனைப் புறக்கணிக்க ராட்சஷனாய் மாறி கொலை செய்கிறான். நல்ல மனிதனாக வாழ விரும்பியவனை கொலைகாரனாக மாற்றி அவனுக்கு ராட்சஷன் எனப் பெயரிட்டு சிறையில் அடைக்கப்படுகிறான்.

இவ்விடத்தில்தான் ஒரு கலைஞனின் அறத்தை அலச வேண்டியிருக்கிறது. சில வருடங்களுக்கு முன்பு வெளியான மற்றுமொரு படமான தனுஷின் '3' ல் பைபோலார் டிஸ்ஸார்டரால் பாதிக்கப்பட்ட நாயகன் இறுதியில் தன் மனைவியைப் பிரிந்து கழுத்தை அறுத்துக்கொண்டு இறந்து போகிறார். இதே நோயால் பாதிக்கப்பட்டவர்கள் இப்படத்தைப் பார்த்தால் அவர்களின் அகத்துள் இது எவ்வித பாதிப்பை ஏற்படுத்தும்? 'ஸ்பைடர்' என்ற படத்தில் வெட்டியானின் மகன் சாவைப் பார்த்து பரவசப்படும் வியாதியால் பாதிக்கப்பட்டவன், வளர்ந்த பின் பெருங்கூட்டங்களை கொல்பவனாக சித்தரிக்கப்படுகிறான். சினிமா ரசிகனை எப்படியாவது தங்கள் வசம் இழுப்பது மட்டுமே ஒரு கலைஞனின் நோக்கமாக இருக்கலாமா?

பொழுது போக்குச் சாதனமாக பார்க்கப்படும் இதே ஊடகத்தைக் கொண்டுதான் மனித வாழ்வின் மகோன்னதங்களை தரிசிக்கவும் சமூக மாற்றங்களை நிகழ்த்தவும் தனி மனிதனுள் ஏற்படுத்தும் சலனத்தின் மூலம் சாத்தியப் படுத்தியிருக்கிறார்கள் நம் முன்னோர்கள். சினிமா என்னும் கலைவடிவத்தின் வகைமைகளை கவிதையாக புரட்சியாக யதார்த்தமாக கனவாக அணுகுவதைப் பார்க்கிறோம். அதில் ஒன்று தான் அதிர்ச்சிக்கலை. மனிதனை அதிர்ச்சிக்குள்ளாக்கி அவன் சமன் கலைத்து மீண்டும் புதிதாய் அடுக்கச் செய்வது. அவ்வல்லமை பெற்றவர்களுள் ஒருவரே க்விண்டின் டெரெண்டினோ. அதிர்ச்சி பயம் முதலான உணர்வுகளை சுவாரஸ்யத்திற்காக மட்டும் பயன்படுத்துதல் திருப்பங்களை காட்டி கலவரப்படுத்துதல் இவை அனைத்தையும் கதை கோராதபோதும் அதை வழிந்து திணிக்காமல் வேண்டிய உணர்வை பார்வையாளனுள் ஏற்படுத்தப் பயன்படுத்துவது தான் டெரெண்டினோ போன்றோரின் தனித்துவம்.

பின்நவீனத்துவத்தின் முக்கிய நோக்கம் மையத்தைக் கலைத்தல்.

அதுவரையிலான சட்டங்களை தகர்த்தெறிந்து (Breaking the rules) பன்மைத்துவத்திற்கு இடமளித்து அது சார்ந்த தன் எண்ணங்களை பிரதிபலிக்கும் வண்ணம் சினிமா என்னும் ஊடகத்தை வளைத்துப் பார்த்தல். அவ்வகைமையை திறம்பட கையாளும் கலைஞரான இவர் தனக்கு முன்னோடிகளாக கொதார்தை'யும் **(Jean luc godard)** 'லியோனி'யையும் **(Sergio leone)** கொண்டிருக்கிறார். **Resoervoir dogs** முதல் வரவிருக்கும் **Once upon a time in Hollywood**'ன் முன்னோட்டம் வரையிலான ஒன்பது படங்களின் மையமும் வன்முறை பயம் அதிர்ச்சி கொண்டாட்டம் ஆர்ப்பரிப்பு என்பதாகவே இருக்கிறது. ஆல்ப்ரெட் ஹிட்ச்காக் ப்ரைன் டி பால்மா ஸ்டான்லி குப்ரிக் ஆகியோரை தன் ஆதர்சன கலைஞர்களாக கொண்டவர் அனைத்துப் படங்களிலும் அவர்களின் நீட்சியாகவே இருக்கிறார்.

பரவலாக இவர்கள் அனைவரின் படைப்புகளுக்கும் இருக்கும் பொதுத்தன்மை 'பாணி' (Style). 'The good, the bad and the ugly' முதற்கொண்ட செர்ஜியோ'வின் அனைத்துப்படங்களும் சினிமா என்ற ஊடகத்தின் உத்திகளை கச்சிதமாகப் பயன்படுத்தி அரங்கத்தினுள் படம் பார்த்தல் என்னும் பிரம்மாண்டமான அனுபவத்தை பார்வையாளனுக்கு வழங்கியப் படைப்புகளே. அவ்வழித்தோன்றலாக வந்தவர்களில் இருவர் டெரெண்டினோ மற்றும் 'இனாரிட்டு' **(Alegandro G. Inarritu)**. Comical way of presenting a film என்பார்கள். சில படங்களில் கொலை செய்தல் இரத்தம் சொட்டுதல் போன்ற காட்சிகள் பார்வையாளர்களை நேரடியாக தாக்குவதை தவிர்க்க அனிமேஷனை பயன்படுத்துவார்கள். தமிழில் 'ஆளவந்தான்' போல. அவ்வித விலகி அணுகும் போக்கை நிகழ்த்தவே சூழலுக்கு பொருந்தாத இசை பாடல்கள் பகடி போன்ற யுக்திகளை பயன்படுத்துவார்கள் தேர்ந்த இயக்குநர்கள். அகநிலை உணர்தலை தவிர்த்து புறநிலைகளிலிருந்து பார்ப்பதால் அச்சூழலின் தன்மை கதாபாத்திரங்களின் செயல்பாடு அவற்றிற்கான காரண காரியம் போன்றவற்றை அலசவும் புரிந்து கொள்ளவும் வழிவகுக்கிறது. க்விண்டின் அவ்வகைக் கலைஞரே.

ஒரு திரைப்படத்தை எவ்வகைகளிலும் அலங்கரிக்கலாம். இசை ஒளிப்பதிவு படத்தொகுப்பு நடிப்பு என அத்தனையிலும் புதுமை செய்யலாம். ஆயினும் இறுதியில் அக்கலைப்படைப்பு பார்வையாளனுள் தன்னையோ தான் வாழும் சூழலையோ புரிந்து கொள்ளத் தூண்டுகிறதா இப்பிரபஞ்சத்தை பற்றிய ஏதோவொரு

தரிசனம் சிறு கீற்று ஒரு சலனத்தையாவது ஏற்படுத்தியதா என்பதே முக்கியம். தால்ஸ்தோய் தனது ‘புத்துயிர்ப்பி’ன் இறுதியில் அனைத்து சிக்கல்களுக்குமான தீர்வை பைபிளின் ஸ்லோகங்களை குறிப்பிட்டு புதினத்தை முடித்து விடுவார். மதத்தை தீர்வாக ஏற்க வழியுறுத்துவதல்ல அது. பெருங்கூட்டத்தை கவரும் மதத்தினூடாக வாசகன் பயனப்பட்டு அதைக்கடந்து தனக்கு வேண்டியதை கண்டடைய வேண்டும். Pulp Fictionன் இறுதியும் அப்படியே. **The Hateful Eight**ன் துவக்கமும் அப்படியே.

‘லியோனி’ யின் லென்சிங் (Lensing), அண்மைக்காட்சிக்கு அடுத்ததாக பரந்த காட்சியைக் காட்டுதல், இசையின் பயன்பாடு (**Ennio Morricone**’வின் இசைக்கேற்றவாரு இவர் காட்சிகளை வடிவமைப்பார்) கொடூரத்தன்மை, Black humour போன்றவை டெரெண்டினோவின் ஆதர்சணம். ராபர்ட் ப்ரஸான் கோட்பாட்டின் படி காட்சிகளால் சொல்ல முடியாத உணர்வை உணர்த்தவோ அல்லது காட்சி மூலம் ஏற்படும் உணர்வை அதீதப்படுத்துவதற்கோ தான் இசை முதலான ஒலி வடிவங்களைப் பயன்படுத்த வேண்டும். டெரெண்டினோவின் படங்களில் அதிகம் இடம் பெறும் பாடல்கள் உள்ளிட்ட ஒலி வடிவங்கள் யாவையும் அவ்வாறே செயல்படுகின்றன. மிகவும் உக்கிரமாக வதைக்கும் காட்சிகளுக்கு கொடூர மரணங்களுக்கு அவலத்திற்கு பின்னணியாக குதூகலமான பாப் பாடல்களை ஒலிக்க விடுகிறார். அது அக்காட்சியை விலகி நின்று பார்க்க வைக்கிறது. அதே சமயம் அடிப்படை மனித உணர்வுகளை தூண்டத் தவறுவதில்லை.

முதல் ஐந்து படங்களை விட கடந்த பத்தாண்டுகளில் எடுக்கப்பட்ட மூன்று படங்களுமே அவரை ஒரு முழுமையான

திரைப்படக் கலைஞனாக கருதத்தக்கவை. இவரின் 'கருப்பினச்சுரண்டல்'

(Blaxploitation films) வகைமைப் படங்கள் அதற்கான சான்று. *1970*களில் அமெரிக்காவில் உருவான இந்த வகைமைப்படங்களில் கிளைக் கதாபாத்திரங்களில் நடித்துக் கொண்டிருந்த கருப்பினத்தவர்கள் கதாநாயகர்களாக (Samuel L. Jackson) நடிக்கலானார்கள். சினிமா மீதிருந்த அதீத ஈடுபாட்டின் விளைவாக படங்களை எடுக்கத் தொடங்கியிருந்தாலும் டெரெண்டினோ கையாண்ட கதைகளும் ஊடக ஆளுமையும் செவ்வியல் தன்மையை தன்னகத்தே கொண்டிருக்கிறது. Pulp Fiction என்று தலைப்பிட்டாலும் அமெரிக்க மக்களின் மனிதரின் கருப்புப் பக்கங்களை மூர்க்கத்தை வெளிப்படுத்திய படமே அது. ஆனால் *2007*ல் எடுத்த Death Proofக்கு பிறகு கதைக்களங்களில் மட்டுமல்ல காட்சி மொழியிலும் நிதானம் கைகூடியிருக்கிறது. ஆயினும் அது மேலும் உக்கிரத்தை உதிர்ச்சியை உருவாக்கத் தவறுவதில்லை. 'எனியோ மொரிக்கோனே'வுடன் இணைந்த 'The hateful eight' அதை உணர்த்துகிறது. Inglorious Bastardsயில் சிறந்த துணை நடிகருக்கான ஆஸ்கார் விருதைப் பெற்ற கிரிஸ்டோபர் வால்ட்ஸ்' ன் பாத்திரப்படைப்பும் நடிப்பும் ஒரு பாடப்புத்தகம்.

Non linear வகைமையில் கதை சொல்லுதல் ஒரு குறிப்பிட்ட நோக்கத்திற்காக பயன்படுத்தப்படும் யுக்தி. பின்நவீனத்துவத்தின் கூறுகளில் ஒன்றான இதில் இடத்தை காலத்தை கலைத்துப் போடுதல் போன்றவை எடுத்துக் கொண்ட கருவை சிறப்பாக விளக்கக் கையாளப்படுவதே. ஆனால் பலரும் அதை மிகவும் மேலோட்டமாக எவ்விதத் தேவையுமின்றி கையாள்வார்கள். தமிழில் செய்த நல்ல முயற்சி 'ஆரண்ய காண்டம்' மற்றும் 'சூப்பர் டீலக்ஸ்'. டெரெண்டினோ'வின் வழித்தோன்றலாக போற்றத்தக்கவர் தியாகராஜன் குமாரராஜா. அவரைப் போலவே இவருக்கான உலகை தனியாக கட்டமைக்கிறார்.

Neo noir வகைமைப் படங்களை எடுக்கும் டெரெண்டினோ சினிமாவில் வன்முறையை பார்ப்பது வேடிக்கையாக இருப்பதாகச்

சொன்னாலும் அவர் படத்தின் வன்மம் இரத்தம் வதை வலி போன்ற உணர்வுகள் பார்வையாளர்களாக நமக்குள் ஏற்படுத்தும் அதிர்வுகளினூடாக மனித இருப்பை வக்கிரத்தை வாழ்வின் அபத்தத்தை உணரச் செய்வதாகவே இருக்கிறது. அவ்வாறு செய்வதனால் தான் ஹிட்ச்காக்'கும் க்விண்டினும் உலகலாவிய கலைஞர்களாக மிளிர்கிறார்கள்.

'கையில இல்லாத ஒன்ன தூக்கிப் போட முடியாதுடா' என்பார் ஆசான் பாலுமகேந்திரா. தனக்கு சினிமா எடுப்பது பிடிக்கும் என்று எளிமையாகச் சொல்வதாலும் அதுவரையிலான நெறிமுறைகளை கலைத்துப் போடுவதாலும் க்விண்டினை மேம்போக்கான கலைஞன் என மதிப்பிட்டு விட முடியாது.

மெல்வில் (Jean Pierre Melville) மார்ட்டின் ஸ்கார்சஸே (Martin Scorcese) போன்றவர்களிடமிருந்து சுயமாக கற்றபின்பே தனக்கான உத்திகளை பாணியை உருவாக்கியிருக்கிறார். தன் பணியை அதன் தாக்கத்தை தெளிவாக அறிந்தே செயல்படுகிறார். நவீனத்தை தன் திரைக்கதைகளிலும் திரை மொழியிலும் கையாண்டாலும் சினிமா என்ற ஊடகத்தின் அடுத்த கட்ட வளர்ச்சியான ஹோம் தியேட்டர் நெட்ப்ளிக்ஸ் மொபைல் என்று வந்தாலும் தன் படங்களின் முழுமையை தரிசிக்க திரையரங்கத்தையே பரிந்துரைக்கிறார். அந்த அரங்கானுப உணர்வை ஒரு போதும் கையடக்கத் திரைகளில் பெற முடியாது என்று இவர் சொல்வதை அரங்கத்தில் படம் பார்த்த பின்தான் நம்மால் உணர முடியும்.

Inglourious Bastardsன் முதற் காட்சி துவங்கி அனைத்து அத்தியாயங்களும் சீறிய காட்சி மொழியாலும் ஒலிக்கோர்ப்பாலும் கட்டமைக்கப் பட்டவை. துவக்கக் காட்சியில் பரந்த வெளியில் ஒற்றை வீடு. மரம் வெட்டிக் கொண்டிருக்கிறார் ஒருவர். தூரத்தில் மெல்ல ஊர்ந்து வரும் வாகனம். அவ்வீட்டினருகே வரவர மரம் வெட்டுபவரிடம் பதற்றம் ஆட்கொள்கிறது. வாகனத்திலிருந்து சிரித்த முகத்துடன் இறங்கும் நாஜிப்படை அதிகாரி வால்ட்ஸ். அவ்வீட்டினுள் மரம்வெட்டியின் அனுமதியுடன் சென்று அமர்கிறார். அவருடன்

வந்த காவலாளிகளையும் அவ்வீட்டின் அங்கத்தினரையும் வெளியே காத்திருக்கச் சொல்லி வெகு இயல்பாக பேச ஆரம்பிக்கிறார். குடிக்க பசும்பால் கேட்கிறார். பாராட்டுகிறார். நன்றி தெரிவிக்கிறார். வீட்டில் உள்ளவர்களைப் பற்றி கேட்கிறார். எல்லாம் நிதானத்துடனும் ஒருவித பாங்குடனுமே செல்கிறது. ஆனால் நமக்குள் ஒவ்வொரு கணமும் நடுக்கம் அதிகரிக்கிறது. பால் குடித்து முடிக்கும் வரை மூச்சடைந்து கிடக்கிறோம். Round trolleyயில் சுழலும் காட்சி மெல்ல நகர்ந்து இருவரின் முகத்தருகே வருகிறது. சிரிக்கும் முகம் இறுக மற்றவரின் முகத்தில் அச்சம். வேறு யாரும் அவ்விடத்தில் இல்லை என்று சொல்லும் போது காமிரா அவர்கள் பேசுமிடத்தின் கட்டைத் தரைக்குக் கீழே சென்று வாய் பொத்தி பதுங்கியிருக்கும் பெண்களைக் காட்டுகிறது. அதை உணர்ந்த அதிகாரி புன்னகைத்தபடி காவலர்களை அழைக்கிறார். இசையின் ஒலியளவு மெல்ல அதிகரிக்க அவர்கள் அப்பதுங்கு குழியை நோக்கிச் சுடுகிறார்கள். மேலெழும் இசை பீரிட்டு ஒலிக்க அது வரையிலான அமைதி அலரலாய் அதிர்கிறது. சுரங்கம் வழியாக தப்பித்து அப்பரந்த புல் வெளியில் ஓடும் பெண்ணை நோக்கி துப்பாக்கியில் குறி வைக்கிறார் வால்ட்ஸ். சுடும் கணம் தப்பித்து விடுகிறாள். திரை இருள இசை ஓய்கிறது.

கதாபாத்திரங்களின் மனநிலை மாற்றங்களை மெல்ல மெல்ல பார்வையாளனுக்குள் கடத்தி இருவருக்கும் இடையிலான திரையை விலக்கி ஒன்றெனச் செய்து விடுகிறார் க்விண்டின். அதன் பிறகு அவர் ஆட்டுவிக்க நாம் ஆடும் பப்பட் ஷோ தான் அந்த அரங்கானுபவம்.

ஒரு நுட்பமான காட்சியை பலமுறை ரீடேக் எடுத்தபின் கடைசியாக நினைத்தபடி வந்த பரவசத்தில் கட் சொல்லி நடிகரை கட்டி அணைத்து பாராட்டுகிறார். “பிரமாதம். அசத்திட்டீங்க. ஒன் மோர் போலாமா.” அப்பாவியாக கேட்டிருக்கிறார் அந்நடிகர், “அதான் நல்லா வந்திருக்கே. அப்புறம் எதுக்கு ஒன் மோர்.”

க்விண்டின் தன் குழுவினருடன் உற்சாகமாகக் கத்துகிறார், “ஏன்னா எங்களுக்கு சினிமா எடுக்கறது பிடிக்கும்.”

அயல் சினிமா, மே 2019.

பாட்டி வைத்தியம் (Ajji)

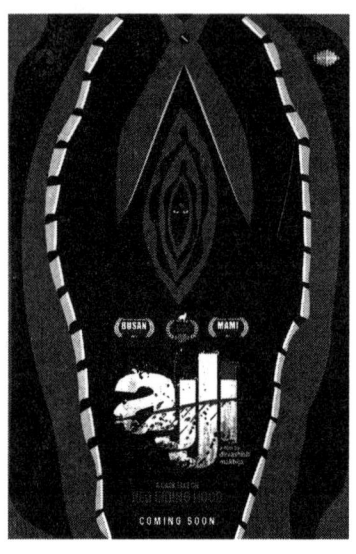

அஜ்ஜி இந்திப் படம். அஜ்ஜி என்றால் பாட்டி. இந்தியாவில் சமீப காலமாகவே மகாராஸ்டிரப் படங்கள் குறிப்பாக மராட்டியப் படங்களின் தரம் மிகவும் உயர்ந்து வருகிறது. நாகராஜ் பப்பட்ரோ மஞ்சுளே படமான 'Fandry' (பன்றி) மற்றும் Sairat(wild). Chaitanya Tamhane படமான Court வரிசையில் தொடர்ந்து தீவிர அரசியல் மற்றும் சமூக அவலங்களை சித்தரிக்கும் படைப்புகள் வெளிவருகின்றன.

நாகராஜ் நடித்து Gajendra Ahire இயக்கிய The Silence மற்றும் Sushama Deshpande நடித்து Devashish Makhija இயக்கிய அஜ்ஜி. இரு படங்களும் சிறுமியர் மீதான வன்புணர்ச்சியை மையப்படுத்திய படங்கள். இதில் அஜ்ஜி இந்திய திரைப்பட சூழலில் கவனிக்க வேண்டிய படம். 'கதைய சொல்லாதீங்கப்பா. அனுபவத்த குடுங்க' என்பார் பாலுமகேந்திரா. இப்படத்தில் நீதி கேட்கும் பாட்டியின் கதாபாத்திரத்தை பின் தொடர்ந்தால் அவர் வாழும் சூழலில் அரசாங்க அதிகாரிகளின் நடத்தையில் விளிம்பு நிலை மனிதர்களின் கையறு நிலையில் தனி ஒருவனோ ஒருத்தியோ செய்ய வேண்டிய செய்யக்கூடிய செயலை நாம் உணர முடியும்.

காமமும் வன்மமும் மோசமான கலவைகள். இப்படத்தில் அது இரு விதங்களில் கையாளப் பட்டிருக்கிறது. சிறுமியை வன்புணர்ச்சி செய்யுமிடம். அவனை பாட்டி தண்டிக்குமிடம். இதில் பாட்டி தன் பேத்தியை புணர்ந்தவனை கிளர்ச்சியுறச் செய்து அவன் ஆண்குறியை பாட்டியின் வாயில் தினிக்க முற்படும் கணம் பாட்டி மேற்கொள்ளும் செயல் எளியவர்களுக்கான தர்மம்.

குற்றங்களுக்கான தண்டனைகளின் அளவுகோல் அந்தந்த சூழ்நிலைகளை பொறுத்தே தீர்மானிக்க வேண்டியுள்ளது. இந்தியா போன்ற நாடுகளில் மரண தண்டனை பற்றிய விவாதத்தின் தீர்வு இதுவாகத்தான் இருக்க முடியும். பேரறிவாளன் உள்ளிட்டோரையும் சிறுமி ஆசிபாவை கொன்றவர்களையும் பொதுமைப்படுத்தி சட்டத்தை நிறுவுவது எவ்விதத்தில் சரியாக இருக்கும். நீதி மன்றத்தை மயிராக மண்ணாங்கட்டியாக பார்ப்பவர்களும் 'படுத்தவத்தான் பத்திரிகை நிரூபரா வரா' என்பவர்களும் 'கணபதி பப்பா' என கலாச்சாரக் காவலர்களாக உலா வர முடிகிற போது அப்பாவிகளை துப்பாக்கியால் சுட்டதற்கு நீதி கேட்டு நிற்கிறவர்கள் தேச துரோகிகள் என்று கைதி செய்யும் அவலம் அபத்தம் நடைமுறையிலுள்ள காலகட்டத்தில் விளிம்பு நிலை மனிதர்கள் தங்களுக்கான நீதி கேட்டு சட்டத்தை நாடமுடிவதில்லை. வீதியில் நின்றும் போராட முடிவதில்லை. இச்சூழலில் அஜ்ஜி தன் குமுறலை ஆற்றாமையை தனிக்க தன் இருப்பிற்கான வாழ்வதற்கான உரிமையை வேறு எந்த வகையில் செயல்படுத்த முடியும்.

அல்லற்பட்டு ஆற்றாது அழுதகண்ணீ ரன்றே
செல்வத்தைத் தேய்க்கும் படை.

தமிழில் 'மகாநதி' கிட்டதட்ட நீதி தண்டனை உள்ளிட்ட சாமான்யனின் நிலைப்பாட்டை காண்பித்திருந்தாலும் கமல்ஹாசனுக்கே உரிய கதாநாயக பிம்ப அடையாளப்படுத்தும் போக்கால் அப்படம் சற்றே பின்னால் நிற்கிறது. நிற்க.

தன் பேத்தியை வன்புணர்ந்தவனுக்கு தண்டனை கொடுத்தபின் தூங்கிக் கொண்டிருக்கும் அக்குழந்தையை பார்த்து நிம்மதியுடன் ஆசுவாசமாக விசைத்தறியில் அமர்கையில் அப்பாட்டிக்கு ஏற்படும் உணர்வே அவர் போன்ற கையறு நிலைக்கு தள்ளப்பட்டவர்களின் தேவையாகிறது.

பாதிக்கப்பட்டவர் ஒரு இளைஞராக ஆணாக இருந்தால் பழி வாங்கும் விதம் வேறாக இருக்க முடியும். ஒரு சிறுமியின் துயர் பார்த்து பரிதவிக்கும் ஒரு பாட்டி எவ்வகையில் குற்றவாளியை தண்டிக்க முடியும். இப்படத்தில் காமத்தால் விளையும் தீமையை காமம் கொண்டே அகற்றப்படுகிறது.

மருதன் பசுபதி

தக்காங்கு நாடித் தலைச்செல்லா வண்ணத்தால்
ஒத்தாங்கு ஒறுப்பது வேந்து.

(செய்த குற்றத்தை தக்கவாறு ஆராய்ந்து மீண்டும் அக்குற்றம் செய்யாதபடி குற்றத்திற்குப் பொருந்துமாறு தண்டிப்பவனே அரசன்)

காமத்திற்கு கண்களில்லாததை நன்கு அறிந்தவராக இருப்பதால் தான் அப்பாட்டி அம்முயற்சி மேற்கொள்கிறார். எதனால் எதற்காக ஒரு குற்றம் நிகழ்த்தப் படுகிறதோ அதனைக்கொண்டே அதை அகற்றுவது சிறந்த தீர்வாகிறது. அது இன்னொரு வகையில் தண்டனைகளின் நோக்கத்தையும் பூர்த்தி செய்யக்கூடும்.

Why do we fight ? Whether to make a change or to punish.

அடிப்படையில் மாற்றம் நிகழ்வதே சமூகத்தின் தேவை. அம்மாற்றங்கள் சில வேலைகளில் தண்டனைக்குப் பின் தான் நிகழக்கூடியதாக இருக்கும். அல்லது நிகழாமலும் போகலாம். ஆனால் அதற்கான வாய்ப்பு வழங்கப்பட வேண்டும். காமக்குற்றம் புரிந்தவனை கழுத்தறுத்துக் கொள்வதால் எவ்வித மாற்றம் நிகழும். சமூகத்தில் அவ்வித தீய எண்ணம் தோன்றுபவர்களுக்கு அது ஒருவித அச்சத்தை தோற்றுவிக்கலாம். அவ்வகையில் பார்த்தாலும் மரண தண்டனை என்பது கணப் பொழுதில் நிகழ்த்தப்படுவது. அதை விட மூர்க்கமான தண்டனை தான் அவ்வித மாற்றங்களை ஏற்படுத்த வல்லது. தமிழில் சமீபத்தய உதாரணம் 'குரங்கு பொம்மை'. கைகளும் கால்களுமற்ற வெறும் பிண்டமாய் இருக்கும் போது அம்மனிதனுக்கும் அவனை பார்ப்பவர்களுக்கும் ஒருவித தீவிரமான அச்சம் தோன்றுவதோடு வாழ்க்கையை சமூகத்தை சக மனிதரை பார்க்கும் பார்வையும் மாறக்கூடும். ராஜா கருணாகரன் எழுதி பாலா இயக்கிய 'நாச்சியார்' படத்தின் முடிவும் இதுவாகினும் இது அதையும் தாண்டி.. யதார்த்தமானது. எல்லா மனித விலங்குகளாலும் உடல் கடந்து பயணிக்க முடிவதில்லை. சிலவற்றிற்கு அவ்வித நெருக்கடியை ஏற்படுத்தும் போது அதுகள் உடல் தாண்டி உள்ளே பயணிக்கவும் அதிலிருந்து அவர்களாய் மாறுவதற்க்குமான வாய்ப்பாகவும் அமையும். உணர்வதற்கு உயிர் முக்கியம். யார் கண்டது. பின்னொரு நாள் அக்குற்றம் இழைத்தவரே ஒரு மகானாக ஞானியாகவும் மாறக்கூடும். திருடன் மணியன்பிள்ளையைப் போல் ஒரு வாழ்க்கை வரலாறை எழுதவும் கூடும். இவை நிகழவில்லை என்றாலும் அவரால் பாதிக்கப்பட்டவரிடத்தில் மன்னிப்பு கேட்பதாவது நிகழக்கூடும். அதற்கு அவர் உயிரோடு இருப்பது அவசியம்.

இப்படத்தில் பலி தீர்த்தல் அல்லது தண்டனை வழங்குதல் என்பதுபாதிக்கப்பட்டவர் தன்னை மீட்க பிறரால் தனக்கேற்பட்ட காயத்திற்கு மருந்தாக மண்ணில் தான் வாழ்ந்திட தேவையான நம்பிக்கையை பெறவும் மட்டுமே இருக்கும். பாட்டியின் உடல் மொழிவழி இதனை நாம் உணர முடியும். Sushama Deshpande ஒரு நாடக நடிகர். வாழ்வையும் கலையையும் சரியாக புரிந்து கொண்ட ஒருவராலே இது போன்ற உணர்வுகளை துள்ளியமாக பார்வையாளருக்கு கடத்தமுடியும். சமீபத்தில் Clint Eastwood இயக்கத்தில் வெளியான 'Sully' படத்தில் Tom Hanksன் நடிப்பு இவ்வகையே. கோளாரான விமானத்தை ஹட்சன் ஏரியில் இறக்கி 155 பயணிகளை காப்பாற்றிய விமானி சல்லி மேல் வழக்கு தொடரப்பட்டு அதிலிருந்து விடுபட்டவரை பேட்டி எடுக்கிறார்கள்.

பேட்டியாளர் : "மக்கள் இப்ப உங்கள ஹீரோன்னு சொல்றப்ப எப்படி உணர்றீங்க?"

சல்லி : "நான் ஒரு ஹீரோவா நெனைக்கல. தன் வேலைய செஞ்ச ஒரு சாதாரண மனுசன் தான் நான். ஒரு வேலைய சரியான நேரத்துல செய்யும் சரியான ஆள்."

இதை சொல்லும் போது டாம் ஹாங்ஸ் கூசிப்போவார். இந்த உடல் மொழியை ஒரு சிறந்த நடிகரால் மட்டுமே செய்து விடமுடியாது. நடிப்பைத் தாண்டின வாழ்க்கை பற்றிய செரிவான பார்வை இல்லாமல் இது சாத்தியப்படாது. இதையே நம்மூர் நடிகர்களை செய்யச் சொன்னால் பெரும்பாலானவர்கள் தன் மார்பை விரித்து புஜங்கள் முறுக்கேற மீசை துடிதுடிக்க

'என் கடமையத்தானே செஞ்சேன். நான் ஒரு சாதாரன மனுஷங்க. என்ன ஹீரோ ஆக்கிடாதீங்க' என்பார்கள். Sushama Deshpande வின் உடல்மொழியை துல்லியமாக செய்யக்கூடிய வெகுசில தமிழ் நடிகர்களில் கூத்துப்பட்டறை குரு சோமசுந்தரத்தையும் R.P.ராஜநாயஹம் அவர்களையும் சொல்லலாம்.

இதுதவிர இப்படம் சாதித்த மற்றொரு அம்சம் நம்பகத்தன்மை. எந்த ஒரு கதையாகினும் அது ஒரு கதை. அது நடந்ததா நடக்குமா சாத்தியமா சாத்தியமற்றதா எதார்த்தமா

மிகுபுனைவா அப்படியென்றால் எவ்வகை (Genre) என்பதெல்லாம் முக்கியமே இல்லை. அக்கதை நம்பகத்தன்மையுடன் இருக்கிறதா. பார்வையாளர்களுள் அது எவ்வித சலனத்தை ஏற்படுத்துகிறது என்பதே முக்கியம்.

அஜ்ஜியில் அப்பாட்டி தன் பேத்தியை வன்புணர்ந்தவனை பழி வாங்கும் முன் அவனை தொடர்ந்து ரகசியமாக கண்காணிக்கிறார். அவனுடைய அன்றாட செயல்பாடுகளை பார்த்து அறிகிறார். அவன் குடித்துவிட்டு தன் உதவியாளன் கொண்டுவந்த பெண் பொம்மையை (Sex Doll) சிதைத்து கைவேறு கால் வேறாக கழட்டியும் தலையை தனியாக கழட்டி தன் கையில் வைத்துக் கொண்டும் புணர்வதை பார்க்கையில் இயல்பாக பார்வையாளர் காமக்கிளர்ச்சியுற வேண்டும். மாறாக இக்காட்சியைப் பார்க்கும் போது அஜ்ஜியுடன் சேர்ந்து நமக்கும் கண் கலங்கும். ஒரு கலைஞனாக Devashish Makhija வென்ற இடம் இதுதான். இது போன்ற ஒரு மனிதனுக்கு இறுதி காட்சியில் கொடுக்கும் தண்டனையை பார்க்கும் போது நமக்குள்ளிருக்கும் இருக்கமும் ஆற்றாமையும் அகலும்.

நாச்சியார் தண்டிக்கும் போது அது தனிமனித உள்சிதைவால் உருவான ஒருவித குரூர மனோபாவத்தின் வெளிப்பாடாகவே இருக்கும். பாலாவின் அனைத்து நாயகர்களும் பெரும்பாலான பலி தீர்க்கும் படங்களின் நாயகர்களும் அப்படியே. படங்கள் தவிர்த்து பொதுமக்களிடமும் இந்த மனோபாவத்தை காணமுடியும். ஒரு வழிப்பறி திருடன் கிடைத்து விட்டால் சாலைகளில் போவோர் வருவோரெல்லாம் அவரை அடிக்கும் விதத்தில் அது வெளிப்படும்.

பாட்டி பழிதீர்க்க வெறுமனே கத்தியை தூக்கிக்கொண்டு ஓடிவிடுவதில்லை. கசாப்பு கடைக்காரரிடம் தினமும் பயிற்சி எடுத்துக் கொள்கிறார். மாமிசத்தை வெட்டும் போது அச்செயலை கடமையுடனும் ஒழுங்குடனும் நேர்ந்தியாக ஒரு மாணவ மனோநிலையுடனே செய்கிறார்.

இப்படத்தின் வெற்றி இந்த நம்பகத்தன்மையில் தான் பொதிந்துள்ளது. இவை அனைத்துமே இப்படத்தை பரவலாக எடுக்கப்படும் இவ்வகை படங்களிலிருந்து தனித்தோங்கச் செய்கிறது.

அயல் சினிமா, அக்டோபர் 2018.

மாயக்கலைஞன் மண்ட்டோ

வரலாறு எப்பொழுதும் தனக்கு சாதகமானவற்றை மட்டுமே ஆவணப்படுத்தும். மனித வரலாற்றை ஆராய்ந்து புரிந்து கொள்ள மூன்று வகையானவற்றை கவனித்தல் வேண்டும்.

அந்த காலகட்டத்தின் தத்துவப் போக்கு அரசியல் போக்கு மற்றும் இலக்கியப் போக்கு. இருபதாம் நூற்றாண்டிற்குப் பிறகு இலக்கியம் என்ற வகைமையுள் திரைப்படம் என்ற அசுரக்கலையும் சேர்ந்து கொண்டதால் இவைகளை இணைத்து மொத்தமாக கலைகள் என்றே கொள்வோம்.

ஒரு நிலத்தை ஆளும் அரசாங்கம் தனக்கு கலங்கம் ஏற்படும் வகையிலான நிகழ்வுகளையோ மனிதர்களையோ ஆவணப்படுத்த வேண்டிய அவசியமோ தேவையோ இல்லை. அடுத்த நிலையில் உள்ள தத்துவப் போக்கு பரவலாக காணப்படும் செயல்பாடுகளை கூட்டு மனோபாவத்தை வாழ்க்கை முறையை சிந்தனைப்போக்கை புரிந்து கொள்ள முக்கியப் பங்கு வகிக்கிறது. ஆனால் அக்காலக்கட்டத்தை துள்ளியமாக உணர்த்த கலைகளால் மட்டுமே முடியும்.

ரத்தமும் சதையுமாய் கணங்களையும் இரணங்களையும் பதிவு செய்யும் ஆற்றல் கலைகளுக்கே கலைஞர்களுக்கே இருக்கும். ஏனெனில் கலைஞன் என்பவன் ஒரு காலத்தின் அச்சமூகத்தின் மனசாட்சி.

தன் கதையான 'Cold meat'ஐ ஆபாசக்கதையென நீதி மன்றத்தில் வழக்குப் பதிவு செய்து விசாரிக்கிறார்கள். மண்ட்டோ சொல்கிறார்,

"என் கதைகளை உங்களால் தாங்கிக் கொள்ள முடியவில்லை என்றால் நம்முடைய காலத்தினை தாங்கிக்கொள்ள முடியவில்லை என்றே அர்த்தம்".

இந்த உலகை சமூகப்போக்கை சார்பின்றி உன்னிப்பாக பார்க்கும் நேர்மையான எழுத்தாளனால் மட்டுமே இப்படிச் சொல்ல முடியும். எண்பது வருடங்களுக்கு முன்பான சூழல் இன்றும் பொருந்துவதை பார்க்கையில் இது கால எல்லைகளைக் கடந்த சமூக இயல்பு என்பதை புரிந்து கொள்ளமுடிகிறது. அரசுக்கு பங்கம் வரவழைக்கக்கூடிய ஒரு சமூகமனத்தை மனித இயல்புகளை பதிவு செய்ய முயலும் கலைஞர்கள் இவ்வாறாகவே வஞ்சிக்கப்படுகிறார்கள். சாக்ரடீஸை விஷம் குடிக்கச் செய்தது எம்.எப். ஹுசைனை நாடு கடக்கச் செய்தது என மண்ட்டோ முதல் மனுஷ்யபுத்திரன் வரை இது தொடர்கிறது.

தீபா மேத்தா அபர்னா சென் முதலான இந்தியப் பெண் இயக்குனர்கள் **Leni reifenstahl, Vera chytilov**a வரிசையில் நந்திதா தாஸ் எனும் கலைஞரின் தனித்துவமாக வெளிப்படுவது அவர் திரைக்கலையை நிதானத்துடன் அணுகும் போக்கு. மண்ட்டோ

என்னும் கலைஞரும் அவரது கதைகளும் இரண்டறப் பிரியாது இருப்பதையே தன் திரைப்படத்தின் முகமாய் அமைத்து அதில் ஒரு இயக்குனராக தன் நிலைப்பாட்டை சமரசமின்றி வெளிப்படுத்தி இருப்பதே இத்திரைப்படத்தின் தனித்துவம்.

அடிப்படையில் மண்ட்டோவும் நந்திதாவும் ஒருவரே. ஆனால் மண்ட்டோவின் அகமும் கலையும் இயங்கும் விதமும் நந்திதாவின் இயங்கு தளமும் வேறுபடுகிறது. படபடப்பும் பரிதவிப்பும் மிக்கவராய் மண்ட்டோ. அதை நிதானத்துடன் பக்குவமாய் அணுகும் நந்திதா.

இடப் பெயர்ச்சியால் அல்லலுற்ற கலைஞரான ரித்விக் கட்டக் 'சுபர்ணரேக்கா' வில் குடிக்கு அடிமையான எழுத்தாளனாக அவரே நடித்திருப்பார். அதில் அவரின் மனைவி அவரை வேறு வழி தெரியாது பிரிந்து செல்வார். நோய்வாய்ப்பட்ட தன் பெண்ணுக்கு மருந்து வாங்க கடன் வாங்கி அப்பணத்தில் குடித்துவிட்டு மனைவி முன் பரிதாபமாக செய்வதறியாது நிற்பார் மண்ட்டோ. தன்னைச் சுற்றி நிகழும் சமூக அவலங்களை தாங்கமாட்டாமல் குடிக்க ஆரம்பித்து பிறகு அதற்கு அடிமையானவர்களே இவ்விரு கலைஞர்களும்.

மண்ட்டோவின் ஐந்து கதைகள் இப்படத்தில் காட்சிகளாக விரிகிறது. தன் கதைகளில் பெரும்பாலும் தானே வியாபித்திருப்பார்.

நீதி மன்றத்தில் தன் எழுத்துக்காக வாதிடுகையில் ஒரு பெண் நடந்துபோவதை சன்னல் வழியாக பார்க்கையில் தன் கதாபாத்திரமாக தெரிய அவள் பெயரை சொல்லியபடி ஓடிச்சென்று கையை பிடிப்பார். நவாஸுதீன்

⊙ காலமற்ற வெளி

சித்திக் உடலளவில் மட்டுமல்ல மண்ட்டோவின் அகத்தையும் அப்படியே வெளிப்படுத்தி விடுகிறார். அவரின் கற்பனை, கருணை, ஏழ்மை, ஆற்றாமை, சிறுமை என அனைத்து உணர்வுகளும் அபாரமாக வெளிப்படுகிறது இந்த கலைஞரிடமிருந்து.

தான் வாழும் சமூகத்தில் நிகழும் அவலங்களும் துன்புறும் மனிதர்களும் தன்னை சதா அலக்கழித்துக் கொண்டிருக்கையில் ஒரு கலைஞன் தன்னை அந்த இறுக்கத்திலிருந்து விடுவித்துக் கொள்ள அதை கலைப்படைப்பாக்குகிறான். இது ஒரு படிநிலை. சற்றே முதிர்ச்சியடைந்த கலைஞன் நடக்கும் சம்பவங்கள் தன்னை சிதைக்காமல் பார்த்துக்கொண்டு அதேசமயம் அவைகளை கலைகளாக மாற்றி அக்காலத்தின் ஆவணமாகச் செய்துவிடுகிறான். இந்த ஆவணம் அரசாங்க ஆவணம் போலல்லாது உணர்வுப்பூர்வமாக ஒரு பிரச்சனையை நடுநிலையோடு அணுகி அதை நாடும் மனிதருள் பதியச்செய்து அவர்களின் அகத்தை சீண்டி விடுகிறது. அச்சீண்டலே மாற்றங்களின் முதற்படி. அவ்வகையில் கலைகள் மனித வாழ்க்கையை செம்மைப்படுத்த மேம்படுத்தவல்ல ஆற்றல் படைத்தவையாகின்றன.

ஆந்த்ரே தர்காவ்ஸ்க்கி "நாம்வாழும் இந்தபூமி சமநிலையற்றதாக இருக்கிறது. அதை சமன் செய்யும் பொருட்டே கலைகள் தோன்றின. இவை சமனாகுமா என்றால் ஆகாது. ஆயினும் அது தெரிந்தே அம்முயற்சியில் ஒரு கலைஞன் ஈடுபடுகிறான் " என்கிறார். மண்ட்டோ இந்திய சுதந்திரத்திற்கு முன்பான காலகட்டத்தில் பெண்களுக்கு நடக்கும் அவலங்களை பார்த்து பொருமுகிறார். பெரும்பாலும் ஒரு பாலினத்தவர் மற்றபாலினத்தவரின் உலகையோ உணர்வையோ முழுவதுமாய் சொல்லிவிட முடிவதில்லை. அறிவு தளத்தில் அவ்வித முயற்சிகள் தோல்வியடைந்தே இருக்கிறது, பாவ்லோ கொயல்லோ'வின் 'Eleven minutes'ஐப் போன்று. ஒரு ஆண் உடலுறவில் பெண்ணின் உச்சகட்டத்தில் அடையும் இன்பத்தை உணரமுடியாது. போலவே பெண்ணும். ஆனால் அது சார்ந்து வெளிப்படும் புறநிலை மாற்றங்களைக் கொண்டு

ஒருவாறு அறிய முடியும். இந்த இடைவெளியை போதாமையை புரிந்த கலைஞன் அதன் எல்லைக்குட்பட்டு தன்னால் இயன்றவரை பிறிதொரு உயிரின் வலியை பாடுபொருளாக்குகிறான். பெண்ணுலகை இலக்கியமாக்கிய ஒரு ஆண் கலைஞனின் வாழ்க்கையை ஒரு பெண்தான் படமாக்கியிருக்கிறார். இந்த இரு கலைஞர்களுமே எதிர் பாலின உணர்வை கூடுமானவரை நிறைவாகவே செய்துள்ளனர். மண்ட்டோவுக்கு பெண்கள் சார்பில் சொல்லும் நன்றியாகவே இத்திரைப்படம் அமைந்துள்ளது.

படத்தின் முதற்காட்சியாக பால்மனம் மாறாத நங்கையாகிய தன் மகளை மூவரிடம் விட்டு பணம் பெற்றுச் செல்கிறான் ஒரு தந்தை. அந்த மகிழுந்தில் அப்பெண்ணின் அருகாமையால் கிளர்ச்சியுறும் கிழத்தின் மடியைத் தாண்டி சன்னல் வழி எட்டி உயர்ந்து நிற்கும் கட்டடங்களையும் கடந்து செல்லும் மரங்களின் தென்றலையும் ரசித்தபடி வருகிறாள் அவள். அவர்களுள் ஒருவன் அவளிடம் பத்து ரூபாய் தாளை நீட்ட பயணத்தை ரசித்தபடி வருபவளுக்கு ஏதும் புரியாமல் அதை வாங்கி இடுப்பில் செறுகி வைத்துக் கொள்கிறாள். அடுத்து செல்லும் கடற்கரையிலும் கடலலையோடு ஓடியாடி துள்ளி குதித்து விளையாடுகிறாள். அவ்விடத்தில் சட்டென திறக்கப்படும் பீர் பாட்டிலிலிருந்து பீய்ச்சியடிக்கும் நுறையும் சத்தமும் அவளை அதிர்வடையச் செய்கிறது. அடுத்த நாள் காலை அவளை அவளிடத்தில் விடுகையில் இடுப்பில் செருகியிருந்த அந்த பத்து ரூபாய் நோட்டை அவனிடமே கொடுத்து விட்டு சிரித்தபடி ஓடுகிறாள் அச்சிறுமி.

மண்ட்டோ இப்படி முடிக்கிறார் :

“அவள் வீசி எறிந்த கசங்கிய பத்து ரூபாய்த் தாளை பார்த்ததும் அதுபோலவே கசங்கிப்போனது அக்கிழவர்களின் முகங்கள்.”

இதுவே இவர் படைத்த இலக்கியத்தின் சாதனை. இதை காட்சி படுத்திய நந்திதா தாஸ் மிகவும் எளிமையோடும்

கண்ணியத்தோடும் யதார்த்தமாக கையாண்டிருக்கிறார். எவ்வகையிலும் பார்வையாளர்கள் நெளியும் படி காட்சிகளை அமைக்கவில்லை. நடிகர்கள் தேர்வு முதற்கொண்டு ஒளி ஒலி இசை கலை படத்தொகுப்பு என அனைத்தும் சரிவிகிதத்தில் ஒருங்கிணைக்கபட்டுள்ளது. ரசூல் பூக்குட்டியின் ஒலிக்கலவை துள்ளியம். அந்த இரவு அக்கிழவர்கள் அச்சிறுமியை வதைப்பது போல் எந்த காட்சியும் படத்தில் இல்லை. ஆனால் அடுத்த நாள் காலை காரிலிருந்து இறக்கி விடுகையில் அயர்ந்த அவளை நாம் காணும் போது நம்முள் தாளமுடியாத இருக்கம் மையம் கொள்ளும். இதுவே நந்திதா தாஸ் என்ற கலைஞரின் அறம். கலைத்திறன். சொல்லாமல் காட்டாமல் ஊகித்து உணர்த்துவதன் மூலம் பார்வையாளரை நேரடியாக திரையில் காண்பிக்கப்படும் வாழ்க்கைக்குள் பங்கு பெறச்செய்து அந்த கதாபாத்திரங்களின் வலியையும் வசந்தத்தையும் உணரச்செய்வதே தேர்ந்த இயக்குனர்கள் கையாளும் யுக்தி. ‘மண்ட்டோ’ படம் முழுக்க இப்படி விரவிக்கிடக்கும் காட்சிகள் பல. தமிழில் மனிரத்னத்தின் ‘கடல்’ அப்படி ஒரு படமே. அதைத்தவிர்த்து அப்படத்தில் வேறு சிக்கல்கள் உண்டு. ஆனால் ‘மண்ட்டோ’ எல்லா வகைகளிலும் சிறந்த படம்.

பெண்கள் மேல் ஏன் இவ்வளவு சார்பு என அவரிடம் கேட்டதற்கு எல்லா பெண்கள் மேலும் தனக்கு சார்பில்லை விதிவிலக்குகளும் உண்டு என்கிறார்.

‘அவள் எப்போதும் தன்னை விற்கவில்லை. ஆனாலும் அவள் கொஞ்ச கொஞ்சமாய் வாங்கப்பட்டு வருகிறாள்’ என்னும் மண்ட்டோவின் கூற்றின் உந்துதலாலே அவரைப் பற்றிய படமெடுத்தாக சொல்கிறார் நந்திதா தாஸ். ‘திற’ என்னும் அவரின் சிறுகதையும் அதை நந்திதா படமாக்கிய விதமும் மனதை கலங்கடிக்கச் செய்யும் படைப்புகள்.

இந்தியா பாக்கிஸ்தான் பிரிவுறும் சமயம் தன் பெண்ணை இரயிலில் தவறவிட்ட தந்தை அவளை தேடி அலைகிறார். தன்

நாட்டு ராணுவத்தினரிடமே சிக்கிய அவள் ஒரு வாரகாலம் வதைக்கப்பட்டு மருத்துவமனையில் கிடக்க அவ்விடம் செல்லும் தந்தை வதைக்கப்பட்ட தன் மகளை பார்க்கிறார். அவளுக்கு வைத்தியம் பார்க்கும் மருத்துவர் வெளிச்சம் வேண்டி சன்னல் திரையை திறக்கச் சொல்ல மயங்கிக்கிடக்கும் அப்பெண் தன் பாவாடை நாடாவை தளர்த்துகிறாள். அவளின் அசைவைப் பார்த்ததும் சிலிர்ப்புறும் தந்தை 'டாக்டர்! என் பொண்ணு உயிரோட தான் இருக்கா..!!' என்று பரவசத்தில் கத்துகிறார்.

வெறும் இரண்டு பக்கங்களில் மனதை அலக்கழித்து வதைக்குட்படுத்தும் மண்ட்டோவின் இக்கதையை அது போன்றே சிக்கனத்துடனும் எளிமையுடனும் அருகாமைக் காட்சியில் (close up) மிகவும் துள்ளியமாக அவ்வுணர்வை காட்சிப்படுத்தி விடுகிறார் நந்திதா தாஸ்.

இப்படம் மண்ட்டோவின் வாழ்க்கை வரலாற்றுப்படமல்ல. போலவே அவரின் புனைவுலகைப் பற்றிய படமுமல்ல. நந்திதாவே குறிப்பிடுகையில் தான் மண்ட்டோ என்னும் கலைஞனின் அகத்தை அவரின் ஜீவனை காட்டவே முனைந்ததாக சொல்கிறார். இப்படத்தில் அவரின் புனைவும் வாழ்வும் இரண்டரக்கலந்து செல்கிறது. மண்ட்டோ பற்றிய திரைப்படத்திற்கு இவ்வகைமையை தேர்ந்தெடுத்தது சிறப்பு. தன்னை பாதித்தவற்றையே படைப்பிலக்கியமாக்கிய ஒரு கலைஞனை இவ்வாறே ஆவணப்படுத்த வேண்டும்.

தான் வாழ்ந்த காலகட்டத்தை பாசாங்கின்றி கலாநேர்த்தியோடு பதிவு செய்து அதை வாசிக்கும் மனிதனுள் பெருஞ்சலனத்தை ஏற்படுத்தி அதன் மூலம் தன் இருப்பைப் பற்றி சிந்திக்கத் தூண்டும் மாயக்கலைஞன் மண்ட்டோ. இருப்பினும் அவனும் ஒரு மனிதனே. தடுமாற்றங்கள் நிறைந்த குடிக்கு அடிமையாகி தவறான முடிவுகளை எடுத்த மகிழ் தருணங்களில் கட்டிழந்து பரவசப்பட்ட சாதாரண மனிதனும் தான் அவர். இக்குணாம்சத்தை கவனத்துடன் பதிவு செய்கிறார் நந்திதா தாஸ். திரைப்படம் என்னும் கலையைத் தாண்டி இப்பார்வையே முக்கியத்துவம் வாய்ந்தது. போற்றுதற்குரியது.

ஆக இவ்வளவு சிறப்பம்சங்களை கொண்ட படமான 'மண்ட்டோ' இந்த வருட கோவா சர்வதேச திரைப்பட விழாவில் திரையிடாமல் நிராகரிக்கப்பட்டுள்ளது. அதற்கு நடுவர் குழு சொன்ன காரணம் "மண்ட்டோவின் ஜீவனை இப்படம் சரியாக பிரதிபளிக்கவில்லை!" உண்மையான காரணம் இதுதானா என்பது அந்த அறிஞர்களுக்கே வெளிச்சம். அங்கிள் சாம்'க்கு மண்ட்டோ எழுதிய கடிதத்தில் இப்படிச் சொல்கிறார்.

"அங்கிள் பொய் சொல்வது உங்களுக்கு சாத்தியமானது நிஜமாகவே அதைச் செய்வதோடு, ஒரு கலையாகவே அதை மாற்றிவிட்டீர்கள்".

உருதுக் கவிஞர் காலிப்'ன் கவிதையை எடுத்துக் காட்டுகிறார் மண்ட்டோ.

மரணத்திற்குப் பின் அவமானப்படுவது
என் விதியாக இருந்தால்
என் முடிவைத் தண்ணீரில் மூழ்கி
எதிர்கொண்டிருப்பேன்
அது என் சவ அடக்கத்தைத்
தவிர்த்திருப்பதோடு
என் இறுதி ஓய்விடத்தில் தலைமீது
கல்லேதும் இருந்திருக்காது.

அயல் சினிமா, டிசம்பர் 2018.

சந்தியா ராகம்

"I may be a vulgar man. But my art is not!".

மொஸார்டின் அந்த புகழ் பெற்ற வாக்கியத்தை தன் வயோதிகத்தில் அடிக்கடி சொல்லியபடி இருப்பார் பாலு சார்.

படைப்பையும் படைப்பாளியையும் பிரித்தறிவது சரியா அல்லது இரண்டும் வெவ்வேறாக இயங்க இயங்கலாகாதா என்னும் தொடர் கேள்வியிலிருந்த எனக்கு 'பாலு மகேந்திரா' என்னும் ஆளுமையை அருகிலிருந்து பார்த்த போது இது சார்ந்து பல சமயங்களில் பல்வேறு பரிமானங்களை பார்க்கலானது. அத்தேடலில் இருந்தபோது ஒரு நாள் இறந்து போனார் எங்கள் ஆசான்.

இறப்பதற்கு முன் நாள் அவரை சந்திக்கச் சென்றபோது மிகவும் பயந்து தளர்ந்து காணப்பட்டார். சமீப காலமாக திறந்தே வைக்கப்பட்டிருந்த அறையினுள் நுழைந்ததும் உடைந்த குரலில் பேசினார்.

"Pasu.. am not well da. Feeling sick."

இத்தனூண்டு உடம்புக்குள்ள இருபத்தேழு மருந்த ஏத்தறாங்கடா."

அவர் கூறும் முன்னரே அவரெதிரில் அமர்ந்தேன். அவ்வுரிமையை அவர் கொடுக்கவில்லை. நானும் எடுக்கவில்லை. அது நிகழ்ந்தது.

"நீ வர்ற. பாலா வர்றான். வெற்றி வர்றான். ஆனா என் புள்ள வந்தானா? இல்லையே. நீங்கெல்லாம் தாண்டா என் புள்ளைங்க."

தேற்ற வழியின்றி சிரம் தாழ்த்தி அமர்ந்திருந்தேன். அக்கணத்தைக் கலைக்க நினைத்து, அவர் ஏற்கனவே சொல்லிய அடுத்த படத்துக்கான திரைக்கதை வேலையை ஆரம்பிக்குமாறு சொல்லி,

கமல் ஹாசன் தலைமுறைகள் பற்றி பேசிய வீடியோவை போட்டுக் காட்டினேன்.

என் கைபேசியில் இக்காட்சியை காண்பிக்கநுனி நாற்காலியில் உட்கார்ந்தவாறு அதை பார்த்தபடி உடைந்தழுதார்.

நாங்கள் ஒருவரும் நம்பாத போதும் நண்பன் வசந்த் (மருத்துவ ஆராய்ச்சியாளர்) மட்டுமே உறுதியாகச் சொன்னான்,

"அவர் படம் எடுப்பார்."

தலைமுறைகள் நிகழ்ந்தது.

அவன் கூறியதைச் சொன்னேன். உற்சாகமானார். கதை விவாதம் நடந்தது. திரைக்கதையில் உள்ள சிக்கல்களை ஆராய்ந்தோம். தன் டிரைவர் சத்யாவை M.A. படிக்க வைத்தார். Black Tea கொண்டு வந்தவனிடம் பேசிக்கொண்டிருந்தேன்.

"மதியத்துல அவசியம் One hour, Rest எடுங்க சார்".

சத்யாவிடம், Daily இரண்டு 'Celin' Tablet கொடுக்கச் சொல்லி

"அப்ப நான் வர்றேன் சார்."

மௌனமாக பார்த்துக் கொண்டிருந்தவர் பிரிய மனமில்லாமல்,

"What's Going..?"

"Am writing my script sir."

"You mean' 900 km'..?"

"Yes sir."

(அப்படத்திற்கு அவர் வைத்த தலைப்பு 'பாதைகளும் பயணங்களும்')

" Good. Do it. நீ சொன்ன மாதிரியே எடுத்தயிண்ணா Surely, It's going to be a classical film. எதுக்காகவும் யாருக்காகவும் Compromise ஆவாதே."

Sure sir. Am going to odissa. Srikakulam Collector Veerapandiyan friend of mine has invited me to meet the tribals there. "

"Good. Do it. You are always a traveller பா. போயிட்டு வா. நாம பேசுவோம்."

"Yes sir."

எழுந்தவனிடம்,

"Keep in touch with me.."

"Sure sir."

அறையை விட்டு வெளியேறியவன் சற்றே தயங்கி மறுபடியும் உள்ளே வந்து,

"சார். எனக்கு 'சந்தியா ராகம்' வேணும்."

ஏறெடுத்துப் பார்த்தவர், சினிமா பட்டறை அலுவலகர் ரோசலின் DVD எடுத்து வர அதை என் கைகளில் வைத்து கண்களுள் தீர்க்கமாகப் பார்த்தார்.

"See you sir.."

அதுவே கடைசி சந்திப்பு.

**

"பாலு சார் விஜயாவுல அட்மிட் ஆயிருக்கார். வெற்றி சார் உடனே போகச் சொன்னார். ரெடியா இருங்க." செந்தில் ('கொடி' இயக்குநர்) சொன்னார்.

அடுத்த பத்தாவது நிமிடம் ICCU சென்று பாலா சாரிடம் கேட்க,

"வெற்றிய வரச் சொல்லிடு.." என்றார்.

Dr. விஜயகுமாரிடம் பேசினேன். இவரிடம் தான் பாலு சாரை மூன்று மாதத்திற்கு ஒரு முறை அழைத்துச் சென்று உடல் பரிசோதனை செய்து கொள்ளச் செய்வேன்.

"He is very serious. Inform his relatives and friends."

"What happened doctor.?"

"He had Stroke as well as Myocardial Infarction."

நான் மௌனிக்க..

"What about his film, *தலைமுறைகள்*. Is it Released..?"

" yes doctor. It's a successful film."

"Good. Can i get a copy of that movie?"

" Sure doctor."

அகிலாம்மாவிடமும் அர்ச்சனாவிடமும் டாக்டர் 10% வாய்ப்பிருப்பதாகச் சொன்னார். அதையும் கடவுள் எப்படியாவது எடுத்து விடவேண்டுமென பிரார்த்தித்தேன். பிழைத்து படுக்கையில் பிணமாக கிடப்பதை கிழவன் விரும்ப மாட்டான். திருப்தியா சாவட்டுமே. வெற்றி சாரைக் கூப்பிட்டேன்.

"நம்ம சார் இன்னும் கொஞ்ச நேரத்துல இறந்திடுவார். நீங்க கௌம்பிடுங்க."

பெங்களூருவில் இருந்து புறப்பட்டார்.

அடுத்தடுத்து ஒவ்வொருவராக சேர்ந்தோம்.

ராஜா, அறிவுமதி, சுகா, சீனு ராமசாமி, ராம், Lawyer சுரேஷ், ரவி, அமர்நாத், கிருஷ்ணகுமார், அர்ச்சனா, Film school students என கூட்டம் கூட,

"இது தான் ரயில் பெட்டியோ.!" திருமணம் ஆனப் பொழுதில் மட்டக்களப்பில் ஆச்சரியப் பார்வை பார்த்த பெண் 'அகிலா' அதே வெள்ளந்திப் பார்வையோடு அனைவரையும் வெறிக்க, அவரைப் பார்த்த அனைவரும் கதறினார்கள்.

தன் பெரும்பாலான படங்களின் கரு ஆண் பெண் உறவு திருமணம் தாண்டிய உறவுகளால் ஏற்படும் சிக்கல் என்பதாகவே அமைத்திருக்கும் பாலு மகேந்திரா கடைசி காலத்தில் தன் மனைவி மீதான அன்பை மிகவும் இலகி வெளிப்படுத்தினார்.

எந்த ஓட்டல்களுக்குச் சென்றாலும் அவர் ஆர்டர் செய்த உணவின் பாதியை பார்சல் செய்யச் சொல்லி அலுவலகம் திரும்பும் போது அதை அகிலாம்மாவிடம் தந்துவிடச் சொல்வார். வீடு திரும்பும் போது மறக்காமல் ப்ரவ்ன் ப்ரட் வாங்கிச் செல்வார். கண் மருத்துவரை பார்க்க தன் மனைவியுடன் கூடவே அமர்ந்திருந்து பார்த்து வீட்டில் விட்டு வருவார்.

"Why should i stretch this (life)?" கடைசி சில வருடங்களாகவே அடிக்கடி கேட்பார். "இயற்கையோட விதியின்படி உயிர்களின் இயல்பே அதை நீட்டிக்கறது தானே சார்." அறிவார்த்தமாக ஏதாவது சொல்லி வைத்தாலும் சமாதானம் ஆகாது மௌனம் காப்பார். அவர் பயந்ததும் ஏங்கியதும் தான் தன் வீட்டில் அகிலா அருகிலிருக்கும் போது இறந்துவிட வேண்டும் என்பதே. அதே போல் அமைந்தது.

தீவிர சிகிச்சைப் பிரிவின் வாயிலில் செய்வதறியாது விழித்தபடி அமர்ந்திருந்தார் அகிலாம்மா.

**

அடுத்தடுத்து நிகில் முருகன் மூலம் செய்தி பரவ, பாலா சார் எங்கள் குருவின் தொப்பியை கொண்டு வரச் சொன்னார்.

செந்திலும் நானும் ICCU வினுள் சென்று சாரைப் பார்த்தோம்.

மூச்சு விடுவதைப் போலவே பிரமை.

ஆசானின் கரம் பற்றினேன். நெற்றியில் உள்ளங்கை வைத்து என் கண்கள் மூடினேன். செந்தில் பாலுசார் கரம் பற்றி அவர் கண்களுள் ஊடுருவினார்.

அவருக்கு அவரின் அடையாளங்கள் அணிவிக்கப் பட்டன. அதே கம்பீரத்துடன் மருத்துவமனையை விட்டு அழைத்து வந்து அவருடைய சினிமாப் பட்டறையில் படுக்கச் செய்து கூட்டத்தினை கட்டுப் படுத்தினோம். அனேகமாக தமிழ் திரை உலகைச் சேர்ந்த அனைவரும், எழுத்தாளர்களும், சில அரசியல் தலைவர்களும் வந்து அஞ்சலி செலுத்தினர்.

அகிலாம்மா தன்னை உளுக்கி ஆறுதல் சொன்னவர்களை சற்றே விலக்கி தன் கணவன் முன் சென்று அவரின் நெற்றியில் மூன்று முறை சிலுவை இட்டு அந்த மனிதனின் நெஞ்சில் கை வைத்து கண்கள் மூடியவாறு சற்றே உறைந்திருந்தார். பிறகு சட்டெனத் திரும்பிச் சென்று ஒரு நாற்காலியில் உட்கார்ந்து கொண்டார். ஆலயத்தில் இருந்த அனைவரும் ஏதும் புரியாமல் விழித்தனர்.

'வம்சி புக்ஸ்' ஷைலஜா தன் குடும்பத்துடன் வந்து 'அப்பா, அப்பா' என கத்திக் கதறி அழுதது அனைவரையும் சிலிர்க்கச் செய்தது. சென்னை போன்ற மாநகரில் அவ்வழுகை ஒலி அசலான கிராமத்தை உறவின் ஆழத்தை பிரிவுத் துயரை நினைவு கொணர்ந்தது. பவா செல்லத்துறை மாரி செல்வராஜ் உள்ளிட்டோர் கூட்டத்தினைக் கட்டுப்படுத்தினார்கள்.

பாரதிராஜா தலையிட்ட பின் பாலாவின் கெடுபிடி சற்றே தளற மௌனிகா அனுமதிக்கப்பட்டார். கிடைத்த கொஞ்ச நேரத்தில் அழுதபின் காமிராக்களை பார்த்தபடி "எம் புருஷங்க.." என விம்மினார் மௌனிகா.

13 பிப்ரவரி *2014* இரவு முழுவதும் ஒரு கூட்டுப் பறவைகள் அனைத்தும் தங்கள் தாய்ப் பறவையுடனான நினைவுகளை கிளற சிரிப்பொலி சினிமாப் பட்டறையை அதிரச் செய்தது.

"Actual ஆ இன்னைக்கு காலைலிருந்தே நாம இப்படி தான் ஜாலியா சிரிச்சிப் பேசிட்டு இருந்திருக்கணும். தனக்கு புடிச்ச மாதிரி வாழ்ந்திட்டு திருப்தியா செத்திருக்கார் சார். எது..75 வயசா? நீங்க வேற, காலையில தான் அவரோட ஜாதகத்துல பாத்தேன். Date of birth 1930ன்னு இருந்துச்சி." வெற்றிமாறன் கூறினார்.

பாலு மகேந்திராவின் ஆத்ம விசுவாசிகளான முருகன் மற்றும் பாஸ்கர் இருவரும் அன்றிரவு அனைவருக்கும் ஈழத்து தேநீர் வைத்தும் பெண்களுக்கு மோர் பரிமாறியும் எப்பொழுதும் போல் கர்ம யோகிகளாகத் திகழ்ந்தனர். ஆனால், அந்த முருகன் ஊர்வலத்தில் தேர் மேல் ஏற முற்பட இறக்கி விடப்பட்டான். வந்தேறிகள் சிலர் தங்கள் விளம்பலுக்கு வழிவிடுமாறு சொல்ல ஏதும் அறியாதவனாய் எகிறி குதித்து சாலையில் கும்பலுள் ஒருவனாக நடக்கலானான். இந்நிகழ்வைப் பார்த்து பொங்கினார் செந்தில்.

ஸ்டில் ராபர்ட், சாரை சர்ச்சில் அடக்கம் செய்ய முயன்றார்.

கருணாஸ் சரக்கு பாட்டில்களை காருக்குள் வைத்து சாவியை டிரைவரிடம் கொடுத்தனுப்பியதால் தன் கூட்டாளிகளுடன் பெரும் அவஸ்தைக்குள்ளானார். தன் மனைவியை இரவு இரண்டு மணிக்கு அழைத்து,

"கிரேசு. என்ன தூங்கிட்டயா. ஒன்னும் இல்ல. நான் பாலு சார் ஸ்கூல்ல தான் தம் அடிச்சிட்டிருக்கேன். சரக்கு கார்ல வச்சி சாவி.. வீட்ல ஏதும் சரக்கு இருக்கு? சரி சரி நீ படு. நாங்க ராத்திரி பூரா இப்டிதான்..!"

நாங்கள் அனைவரும் ஆச்சரியமாகப் பார்க்க, லாயர் சுரேஷ் சார்,

"Wife கிட்டயே சரக்கு கேக்கறீங்க..?!" என கேட்க

"மனுஷனா பொறந்தா யாராவது ஒருத்தர்ட்டயாவது உண்மையா இருக்கணும். நான் என் பொண்டாட்டி கிட்ட இருக்கேன்." என்றார் கருணாஸ்.

தூரத்தில் பாலு சார் அருகில் அமர்ந்தவாறு அவர் முகத்தை வெறித்தபடி அகிலாம்மா.

லாயர் சுரேஷ் மொபைலில் கருணாஸ் திரும்பவும்,

"கிரேசு.. தூங்கிட்டயா. ஒன்னியும் இல்ல. தொடர்ந்து சரக்கடிச்சா காத்தால சார் ஊர்வலத்துல ஸ்டாமினா போய்டும். அதான் ஸ்டாப் பண்ணிட்டு ஒரு தம் மட்டும் அடிக்கறேன். எது.. இல்லமா.. அட... நீ தூங்கு.. நா இனிமே டிஸ்டப் பண்ண மாட்டேன். அட.. கட் பண்ணிட்டா."

அனைவரும் விழுந்து சிரிக்க, அடுத்த டாபிக் அரங்கேறியது.

இரண்டு நாட்களும் வெறும் தண்ணீரை மட்டுமே அருந்தி விட்டு ஒரு மூலையில் நின்று அனைத்தையும் வெறித்தபடி நின்றிருந்தார் ராஜா கருணாகரன்.

('நாச்சியார்' கதாசிரியர். அன்றிரவு கூட்டத்தில் அதிகளவு எங்கள் ஆசானுடனான நினைவுகளைக் கூறி பகடி செய்து அந்த இரவை அழகாக்கியவர் இவரே.)

மீரா கதிரவனை (விழித்திரு) சற்றே தூங்குமாறு அனுப்பி வைத்தேன். சென்றவர் இரவு முழுவதும் Phone செய்து,

"ரொம்ப Guilty யா இருக்கு. எல்லா Ego வைராக்கியத்தையும் தூக்கிப் போட்டுட்டு அவர ஒருவாட்டி பாத்திருந்திருக்கணும். இப்ப Feel பண்றேன். எனக்கு அங்கயே இருக்கணும் போல இருக்கு. ஆனா முடியல" என்றார். ஆசானின் சினிமா அரசியல் செயல்பாட்டால் மனவருத்தமுற்று சிறிது காலம் அவரை சந்திக்காமல் இருந்தார் மீரா.

"நீங்க நல்ல படம் பண்ணியிருக்கீங்க மீரா.."

"யாரு கேட்டா.. இந்த மாதிரி சமயத்துல தான் சமூக வெற்றியோட மதிப்பு ரொம்ப புரியுது.." என்றார். அவரை தேற்றி தூங்க அனுப்பி வைத்தேன். அடுத்து அரைமணி நேரத்தில் வந்து நின்றார்.

"இந்த கிழவன் இவ்ளோ கூட்டத்த சம்பாதிச்சது பெருசில்ல. அதோ, அந்த மூலையில மூணு மணி நேரமா ஒக்காந்திருக்காரே ஒரு பெரியவர். யார் தெரியுமா. நம்ம சொக்கலிங்க பாகவதரோட(வீடு)புள்ள. அதான் பாலு மகேந்திராவுடைய சொத்து." என்றார் சுகா.

"என் படங்கள்ல வர்ற மௌனங்களை துள்ளியமா புரிஞ்சிகிட்டு அந்த இடங்கள்ல தானும் இசையச் சேர்க்காம மௌனமாவே விட்டு மரியாத பண்ணக் கூடியவர் இளையராஜா" என்பார் பாலு மகேந்திரா. இறுதி அஞ்சலியிலும் இளையராஜா தன் தோழன் அருகில் நின்று மௌனமாக பிரார்த்தித்து நிருபர்களின் கேள்விகளை தவிர்த்து மௌனமாகவேச் சென்றார்.

"இறந்ததற்கு இரங்கல் சொல்வதைவிட முக்கியம் பெற்றதர்க்கு நன்றி சொல்வது. ஒரு கலைஞனுக்கு கருவி முக்கியமில்லை.

அதை கையாளும் கரங்களே முக்கியம் என்பதை பாலு நிரூபித்திருக்கிறார்" என்று தலைமுறைகள் படத்தை ஆசான் 5Dயில் படம் பிடித்திருப்பதை பாராட்டினார் கமல் ஹாசன். மேலும் "தமிழ் சினிமாவில் அவர் சாதித்தது நிறைய. அதைத் தொடர பல மாணவர்களை விட்டுச் சென்றிருக்கிறார்" என்றார்.

பாலு மகேந்திராவை ஐஸ் பெட்டியில் பார்த்ததும் உடைந்து அழுத பாரதிராஜா மற்றொரு நண்பரான இயக்குநர் மகேந்திரனின் தோலில் சாய்ந்து கதறி அழுதார். இவர் போல் வெளிப்படையாக வெளிப்படுத்தா விட்டாலும் உள்ளுள் கசிந்து தளர்ந்திருந்தார் மகேந்திரன்.

"நான் ஒரு கத்திய தண்ணிக்குள்ள விட்டா அது கலக் பொலக்குனு போகும். அதுவே பாலு விட்டா அப்டியே நேரா போய் சதக்குனு உள்ள குத்தி நிக்கும். அதான் அவரோட film language" என்பார் பாரதிராஜா.

தேரில் தன் நண்பனைக் கிடத்தி வெய்யிலில் அவர் அருகிலேயே பயணித்து மின் தகன மேடை வரை வந்தார்கள் இரு பெருங்கலைஞர்களும்.

**

பாலு மகேந்திராவின் மார்பில் கற்பூரம் ஏற்ற தகன மேடை அவரை உள்ளிழுத்துக் கொண்டது. சுற்றி நின்ற அத்தனைப் பேரும் உடைந்தழுதார்கள். சக்தியை இழந்த சித்தன் வானை வெறிப்பதைப் போல் செயலற்று சுவரில் சாய்ந்து கிடக்கிறார் பாலா. தகன மேடையில் நடக்கும் நிகழ்வுகளை பதட்டத்துடன் பார்த்தபடி சாரு நிவேதிதா .

சுகா ஒரு புறம், ராஜா கருணாகரன் ஒரு புறம் கதற, செந்தில் உடைந்து அழுகிறார். அவரை கட்டி அணைத்து,

"ங்கோத்தா என்ன ம். ஒண்ணுமில்ல வா."

ஆச்சரியம். வெற்றிமாறன் கண்களிலும் துளி.

இச்சூழலிலும் என் கண்களில் ஒரு துளி கண்ணீரோ மனதில் துயரமோ இல்லை. அனைவரையும் பார்க்கும் போது அவமானமாகக் கூட நினைத்தேன்.

ஒரு மணி நேரம் கழித்து, அஸ்தி எடுக்கப் போனோம். உடைந்து வெந்து சாம்பலான பாலு மகேந்திராவின் உடலை பானையில் போட்டு வெளியே கொண்டு வர அனைவரும் வழிபட்டார்கள். வெற்றிமாறன், ராம், செந்தில், மாரி செல்வராஜ் நான் அனைவரும் காரில் 'வீடு' திரும்பினோம். என் கைகளில் பாலு மகேந்திரா. கீழே வைக்க மனம் வராமல் சூட்டோடு கைகளிலேயே ஏந்தி வந்தேன் என் ஆசானை.

"ஒரு டீ சாப்புட்டு கெளம்பிடலாம்." என்றார் வெற்றி சார்.

"நேத்துதான் நீ சாரப் பாத்தல்ல. அது.. ஒரு மாதிரி.. அது.. நீ Gifted ப்பா."

மௌனமாக டீ அருந்தி முடித்து அனைவரும் கலைய, அவ்விடத்தே நிலைத்த வெறுமை என்னுள் புதைந்திருந்த ஆழ்கடலை திரட்டி எழுப்பி கண்கள் வழி கொப்புளிக்க உடைந்தேன் 'நான்'.

செந்தில், ஸ்டில் ராபர்ட், அவர் மனைவி மூவரும் என்னை தேற்றினார்கள்.

எனக்குள் சினிமா புகட்டி சினிமாவில் என் முகவரியை நிலை நிறுத்திய

என் குரு, என் கிழ நண்பன் இனி இல்லை.

அன்று நான் கலங்கியதைப் பார்த்த பாலா என்னும் சினிமாப் பட்டறை மாணவர் என் கைகளைப் பற்றியவாறு,

“நேத்துதான் பாலு சார் ‘மறுபடியும்’ படத்தப் போட்டுக் காட்டி அவனுக்கு ரொம்பப் பிடிக்கும் ஒரு நாள் அதப்பத்தி ஒங்க கிட்ட பேசச் சொல்றேன்னார்.” என்றார்.

சரி தான். நிறைய வேலை இருக்கிறது. கிளம்பலாம். “ஆமா. சார் எங்க?”

‘அட. என்னையே நான் வெளியில தேடலாமா’.

**

பாலு மகேந்திராவை கடைசி காலகட்டத்தில் பிரிந்திருந்த அவர் மகன் ஷங்கி மகேந்திரா,

“Actualஆ நான் இந்த Death Ceremonyக்கு வரவேண்டாம்னு தான் இருந்தேன். but, இந்த processionல யாரோ ரோட்ல போற பெரியவர் எல்லாம் தன் செருப்ப கழட்டி விட்டுட்டு அப்பாவ கை எடுத்து கும்பிடறதப் பாக்கும் போது, அது அவ்வளவும் just அவருடைய படங்கள் மூலம் அவர் சம்பாதிச்ச மரியாதைன்னு புரியுது.

He might not be a good father. But he is a good film maker. அப்பாவோடய அஸ்திய அவர் பொறந்த இடத்துல இருக்கிற கடல்லயே கறைச்சிடறேன்.”

பாலு மகேந்திரா தன் சந்தியா ராகத்தை திருவண்ணாமலையில் ரமணாஸ்ரமத்தில் நிகழ்த்த நினைத்திருந்தார். அவருடைய சரிபாதி அஸ்தியை அவ்விடமே சேர்ப்பதாக கூறினார் சிஷ்யன் பாலா.

**

வடபழனி சிக்னலில் ஒரு மூதாட்டி பாடி பிச்சை எடுக்க, அவரை அழைத்து வந்து தலைமுறைகளில் ஒரு கதாபாத்திரம் உருவாக்கி நடிக்கச் சொன்னார் ஆசான். அவர் மறுத்து விடவே அவரை பாடச்சொல்லி பாலு சார் ரசிக்க நான் படம் பிடித்தேன். அவரை கதாநாயகனாக வைத்து ஒரு படம் இயக்க திட்டமிட்டிருந்தேன். அதற்கான உரைக்காட்சிகளும் ‘தக்ஷனசித்ரா’ வில் எடுத்திருந்தேன். கடைசியில் இது எடுக்கும் பாக்கியம் மட்டுமே கிட்டியது.

பயணம் எப்படியிருப்பினும் அவரின் முடிவு போற்றத்தக்கதாகவே அமைந்தது. தன் வாழ்வையும் கலையையும் இணைக்கும் மகுடமாக ஒரு இறுதி நிகழ்வு. 'தலைமுறைகள்' படத்தில் இறப்பதற்க்கு முன் மழையில் நனைந்தவாறு உணர்ச்சிப்பெருக்கில் கூத்தாடி நடித்தவர் சட்டென உறைந்து நின்றபடி தன் பேரனிடம் பாலுமகேந்திரா பேசிய கடைசி வசனம்,

"தமிழ மறந்துடாதே. இந்த தாத்தாவ மறந்துடாதே."

"I may be a vulgar man. But my art is not !".

கலையையும் கலைஞனையும் ஒன்றாக்கிடும் வேட்கையோடு

தன் மாணவர்கள் மூலம் தொடர்கிறார் ஆசான் பாலு மகேந்திரா.

படச்சுருள், ஜூன் 2019.

(பாலு மகேந்திரா சிறப்பிதழ்)

ஏவுகணைகளைத் தாக்கும் ஆதி அம்பு

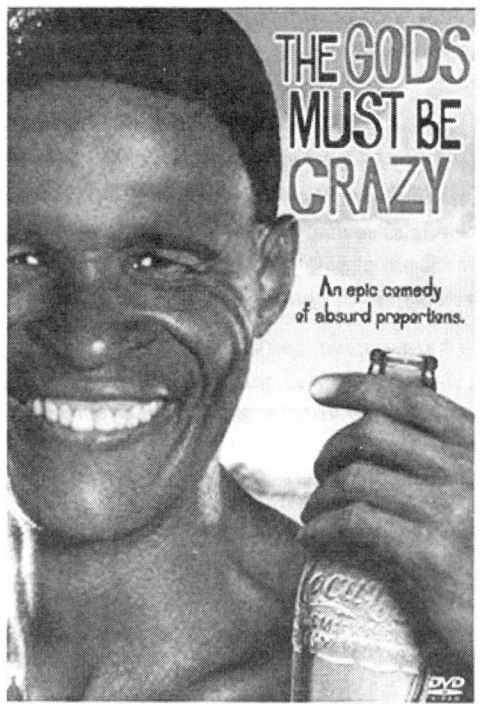

It takes a tribe to raise a human.

- Yuval nova harari.

அந்தமானில் வாழ்ந்து வரும் மொத்தம் இருநூறு பேர் மட்டுமே கொண்ட ஜாரவாஸ் பழங்குடியினர் அங்கு செல்லும் சுற்றுலாப் பயணிகளுக்குக் காட்சிப்பொருள்.

பேருந்தில் செல்கையில் சன்னல் வழியாக பார்க்கப்படும் வினோதக் காட்சி தான் அவர்கள். இடுப்பில் சிகப்பு நிறத்தில் சிறு ஆடையுடனும் கைகளில் அம்புடனும் கானகத்தினுள் கருப்பாக நிற்பவர்களைக் காண காட்டுப்பாதையில் செல்லும் வாகனங்கள் சில நிமிடங்கள் நிற்கும். அப்பொழுது நம் மலைப்பாதைகளில் தென்படும் குரங்குகளிடம் காட்டும் கருணை போலவே கைகளில் இருக்கும் கோக் டின்களையும் சிப்ஸ் பாக்கெட்டுகளையும் அவர்கள் மேல் வீசி எரிவர் நாகரீக மனிதர்கள்.

Gods must be crazy - Jamie uysன் இரண்டு பாகங்களான இப்படத்தின் முதற்காட்சியில் ஹெலிகாப்டரில் பறந்து செல்பவர் கோக் குடித்து முடித்து காலி பாட்டிலை வீசி எறிகிறார்.

போட்சுவானா நபீபியா மற்றும் தென் ஆப்பிரிக்காவை இணைக்கும் கலகாரி பாலைவனத்தில் விழுகிறது அது. அதுவரையில் அவர்களுக்குள் ஒருவித ஒழுங்குடனும் பகிர்தலுடனும் வாழ்ந்து வந்த சான் பழங்குடியினரில் ஒருவர் அந்த புதுப்பொருளை வினோதமாக பார்க்கிறார். அது தங்களுக்கு வானிலிருந்து தெய்வம் அருளிய வரம் என்றென்னி அதை பத்திரப்படுத்துகிறார்.

அதை ஆச்சர்யத்துடன் அடுத்தவர் பார்க்கிறார். அதன் மேல் ஆவல் கூட ஒவ்வொருவரும் தங்களிடமே அது இருக்க வேண்டுமென எண்ணி ரகசியமாக அதனை தனதாக்கிக் கொள்ள எத்தனிக்க அது வரையில் அவர்களுள் நிலவிவந்த அமைதி அன்பு அரவணைப்பு என அனைத்து நெறிகளும் சீர் குலைந்து பொறாமை அபகரிப்பு என வன்மமாக மாறுகிறது.

அந்தமானின் ஜாரவாஸ் பழங்குடியினரை நாகரீகமாக்கும் பொருட்டு அவர்களுள் ஒருவரை வலையிட்டு தூக்கி வந்து தலைநகரமான போர்ட் ப்ளையரில் ஒரு மாதம் அடைத்து வைத்து சோறு முதலிய உணவை கொடுக்க மீனையும் வனத்தில் விளையும் காய் கனிகளையும் மட்டுமே உண்டு வாழ்ந்து வந்தவர் அதை சாப்பிட்டதும் உடலெங்கிலும் கொப்புளங்கள் காய்ச்சல் என ஒவ்வாமையால் கடுமையாக பாதிக்கப்பட செய்வதறியாது மீண்டும் அவரை கானகத்தினுள்ளேயே விட்டு விட்டார்கள் சில ஆயிரம் வருடங்கள் முன்னேறியதாய் நம்பும் நம் அறிஞர்கள்.

Gods must be crazy படத்தில் தங்களுக்குள் பிரிவினையை உண்டுபண்ணிய ஒழுங்கை சீர் குலைத்த அந்த கோக் பாட்டிலை வானத்தை நோக்கி வீசி எறிகின்றனர் சான் பழங்குடியினர். அது திரும்ப அவர்களிடமே வந்து விழுகிறது. விந்தையாக தோன்றும் அப்புதுப் பொருளின் நிஜப்பின்னணி தெரிய

வருகிறது. அதுதொட்டு அவர்களுக்குள் ஒவ்வொன்றாக புதுப்புது பிரச்சனைகள் உருவாகிறது. தம்மக்களின் வாழ்க்கைச் சமநிலை குலைவதை பார்த்து துயருறும் அந்த இனக்குழுவின் தலைவர் அத்தனைக்கும் காரணமான அந்த பாட்டிலை, நவீனம் என்னும் குறியீட்டை உலகின் எல்லை எனக்கருதி மலை உச்சியிலிருந்து வீசி எறிந்துவிட்டு தாங்கள் இழந்த வாழ்க்கையை மீட்டெடுக்கத் திரும்பிச் செல்கிறார்.

ஜேமி உய்ஸ் வருங்காலத்தை கச்சிதமாக கணித்து பயன்படுத்தினாரா என்று தெரியவில்லை. நாற்பது வருடங்களுக்கு முன்பு எடுக்கப்பட்ட இப்படத்தில் இடம்பெற்ற 'கொகொ கோலா' பாட்டில் அப்போதைக் காட்டிலும் இக்காலத்திற்கு இன்னும் கச்சிதமாக பொருந்துகிறது. அது எல்லா காலத்திற்கும் பொருந்திப் போகக்கூடிய பொதுக் குறியீடு. உலகின் மிகச்சிறந்த செவ்வியல் ஆக்கங்கள் யாவும் எக்காலத்துக்கும் பொருந்துவதாகவே இருக்கும். கலையின் ஆதார சுருதியான மானுட விடுதலையை இலக்காக கொண்டு படைக்கப்படும் அத்தனை கலை வடிவங்களுக்கும் இவ்விதி பொருந்துகிறது.

அசோகமித்ரன் குறியீடுகளின் பயன்பாட்டை இவ்வாறு விவரிக்கிறார் :

ஒரு படைப்பாளி வெறும் அடிமன உணர்ச்சியினால் மட்டும் இயங்கினால் போதாது. காரண காரிய கோர்வைச் சிந்தனை தேவைப்படுகிறது. குறியீடு எனப் பயன்படுத்துவது அந்நேரத்தில் கவனத்தைக் கவர்வதற்காக இல்லாமல் ஒரு சிந்தனைப் போக்கின் தடமாக இருக்க வேண்டும்.

மருதன் பசுபதி

இச்சிந்தனை மரபின் நீட்சியாகவே பழங்குடியினரின் நிலத்தில் விழுந்த அந்த கொகொ கோலா பாட்டில் உயிர்பெற்று வெவ்வேறு பரிமாணங்களில் நவீனம் வளர்ச்சி நாகரீகம் மதம் என்று இன்றுவரை உலகெங்கிலுமுள்ள ஆதிவாசிகளின் உரைவிடத்தை நாசப்படுத்தி வருகிறது.

சமீபத்தில் அந்தமானைச் சேர்ந்த சென்டினல் தீவின் பூர்வகுடிகளான சென்டினல்ஸ் வாழ்வை பிரகாசிக்கச் செய்து இரட்சிக்கும் பொருட்டு அவர்களிடம் மதத்தை அறிமுகம் செய்யச் சென்றார் அமெரிக்க மதபோதகரான ஜான் ஆலன் என்பவர். விளைவு அவரை கொன்று விட்டார்கள் அம்மக்கள். அவர் பிணத்தை மீட்க பாடுபட்டு வருகிறது இந்திய அரசாங்கம். Most vulnerable tribes என்று தான் அம்மக்களை வகைமைப் படுத்துகிறார்கள். கொடியவர்களென அடையாளப்படுத்துவதற்கான வரையறை என்ன என்று பார்த்தால் அடிப்படையில் ஒரு பெருந்தவறு நிகழ்வது அப்பட்டமாக தெரியவரும். ஒரு நிலப்பகுதியில் நெடுங்காலமாக வாழ்ந்து வருபவர்களின் இடத்தையோ உடைமைகளையோ அல்லது அம்மக்களையோ ஆக்கிரமிக்கும் போதும் அவர்களை அப்புறப்படுத்தவோ அல்லது அவர்களின் இயல்பை மாற்றவோ சிதைக்க முற்படவோ செய்யும்போதும் தான் அவர்கள் தாக்குவார்கள். இது உயிரின் இயல்பு. தன்னை தற்காத்துக்கொள்வது

உயிரினங்களின் அடிப்படைத் தேவையும் கூட. ஓர் இனக்குழுவின் கலாச்சாரம் பண்பாடு முதலிய தனித்துவங்கள் பாதுகாக்கப்படுவது இப்பூமிச் சுழற்சிக்கு அவசியம். அந்நிலப்பரப்பின் தட்பவெட்பம் அங்கு விளையும் உணவு முதலியவையே அங்கு உருவாகும் உயிரினங்களுக்கான ஆதாரம். மனிதன் உட்பட.

Charlie's own country ஆஸ்திரேலிய இயக்குனர் ரோல்ப் டீ ஈர் (Rolf de heer) இயக்கிய இப்படம் டேவிட் குல்புலில் (David gulpulil)

எனும் ஆஸ்திரேலிய பழங்குடி நடிகர் வசனம் எழுதி நடித்து 2014 ஆம் ஆண்டு காண் திரைப்பட விழாவிலும் கிரேக்கத்தில் மனித உரிமை மீறலுக்குமான விருதுகளை வென்ற திரைப்படம். வடகிழக்கு ஆஸ்திரேலியாவின் பழங்குடி மக்களில் ஒருவரான டேவிட் குல்புலில் நவீன ஆஸாதிரேலியாவில் தொலைந்து போகும் தம் இனத்தின் பண்பாட்டை மீட்கும் பொருட்டு மேற்கொள்ளும் நடவடிக்கைகளால் கைது செய்யப்பட்டு சிறையிலிருந்து திரும்பிய பின் தங்கள் பாரம்பரிய நடனத்தை இளைய தலைமுறையினருக்கு கற்றுத்தருவதோடு முடியும் இப்படம்.

தான் பிறந்து வளர்ந்த மண்ணில் தான் அந்நியனாக பாவிக்கப்படுவதின் வலியை நாகரிகத்தால் முன்னேறியதாகக் கருதும் மனிதர்களாகிய நாம் உணரமுடியாத அல்லது அவ்வுணர்வை பொருட்படுத்தாத நிலையில் நம் வளர்ச்சி எதை குறிக்கிறது என்று ஆராய வேண்டியிருக்கிறது. இப்படத்தில் பழங்குடியினரான சார்லி அவர்களின் வாழ்விடத்தை ஆக்கிரமித்த அரசாங்கப் பணியிலிருக்கும் ஒரு அதிகாரியிடம் கேட்பார், “ எங்கள் நிலத்தில் நீங்கள் இருக்கறீர்கள். உங்களுக்கு ஒரு தொழிலும் இருக்கிறது. என் நிலம் எங்கே ? என் தொழில் எங்கே ? “ இந்த அடிப்படைக் கேள்விக்கான நேர்மையான பதிலை சிந்திக்கத் தவறுவோமாயின் நாம் கற்றவற்றில் நம் வளர்ச்சியில் பெரும்பிழை இருப்பதாகவே அர்த்தம்.

தமிழ்த் திரைப்படங்களில் பழங்குடியின மக்களை பகடிக்காகவும் பாடல்களுக்காகவும் மட்டுமே பயன்படுத்தி வந்திருக்கின்றனர். இதற்கு பாலுமகேந்திராவும் விதிவிலக்கல்ல. சமீபத்தில் வனமகன்’ என்றொரு படம். கதைப்படி அந்தமானின் பழங்குடி நாயகனை பிடித்து வந்து நகரத்தில் கிடத்தி அவரால் இங்கு வாழமுடியாததை உணர்ந்து கடைசியில் வனத்தில் விடுவதாகத்தான் காட்டுகிறார்கள். ஆனால் அதுவரையிலும் அவரை வைத்து அமைத்த காட்சிகளின் இசையின் தொனியை கவனித்தோமானால் புலப்படுவது அதே டெம்ப்ளேட் கீழ்மைத்தன பகடி தான். அதனால் தான் அதில் இடம்பெறும் நல்ல வசனங்களும் மனதில் பதிய மறுக்கிறது. “காட்டுல இருக்கறதெல்லாம் மிருகங்களும் இல்ல. நகரத்துல இருக்கறவங்கெல்லாம் மனுசங்களும் இல்ல”.

கூடி வாழ்தலின் அவசியத்தை தேவையை மறந்த காலகட்டத்தில் வாழ்ந்து கொண்டிருக்கிறோம் நாம். மனிதன் சக மனிதனுடனும் மனிதர்கள் விலங்குகளுடனும் மனிதரும் விலங்குகளும் சேர்ந்து காட்டுடனும் சேர்ந்து ஒருவித ஒத்திசைவோடு தான் ஆதியிலிருந்து வாழ்ந்து வந்திருக்கிறார்கள். இயற்கையோடு முரண்பட்டு அதற்கு

மாற்றாக எதிர் திசையில் பயணிக்க மனிதரைத் தவிர வேறெந்த உயிரினமும் முயற்சிப்பதில்லை. தனக்கு வாய்க்கப்பட்ட ஆறாம் அறிவை அத்துமீறிப் பயன்படுத்தத் துடித்து புதுப்புது கருவிகளின் கண்டுபிடிப்புகளாலும் சமூகம் என்னும் அமைப்பினாலும் தனிக்குழுக்களாகப் பிரிந்து வாழ்வை இலகுவாக்கும் பொருட்டு மதங்களை உருவாக்கிப் பிறகு அவற்றுள் போட்டி மனோபாவம் பெருகி உலகை ஆளும் வேட்கை அதிகரித்து பின் எண்ணிக்கையில் உயர எத்தனித்து மதமாற்றத்தை மக்களிடையே விதைக்க முற்பட்டார்கள். அதன் உச்சமாக காட்டின் பூர்வ குடிகளையும் விட்டு வைக்காமல் ஒவ்வொருவரும் தங்கள் மத சித்தாந்தத்தை அவர்கள் போக்கில் இயற்கையுடன் இசைந்து வாழ்ந்து கொண்டிருப்பவர் களையும் பலியாக்க முயற்சிக்கிறார்கள்

Up down and sideways. வடகிழக்கு மாநிலமான நாகலாந்தின் மலைக்கிராமமான பெக் மக்களின் வாழ்க்கை இசையால் சூழப்பட்டது. அவர்களின் அன்றாட செயல்பாடுகள் உடல் உழைப்பைக் கோறும் கடும்பணி யாவற்றையும் இலகுவாக்குவது அவர்கள் பாடும் பாடல்களின் கூட்டொலியே. பெரும்பாலும் Gibberish எனப்படும் அர்த்தமற்ற சப்த ஒலிகளைக் கொண்டு அவர்கள் தங்கள் மண்ணில் பாடி வேலை செய்கிறார்கள். அதில் ஒரு காட்சி. நிலத்தில் வேலை செய்யும் பணிப்பெண்களின் பிம்பத்தை பிரதிபளிக்கிறது மண். அப்பொழுது வரும் பாடல் வரி 'நீயின்றி நானில்லை'. மண்ணிடம் மனிதர்கள் சொல்வதாகவும் மண் மனிதர்களிடம் சொல்வதாகவும் பொருள்படுகிறது. இதுவே அப்படத்தின் தத்துவம். அந்நில வாசிகளை அப்புறப்படுத்த பலகாலமாக போரிட்டு வருகிறது இந்திய அரசாங்கம். இது உலகலாவிய பிரச்சனையே.

தெலுங்கானா மாநிலத்தின் நல்லமலையில் வாழும் பூர்வகுடியினராகிய 'செஞ்சு' (chenchus) இன மக்களை முன்னேற்றும் பொருட்டு அரசாங்கம் வெளியேறச் சொன்னபோது அம்மக்கள் சொன்னது,

"நீங்க வேல குடுப்பீங்க வசதி பண்ணி குடுப்பீங்க ஆனா எங்க வாழ்க்கய குடுப்பீங்களா ? அது தலமுறத் தலமுறயா இந்த காட்ல தாங்க இருக்குது."

"நாங்க விலங்குகளோட தான் வாழறோம். ஆனா அதுங்கள தொல்ல பண்றதில்ல. இந்த காட்ல புலியும் ராஜா நாங்களும் ராஜா".

"இந்த மலையில கெடைக்கற தேனையும் பழங்களையும் புளியையும் சாப்ட்டு வாழறோம். நீங்க குடுக்கற வேற எந்த உணவும் வேணாம். எங்கள வாழ வுடுங்க".

நவீனமயமாக்கல் உலகமயமாக்கல் என்று உலகம் படுவேகமாக பயணித்துக் கொண்டிருக்கும் இக்காலகட்டத்தில் மனித இனம் மீளுவதற்காக எஞ்சியிருக்கும் ஒரே நம்பிக்கை இப்பழங்குடி மக்களும் அவர்களின் ஆதி வாழ்க்கை முறையுமே. நவீனம் என்னும் பெயரில் இயற்கைக்கு மாற்றாக செயல்பட்டு வரும் மனித வாழ்வு எதிர்கொள்ளும் நெருக்கடிகள் ஒருபுறமும் ஒரு இனக்குழுவினை அரசியல் காரணங்களுக்காக அழிக்கும் பொருட்டு அவர்கள் வாழும் நிலப்பரப்பை சிதைப்பதற்காக அறிவியலின் பெயரால் வளர்ச்சி என்னும் பெயரால் அரங்கேறி வரும் அட்டூழியங்கள் மறுபுறமும் நிகழ்வதை சாமானியரும் கவணிக்க வேண்டிய காலகட்டம் இது.

உதகையில் வாழும் ஆறு பழங்குடி இனக் குழுவினறில் ஒரு சாறாரான 'தோடர்கள்' தங்கள் பிள்ளைகளை முதல் ஐந்து வயது வரை காலணிகள் இல்லாமலே நடக்க

வைக்கிறார்கள். Sweater jerkin gloves shoes எனக் குளிரில் நாங்கள் நடுங்கியபடி நிற்க மழைக் காலத்திலும் மலைக்காடுகளில் மெல்லிய உடைகளுடன் சேற்றில் வெறுங்கால்களுடன் சுற்றித்திரிந்தார்கள் அக்குழந்தைகள். அதற்கு அவர்கள் சொல்லும் காரணம் மண்ணுக்கும் மனிதனிக்குமான அந்த உறவு ஆயுளுக்கும் தேவையான நோயெதிர்ப்பு சக்தியை வழங்குகிறது என்பதே. ஆயிரத்து சொச்சம் உள்ள அம்மக்கள் எவருக்கும் அப்பனியிலும் மழையிலும் வாழ்ந்தாலும் சளி காய்ச்சல் என்று எதுவும் வருவதில்லையாம். இதுவே மனிதர் கற்க வேண்டிய அறிவியல். இதுவே மருத்துவ அறிவு. இயற்கை மனிதர்களுக்கு அளிக்கும் கொடை. இந்த லயத்திலிருந்து விலகுவதால் தான் மனித இனம் சிதைவுகளைச் சந்திக்க நேரிடுகிறது.

சீமாந்தரா ஒடிசா மாநில எல்லையின் மலைக்காடுகளில் வாழ்ந்துவரும் 'சவாரா' பழங்குடி மக்களை ஒரு பயணப்படத்திற்கான ஆய்வுக்காக சந்தித்தோம். மலையடிவாரத்தில் வாரத்திற்கு ஒருமுறை நடக்கும் சந்தைக்கு வருகிறவர்கள் காட்டிலிருந்து மலைத்தேன் பழங்கள் கிழங்குகள் முதலிய காட்டின் பொக்கிஷங்களை கொண்டு வந்து விற்றுவிட்டு தங்களுக்குத் தேவையான பொருட்களை வாங்கிச் செல்கிறார்கள். அப்படித்தான் அவர்களிடமும் பந்நாட்டு முதலாளிகள் உலக சந்தைக்காக தயாரிக்கும் லேஸ் குர்குறே பெப்ஸி முதலிய பொருட்கள் அறிமுகமாகின்றன. மலைப்பாதைகளில் பயணிக்கும் போது நாம் வீசி எரியும் தின்பண்டங்களை தின்றுப்பழகிய குரங்குகள் மரத்திலிருந்து மரம் தாவமுடியாமல் தடுமாறி விழுகின்றன. அவ்வுணவை உண்ணும் பறவைகள் காடு முழுக்க எச்சமிட உலகெங்கிலுமுள்ள காடுகள் சிதைந்து வருகின்றன.

இந்தியாவில் பரவலாக எல்லா சிறு பெரு மலையடிவாரங்களிலும் தவறாமல் ஒரு திருச்சபை பள்ளிவாசல் பாறைகளில் சிலுவை ஓம் 786 முதலிய குறிகளைக் காண முடியும். சந்தைக்கு வரும் 'சவாரா' இன மக்கள் அம்மலை அடிவாரத்தில் கட்டப்பட்டிருக்கும் திருச்சபைக்கு சென்று அல்லேலுயா ஆமென் சொல்லிவிட்டு காட்டுக்குத் திரும்புகிறார்கள். இயற்கையை வழிபட்டவர்கள் இயேசுவை வழிபட தொடங்கிவிட்டார்கள். யாரை எதற்காக மாற்ற முனைகிறோம். இயற்கையிடமும் அதனோடு ஒத்திசைந்து வாழ்ந்துவரும் பழங்குடி மக்களிடமும் தான் நாம் கற்க வேண்டியவை இருக்கிறதே தவிர மத போதனை நவீனம் வளர்ச்சி தொழில்நுட்பம் என அவர்களுக்கு கற்றுத்தர வேண்டிய

அவசியமேதுமில்லை. வாழ்க்கைக்குத் தேவையான விஞ்ஞான அறிவையும் தொழில்நுட்பத்தையும் சரிவர பெற்றிருக்கிறார்கள் அம்மக்கள்.

அனைத்திற்கும் மாற்று உருவாகி வருகிறது இந்த நவீன உலகில். 'அதுபோல' எவ்வாறு 'அது' ஆகும். நாம் தின்பது கோழி அல்ல. கோழி போல. மாம்பழம் அல்ல. அது போல. Flavours தான் முக்கியம் இந்த தலைமுறைக்கு. வெண்ணிலா ஃப்ளேவர், ஸ்ட்ராபெர்ரி ஃப்ளேவர். புதினா போய் தக்காளி போய் க்ரீன் சட்னி, ரெட் சட்னி வந்துள்ளது. Quantity occupies our minds instead of quality.

உலகமயமாக்களின் பயனாக மனிதன் அடைந்த இந்த நவீன வாழ்வானது அதற்கு விலையாக அவனது வாழ்வையே பறித்துக் கொண்டது.

அதன் வெளிப்பாடே பத்து வயதில் பருவமடையும் பெண் பிள்ளைகள் வயதை மீறிய அசுர வளர்ச்சியடையும் சிறுவர்கள் இளநரை என்று நீள்கின்றது.

இயற்கைக்கும் மனிதனுக்குமான இடைவெளி அதிகரிப்பதாலேயே நவீன மனிதன் பலவீனப்படுகிறான். ஒவ்வொரு காலத்திலும் மனித இனம் புதுப்புதுப் பரிணாம மாற்றத்திற்குத் தன்னை ஆட்படுத்தும் பொழுதும் ஏற்படும் சமநிலைக்குலைவை சீர் செய்யும் பொருட்டு சிலர் உருவாகத்தான் செய்கிறார்கள். மசானபு ஃபுகோகா நம்மாழ்வார் போன்றோர் இக்காலகட்டத்தின் பேரிடரிலிருந்து மக்களை மீட்க தோன்றியவர்களே.

'இயற்கைக்கு திரும்பும் பாதை' யில் ஃபுகோகா இவ்வாறு கூறுகிறார் : "மனிதர்கள் ஆர்வக்கோளாறு காரணமாக ஏதாவதொரு பழத்தை ஏற்படுத்தி விடுகிறார்கள். அதன் விளைவுகள் மிக பயங்கரமாக உருவெடுக்கும்போது அதை சரி செய்ய ஏறாளமான பொருட்செலவில் இறங்கி

அதை சரி செய்வார்கள். இந்த சரி செய்யும் வேலை வெற்றிகரமானதாக அவர்களுக்குப் படும்போது அதுவே சாதனையாக போற்றப்படுகிறது. ஒரு விஞ்ஞானி இரவு பகலாக புத்தகங்களில் மூழ்கி கண்களை கெடுத்துக் கொள்வார். அவருக்குக் கிட்டப்பார்வை வந்துவிடும். இத்தனை ஆண்டுகள் அவர் அப்படி எதைத்தான் ஆராய்ந்தார் என்று பார்த்தால் இந்த கிட்டப் பார்வைக்கு கண்ணாடி கண்டுபிடித்துக் கொண்டிருப்பார்."

நவீனம் தொழில்நுட்பம் வளர்ச்சி என்ற பெயரில் இயற்கைக்கு புரம்பாக ப்ராய்லர் கோழி உலகமாக பெருகி வரும் இச்சூழலில் சாதிகள் மதங்கள் கடவுள்கள் கடவுள் தரகர்கள் என மனித வாழ்வின் மையநோக்கை மறந்து

எதன் பின்னோ எதற்காகவோ பயணித்துக் கொண்டிருக்கும் நாம் காடுகளில் எஞ்சி உயிர்ப்புடன் வாழுந்து கொண்டிருக்கும் சொற்ப மனிதர்களையும் சிதைக்க கிளம்பி விடுகிறோம்.

ஜேம்ஸ் கேம்ரூனின் 'அவதார்' அத்தகையதொரு அத்துமீறலையும் அதை எதிர்க்கொண்டு வென்ற தொன்மத்தையும் பற்றிய ஆக்கமே. எத்தகைய ஏவுகனைகளையும் சிதைக்கும் வல்லமை படைத்த ஆதி அம்புகள் இன்னமும் உயிர்ப்புடனே இருக்கின்றன. இனியும் இருக்கும். அது இருக்கும் வரை தான் இப்பிரபஞ்சத்தில் மனிதனும் இருப்பான்.

சென்டினல் தீவில் கொலை செய்யப்பட்ட அந்த நாகரீக மனிதருக்கும் அவர் சார்ந்தோருக்கும் ஆழ்ந்த அனுதாபங்கள்.

அயல் சினிமா, ஏப்ரல்2019

மகேந்திரக் கலை

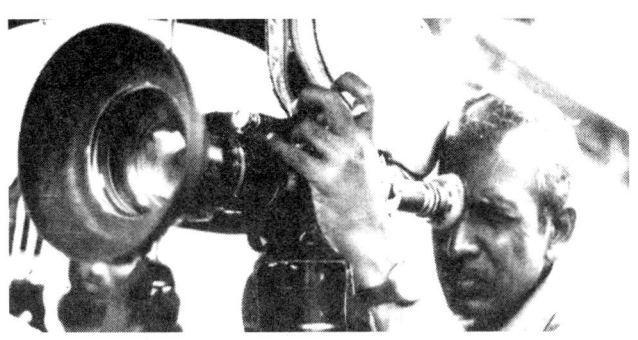

* குற்றமும் தண்டனையும் *

'உங்களில் யார் உத்தமரோ அவர்கள் இவள் மேல் கல் எறியுங்கள்' என்கிறார் இயேசுநாதர். ஒரு சமூகத்தில் தனியொரு மனிதனின் குற்றத்திற்கான தண்டனையை வழங்குவதன் சரியான காரணத்தை நோக்கத்தை ஆராய்ந்தோமானால் அது அவர் செய்த குற்றத்தைக் கண்டிப்பதான தோற்றம் கொண்ட ஒரு கூட்டு மனித மனதின் தேங்கிக் கிடக்கும் அழுத்தத்தின் வெளிப்பாடாக வக்கிரத்தின் வடிகாலாக இருப்பது தெரிய வரும். தாஸ்தாயெவ்ஸ்கி'யின் 'குற்றமும் தண்டனையும்' முதற்கொண்டு பல்வேறு கலைப்படைப்புகள் இதனை விவாதிக்கின்றன. இயக்குநர் மணிகண்டனின் 'குற்றமே தண்டனை' என்ற படத்தின் தலைப்பை பரிந்துரைத்தது இசைஞானி இளையராஜா. மிக முக்கியமான சேதியை இத்தலைப்பே தன்னகத்தில் கொண்டுள்ளது. குற்றத்திற்கான தண்டனை அதன் தோற்றுவாயான அகத்திலே நிகழ்வதே ஆகச் சிறந்தது. குற்றவுணர்வு என்ற சொல்லின் வலிமை கணிக்கவியலா பாரத்தைக் கொண்டது. அவ்வகையில் ஏற்படும் மாற்றமே ஆகச்சிறந்ததும் அவசியமானதாகும்.

இயக்குநர் பிரம்மாவின் முதல் திரைப்படம் 'குற்றம் கடிதல்'. செய்த தவறை உணர்ந்து மன்னிக்க வேண்டி மன்றாடும் ஒருவர் அந்நேரம் அவரைத்தொட்டு மன்னிக்கும் மான்போடு பாதிக்கப்பட்டவர், என்பதோடு முடிகிறது அப்படம். கமல்ஹாசனின் விருமாண்டி'யில் 'மன்னிக்கிறவன் மனுஷன், மன்னிப்பு கேக்கறவன் பெரிய மனுஷன்' என்பவர் 'நம்மவர்' திரைப்படத்தில் 'மன்னிப்பே கிடைக்காதுங்கற போது ஒருத்தன் எதுக்காக திருந்தணும்' என்பார் குற்றம் புரிந்த மாணவனை திருத்த முனையும் பேராசிரியர்.

இப்பின்னணியில் மகேந்திரன் என்ற கலைஞரின் கலையையும் அவரது அகத்தையும் புரிந்து கொள்ள முயன்றோமானால் மனித வாழ்க்கைக்குத் தேவையான அற்புதமான தருணங்களை அவர் நிகழ்த்திக் காட்டியிருப்பதை உணரமுடியும். 'உதிரிப்பூக்கள்' என்ற படத்தின் இறுதிக் காட்சியில் குற்றவாளியான தந்தையை ஊர் மக்கள் அனைவரும் ஒன்றாகச் சேர்ந்து அவரின் பிள்ளைகளின் முன்பே ஆற்றில் மூழ்கி சுயதண்டனை வழங்கிக் கொள்ளச் சொல்கிறார்கள். தன் குற்றத்தை எவ்வித மறுப்புமின்றி ஏற்றுக் கொள்பவர் இறப்பதற்கு முன் அம்மக்களைப் பார்த்து சொல்கிறார், "நீங்க எல்லாரும் ரொம்ப நல்லவங்களா இருந்தீங்க. ஆனா இன்னைக்கி உங்க எல்லாரையும் நான் என்னப்போல மாத்திட்டேன். நான் செஞ்ச தவறுகளிலேயே பெரிய தவறு இதுதான்".

மகேந்திரன் என்ற கலைஞரை தமிழ் சினிமாவில் கொண்டாடப்பட வேண்டியது இத்தருணத்தை திரையில் நிகழ்த்திக்காட்டியதால் தான். ஒரு தொலைக்காட்சி நேர்காணலில் அவர் இயக்கிய 'பூட்டாத பூட்டுக்கள்' படத்தையொட்டி அவர் சொன்ன 'மனிதர்களின் அசிங்கங்களை ஒரு படைப்பாளி வெளிச்சம் போட்டுக் காட்டக் கூடாது' என்ற கருத்தை சொல்லி அது ஒருவித ஒழுக்கப்பார்வையை வலியுறுத்துவதாக உள்ளதே என்ற கேள்விக்கு மகேந்திரன் சொல்கிறார், 'அத நான் சொல்லியிருக்கக் கூடாது. ஏதோவொரு எண்ணத்துல சொல்லிட்டேன்'.

தன்னை எக்காலத்திலும் மாற்றத்திற்கு தயாராகவும் தவறுகளை திருத்திக்கொண்டு தெளிவு பெறும் வேட்கையோடும் சதா சுயபரிசீலனையிலும் இருந்திருக்கிறார். பரவலாக மகேந்திரன் படைத்த கதாபாத்திரங்கள் இரு சாராராக இருக்கிறார்கள்.

ஒரு பக்கம் மனித மனதின் குரூரங்களும் வக்கரங்களும் அதீத சுயநலமும் கொண்டவர்களாகவும் மற்றொரு சாரார் விழுமியங்களை பேணிக்காப்பவர்களாக குடும்ப அமைப்பின் சட்டத்திட்டங்களையும் பொறுப்பையும் அறிந்து செயல்படுபவர்களாகவும் இருக்கிறார்கள். அதிலும் மூத்தவர்கள் முதிர்ச்சியற்றவர்களாகவும் இளையவர்கள் நிதானமானவர்களாகவும் விளங்குவது கவனிக்கத்தக்கது. ஜானி, உதிரிப்பூக்கள், மெட்டி ஆகிய படங்களில் அப்பாக்கள் பொறுப்பற்றவர்களாக ஊதாரித்தனமானவர்களாக இருக்க மகன்கள் அப்பாவின் இடத்திலிருந்து செய்ய வேண்டிய கடமைகளைச் செய்கிறார்கள். இந்த அப்பா மகன் உறவில் குடும்ப சமூக நெருக்கடிகள் மகன்களை நெருக்க அதனால் அவர்களுக்குள் பகை நீடித்தாலும் அடிப்படையில் அம்மகன்கள் அப்பா மேலுள்ள தார்மீக மரியாதையும் அன்பும் கொண்டவர்களாகவே விளங்குகிறார்கள். இவ்விடத்தில் தான் மகேந்திரன் தனித்துத் தெரிகிறார். மனிதனின் வாழ்க்கைச் சூழலும் வளர்ந்த விதமும் ஒருவனை தவறானவனாக உருவாக்கி பாவங்களைச் செய்பவனாக்கினாலும் அவனை இரத்தமும் சதையுமுள்ள உணர்வுள்ள மனிதனாக உறவுகளால் நடத்தப்படுவதாய் காட்டுகிறார். அவன் தவறுகளை தட்டிக்கேட்பவர்கள் தவறை உணர்ந்து தளர்ந்து அன்பை வேண்டி நிற்பவர்களை பார்க்குமிடத்து கனிவானவர்களாய் மாறுகிறார்கள். ஒரு கலைஞனாக தன் பார்வையாளனுக்குள் இவ்வாறான சலனத்தையே ஏற்படுத்துகிறார் மகேந்திரன்.

தவறுதலும் தடுமாறுதலும் பின் தவறை உணர்ந்து மீளுதலுமாய் மனித வாழ்வைப் போற்றிய மகேந்திரன் தான் ஒரு நடிகனாக

பரிணமித்த பின் கொடுத்த ஒரு பேட்டியில் குழந்தை வளர்ப்பின் முக்கியத்துவத்தை பேசுகையில் 'அட்லி இதப்பத்தி பேசியிருக்கார்' என்று சில்லாகிக்கிறார். இது அப்துல் கலாமிடம் அவருக்கு பிடித்த தமிழ்க் கவிஞர் எனக் கேட்டதும் நகைச்சுவை நடிகர் விவேக் என சொன்னதற்கு ஒப்பாகும். ரகசியமாய் விவேக்கையே சிரிப்பு மூட்டியிருக்கும் கலாமின் கவியறிவு. இருப்பினும் மகேந்திரன் பாணியில் அத்தவறுகளையும் கடந்துச் செல்வோம்.

* குறியீடுகளும் படிமங்களும் *

உதிரிப்பூக்களின் உக்கிரக் காட்சி. மனைவியின் தங்கையை மானபங்கப்படுத்தும் மாமன். அவளுடைய ஆடைகளை மட்டும் கலைந்து விட்டு ஆயுளுக்கும் மனதளவில் அது அவளை சிதைக்க வேண்டுமென வக்கிரமாக சிரிப்பார் விஜயன். இக்காட்சியில் அவர் ஆடைகளைக் களைகையில் இடையிடையே அப்பெண்ணின் காதலன் அவளுக்காக காத்திருக்கையில் கைகளில் சோளப்பூக்களை ஒவ்வொன்றாய் பிய்த்து காற்றில் பறக்கவிட அதன் நுனியில் உள்ள பூ மட்டும் பறிக்கப்படாமல் இருக்கும். இக்காட்சிக்குப் பொருத்தமான குறியீட்டை மிகத்துள்ளியமாக நேர்த்தியாக வைத்திருப்பதாக விமர்சகர்கள் கொண்டாடியிருக்கிறார்கள். இது உருவான பின்னனியை இத்தனை வருடங்கள் கழித்து விளக்குகிறார் மகேந்திரன். அக்காட்சியைத் தேவையான அளவு படம்பிடித்த பின் படத்தொகுப்பில் லெனின் அவர்களுடன் சேர்ந்து கோர்த்துப் பார்த்திருக்கிறார். அவ்வுணர்வு வெளிப்படப் போதுமான காட்சியின் நீளம் இல்லாததால் ஒரு எண்ணம் தோன்றியிருக்கிறது. படப்பிடிப்பின் போது ஒரு மாலை வேளை சூர்ய அஸ்தமன வானை சில்லாகித்த நடிகை அஷ்வினி மகேந்திரனிடம் கூற ஒளிப்பதிவாளர் அசோக்குமாருடன் நடிகர்களை அழைத்துக் கொண்டு விரைந்திருக்கிறார். அவ்விடம் செல்வதற்குள் அவ்வொளி மாறிவிட அந்நடிகரை உட்கார வைத்து காத்திருக்கும் காட்சியை எடுத்திருக்கிறார். எச்செயலுமின்றி அமர்ந்திருப்பது மந்தமாக இருந்ததனால் அவர் கைகளில் இக்கதிரை கொடுத்திருக்கிறார். இது ஞாபகத்திற்கு வர அதைக் கோர்த்துப் பார்த்ததும் தேவையான காட்சியின் நீளம் கிடைத்திருக்கிறது. ஆனால் 'அப்பெண்ணின் கன்னித்தன்மையை மட்டும் விட்டுவிட்டு அவளை அலங்கோலப்படுத்தியதை அக்கதிரை காட்டி உணர வைத்திருக்கிறார் இயக்குநர்' என விமர்சகர்கள் பாராட்டுவதை பார்க்கும் போது செருப்பால் அடித்ததைப் போல உணர்ந்ததாகச் சொல்கிறார் மகேந்திரன். அவரின் பெருந்தன்மை இது.

இதே நிலமை 'அது ஒரு கனாக்காலம்' படத்தில் ஆசான் பாலுமகேந்திராவுக்கும் ஏற்பட்டுள்ளது. தனுஷின் அம்மா இறந்த உடலை வீட்டின் முன் கிடத்த அதன் பின்னால் தெருவில் மனிதர்களின் நடமாட்டம். விமர்சகர் அவரிடமே வந்து சொல்கிறார். 'ஒரு வாழ்க்கை முடிந்த போதும் மனித வாழ்வு தொடர்ந்தபடி தான் உள்ளது.' நடந்தது என்ன ?. படத்தொகுப்பின் போது பாலு உதவியாளரிடம் கேட்டிருக்கிறார், 'யாருடா அவன் பின்னால க்ரௌட கண்ட்ரோல் பண்ணாம என்ன வேலடா செஞ்சீங்க'. உண்மை அறிந்த குருநாதர் விமர்சகர் சில்லாகிக்க கண்ணத்தில் முகம் புதைத்து மௌனம் காத்தார்.

குறியீடுகளை திரைப்படங்களில் பயன்படுத்துவதில் விருப்பமில்லாதவர் மகேந்திரன். ஒரு கதையின் போக்கை கதாபாத்திரத்தின் மனநிலையை நேரடியாக அவர்களின் நடிப்பில் கொண்டுவரவே விரும்பியவர். தார்கேவ்ஸ்கியும் குறியீடுகளை விரும்புவதில்லை. ஆனால் அவர் சொல்லும் காரணம் வேறு. குறியீடுகள் அவற்றிற்கென திட்டவட்டமான அர்த்தங்களைக் கொண்டுள்ளது. படிமங்களோ முடிவற்ற அர்த்தங்களை யூகிப்பதற்கான சாத்தியங்களைக் கொண்டுள்ளது. ஆகையால் தன் படங்களில் காட்டப்படும் காட்சிகள் யாவையும் படிமங்களே என்கிறார்.

சிரிப்பதா சில்லாகிப்பதா என்று தெரியாத மற்றொரு காட்சி. 'நெஞ்சத்தைக் கிள்ளாதே' படத்தில் தன் தங்கையான சுகாசினி அவள் கணவன் பிரதாப் போத்தனிடம் அன்பாக நடந்து கொள்ளாததால் கவலையுறும் அண்ணன் சரத்பாபு பிரதாப்பிடம் வருந்தி பேசுகிறார்.

அவர்களுக்குப் பின்னணியில் பிரதாப்பின் வீட்டுச் சுவரில் ஒரு படம் பிரேம் போட்டு மாட்டப்பட்டிருக்கிறது. அதில் ஒரு இளைஞி மேலங்கியில்லாமல் முதுகும் பாதி புட்டங்களும் காட்டியபடி தன் ஜீன்ஸை இரு கைகளால் அவிழ்க்க முற்படுகிறாள். சரத்பாபு வருந்திச் சொல்கிறார்,

'ஒரு குடும்பத்தோட சுக துக்கம் எல்லாமே பெண்கள் கைல தான் இருக்குது'. அவர்களுக்குள் தாம்பத்யம் சுமூகமாக இல்லாதது தான் பிரச்சனை. இக்காட்சியின் உள்ளடக்கத்தை மிகத்துள்ளியமாக விளக்கும் குறியீடு தான் இது. படத்தில் பிரதாப் ஒரு புகைப்படக் கலைஞரும் கூட. எல்லா வகையிலும் பொருந்துகிறது தான். ஆனாலும் இயக்குநர் மகேந்திரனை கேட்டிருந்தால் பாலுமகேந்திராவைப் போல கன்னத்தில் கைவைத்து முகம் புதைத்திருப்பாரோ என்னவோ. மற்றபடி இப்படம் ஒரு சாதாரணமான படைப்பு தான்.

இப்படத்தின் தாக்கத்தால் எடுக்கப்பட்ட படம் மௌன ராகம். மணிரத்னத்தின் கலையுலக வாழ்வின் மகத்தான காலக்கட்டத்தில் எடுக்கப்பட்ட நேர்த்தியான படைப்பு. மௌன ராகத்தை பார்த்த மகேந்திரன் நன்றாக எடுக்கப்பட்டிருப்பதாக பாராட்டியிருக்கிறார். நெஞ் சத்தைக் கிள்ளாதேயின் திரைக்கதை ஆரம்பத்திலிருந்தே தொய்வோடு தான் செல்கிறது. அவருடைய ஏனைய படங்களைப் போலவே அன்பான அண்ணன் (அவர் சரத்பாபுவே தான்) துடிப்பான தங்கை வெறுப்புமிழும் அண்ணி. இடைவேளைக்குப் பிறகு தான் கதை நேர்க்கோட்டில் செல்கிறது. மற்றபடி கவனிக்கத்தக்க கிளைக்கதை திருமண வாழ்வு சரியாக அமையாத சரத்பாபு தன்னைக் காதலித்தப் பெண்ணுடன் மணமுடிக்காமல் உடல் தவிர்த்து தனியொரு வாழ்க்கை வாழ்வது. இவ்வுறவை விமர்சனமின்றி ஏற்றுக் கொள்ளமுடியும். ஆனால் சுகாசினியை மணக்காமல் போன மோகன் ஊனமுற்று சக்கர நாற்காலியில் அமர்ந்திருக்கும் தன் மனைவியை சுகாசினியிடம் காட்டி 'இப்படி ஒருத்தியோட நான் சந்தோஷமா வாழ முயற்சி பண்றேன். உனக்கென்ன, உன் வீட்டுக்காரர் அன்பானவர் தானே' என்கிறார். சுகாசினியும் மனம் மாறி தன் கணவனைத் தேடிப் போகிறார். இக்கதாபாத்திர உளவியலை ஆராய்கையில்

கீழ்த்தரமான மனிதராகத் தெரிகிறார் மோகன். ஊனமுற்றப் பெண்ணை மணந்ததை ஒரு தியாகியைப் போன்ற பாவனையில் சொல்கிறார் அவர். இப்படியொருவரை மணக்க முடியாததால் தான் சுகாசினி விரக்தியுடன் இருக்கிறார் என்றால் அக்கதாபாத்திரமும் பலவீனப்பட்டு விடுகிறது.

மௌன ராகத்தில் குதூகலமானக் காதலனாக எதையும் விளையாட்டுப் போக்கில் அணுகும் இளைஞனாக வரும் கார்த்திக்கின் வாழ்வு திடீரென

முடிந்து போனதும் நிலைகுலைந்துப் போகிறாள் காதலி ரேவதி. அப்பாவின் மீதான பாசத்திற்காக மோகனை மணம் முடித்தாலும் அவன் நினைவு அவளை வதைத்தபடியே இருக்கிறது. மௌனமாகத் தன் அன்பை மட்டும் ஒருதலையாகக் கொடுத்து வரும் கணவன் மோகனிடம் வெறுப்புமிழ்பவள் ("நீங்க தொட்டா கம்பளிப் பூச்சி ஊர்ற மாதிரி இருக்கு") கடைசியில் அவன் அன்பை உணர்ந்தவளாய் மனதார தன் கணவனுடன் இணைகிறாள். கதாபாத்திரங்களையும் திரைக்கதையையும் கனக்கச்சிதமாகக் கையாண்டிருக்கிறார் மணிரத்னம். 'நெஞ்சத்தைக் கிள்ளாதே' வெகு இயல்பான நடிப்பு, நிதானமான காட்சிமொழி, ராஜாவின் 'பருவமே புதிய தாளம் போடு' என்ற பாடல், அதைக்காட்சிப்படுத்திய அசோக்குமாரின் ஒளிப்பதிவு, இவற்றால் சிறப்புறுகிறது. இரண்டு படங்களிலும் சிறப்பாக அமைக்கப்பட்ட ஒரு கதாபாத்திரத்தால் அப்படங்கள் அழகுறுகிறதென்றால் அது நெஞ்சத்தைக் கிள்ளாதே வில் வெண்ணிற ஆடை மூர்த்தி, மௌன ராகத்தில் வி.கே. ராமசாமி ஆகியோருடையது.

*** இலக்கியம் ஓவியம் படைப்பு ***

உதிரிப்பூக்களுக்கான முதற்பொறி ஒரு தாய் இரண்டு பிள்ளைகளுடன் செவ்வானப் பின்னணியில் நிற்பதான ஓவியத்தை பார்த்ததும் உதயமாகியிருக்கிறது. அதனைத் தொடர்ந்து புதுமைப் பித்தனின் 'சிற்றன்னை' நினைவுக்கு வர எழுத ஆரம்பித்திருக்கிறார். பம்பாய்க்கு ஒரு தயாரிப்பாளரிடம் கதை சொல்லச் சென்றவர் ஓட்டல்பால்கனியிலிருந்து கடற்கரையை பார்க்கையில் ஒரு பெண் காலை ஓட்டப்பயிற்சி மேற்கொள்ளும் காட்சி தென்பட்டிருக்கிறது.

அவள் வாழ்வின் ஒவ்வொரு கட்டமாக ஓடினால் எப்படியிருக்குமென கற்பனை செய்ததும் உருவான கதையை அத்தயாரிப்பாளரிடம் சொல்லியிருக்கிறார். அதுவே 'நெஞ் சத்தைக் கிள்ளாதே'.

தமிழ் சினிமாவின் மும்மூர்த்திகளென கொண்டாடப்படும் பாலச்சந்தர் பாரதிராஜா மற்றும் பாலுமகேந்திரா ஆகியோரிடம் இல்லாத ஒரு தனிச் சிறப்பு மகேந்திரனிடம் இருந்திருக்கிறது. அது இலக்கியத்திலிருந்து சினிமாவை வார்க்கும் அம்சம். பாலச்சந்தர் நாடக பாணியிலான கதையாடல் புரிந்தவர். பாரதிராஜா கிராமிய வாழ்வானுபத்தை உணர்ச்சிமிகு கதைகளாக படப்பிடிப்பு அரங்கத்திற்கு வெளியே நிகழ்த்திக் காட்டியவர். பாலுமகேந்திரா தமிழ் சினிமாவை ஊடகமாக ஒழுங்கு படுத்தியவர். ஆனால் அவர் கையாண்ட கதைக்களங்கள் குறுகிய வட்டத்திற்குள்ளே அடங்கியது. மகேந்திரன் மட்டுமே இலக்கியப் பிரதிகளை சினிமாவுக்குள் கொண்டு வந்தார்.

முதல் படமான 'முள்ளும் மலரும்' கல்கியில் உமா சந்திரன் தொடராக எழுதிய கதையை மையப்படுத்தியது. 'விஞ்ச் ஆப்பரேட்டர்' என்னும் வேலை, ஊட்டியில் நடக்கிற கதை என்பதிலிருந்து உருவானதே அப்படம். காட்சி மொழியின் தாகத்தில் இருந்தவருக்கு பாலுமகேந்திரா கிடைத்ததும் அது அமரத்துவம் பெற்ற படைப்பாகியது. டேபில் மேலிருந்த புத்தகத்தின் அட்டையில் இருந்த அமெரிக்கப் போலீஸ் அதிகாரியின் உருவத்தைப் பார்த்ததும் 'ஒரு போலீஸ் தன் மகனையே கொல்ல நேரிட்டால்..' என்ற கேள்வியிலிருந்து உருவான கதையே 'தங்கப் பதக்கம்'. சிவசங்கரியின் கதையே 'நண்டு'. அவரின் கடைசிப்படமான 'சாசனம்' கந்தர்வனின் புதினத்தை மையப்படுத்தியது.

'ஜானி'யில் ஸ்ரீதேவி தன் காதலை ரஜினியிடம் சொல்லும் காட்சி நால்வரின் கலைத்திறனைப் பறை சாற்றுகிறது. முதலில் ஸ்ரீதேவியின் நடிப்பு. பிறகு ரஜினி. ராஜாவின் இசை.

உச்சமாக மகேந்திரனின் இயக்கம். ஆசான் பாலுமகேந்திராவிடம் கூறினேன். 'இது போல் ஒரு காதல் காட்சியை எழுதி இயக்கிவிட்டால் அதற்குப் பிறகு காதல் படங்களை இயக்குவதை விட்டுவிடுவேன்'.

பொருமியவர், "என்ன பெரிய மகேந்திரன். 'முள்ளும் மலரும்' படத்த நான் தான்டா படமாக்கனேன். Just emotion ஆ ஒரு கதையோட வந்தார் மகேந்திரன். Screenplay shot divisions ன்னு i only did everything you know."

நான் மௌனம் காக்க பார்வையை திருப்பிக் கொண்டார் குரு.

மற்றொரு சமயம் மகேந்திரன் அவர்களின் கடைசிப் படமான 'சாசனம்' பார்க்க பாலு சாருடன் ஆதவன் தீட்சண்யாவும் நானும் சத்யம் திரையரங்கு சென்றோம்.

பாதியில் நான் நெளிந்து,

"சார். Rest Room போயிட்டு வர்றேன்.."

சற்று நேரத்தில் ஆதவன் தீட்சண்யா வருகிறார். இருவரும் சிரித்துக்கொள்கிறோம். படம் முடிந்து பயணிக்கையில்,

"என்னடா.. ஒண்ணுமே பேச மாட்டேங்கிற.. நானே கேட்கணுமா.."

"No sir.. It's like.."

"பிடிச்சிருக்கு. பிடிக்கல.. இவ்ளோதானே.. இத சொல்ல ஏண்டா இவ்ளோ பீடிக..!"

"சார். கண்ண மூடி பத்து நிமிஷம் படத்த கேட்டேன். எனக்கு புரிஞ்சிச்சி. அதான்.."

"Cinema is basically a Visual Art. நான் தான் சொன்னேன். இல்லேங்கல. ஆனா ஒரு படம் எந்த ஒரு உணர்வ கொடுக்க வந்ததோ அந்த உணர்வ பார்வையாளனுக்கு கடத்திட்டா அது நல்ல சினிமா தாண்டா. அதுக்கு 'Grammar' முக்கியமில்ல. இயக்குநரோட பார்வை தான் முக்கியம்."

நீண்ட மௌனத்திற்குப் பிறகு அழுத்தமாகச் சொன்னார்,

"Never underestimate Mahendran".

ஜானியின் அக்காதல் காட்சியில் ஸ்ரீதேவி ரஜினி உரையாடல் முடியுமுன்பே பேச ஆரம்பித்ததும் 'கட்' சொல்லியிருக்கிறார் ரஜினி. சீராக சென்ற காட்சி தடைப்பட்ட காரணமறிந்த

மகேந்திரன் இருவரின் உரையாடலும் ஒன்றன் மேல் ஒன்று கலந்தே வரட்டும் (Overlapping) என்றிருக்கிறார். யதார்த்த வாழ்வில் நடப்பது போன்று சினிமாவில் சாத்தியமா என்று ஆச்சர்யப்பட்ட ரஜினி சிறிது ஆசுவாசப்படுத்தி தன்னை தயார் செய்துகொண்டு நடிக்க ஸ்ரீதேவி அநாயசமாக அசத்தியிருக்கிறார். "ஏன் அப்படி பேசிட்டீங்க?"

"நான் அப்படித்தான் பேசுவேன்!"

படப்பிடிப்பு தளங்களில் உருவாகும் அக்காட்சிக்குத் தேவையான எவ்வித மாற்றங்களுக்கும் தன்னைத் தயாராகவே வைத்திருந்திருக்கிறார் மகேந்திரன். கல்லூரியில் எனக்கு சீனியரான ராஜ்குமார் மகேந்திரனின் தங்கை மகன். அவரிடம் பேசுகையில் அலெக்ஸ் (மகேந்திரன்) மாமாவைப் பற்றி நிறையவே பகிர்ந்தார். தன்னையோ தன் சினிமாவையோ ஒருபோதும் கொண்டாடியதில்லை அவர். பகடியாய் சுய விமர்சனம் செய்து கொள்வார். சாசனம்' படம் பார்த்ததாக சொல்ல, "எதுக்குப்பா அதப் பாத்தே. வேற நல்ல படமே கெடைக்கலையா ஒனக்கு" என்றாராம். பாதிப்படம் எடுக்கப்பட்ட நிலையில் நீண்ட நாட்கள் தயாரிப்பில் இருந்ததால், இருந்ததைத் தொகுத்து வெளியிடப்பட்ட படமது. இரு தங்கைகள் இரு தம்பிகள் மீதும் மிகவும் பாசமாக இருந்தவர் தான் இருக்கும் இடத்தைக் கலகலப்பாக வைத்துக் கொண்டிருக்கிறார். சந்திக்கும் நபர், உரையாடல், சம்பவம் எதுவாகினும் சுவாரஸ்யமாக இருக்கும் பட்சத்தில் அவை தன் படங்களில் இடம்பெற்றுவிடும். நடிகர் ராஜேஷுடன் பயணித்த ராஜ்குமார் வயக்காட்டில் வேலை செய்தவர்களை பைனாக்குலரில் பார்த்ததும் அவர்கள் ஃபோட்டோ எடுப்பதாக நினைத்துக் கொண்டு போஸ் கொடுத்திருக்கிறார்கள். அதை அலெக்ஸ் மாமாவிடம் சொல்ல அடுத்த படமான 'தையல்காரனி'ல் வில்லன் காமக்கண் கொண்டு பார்க்கும் காட்சியாக வந்திருக்கிறது அது.

அவரின் படைப்புலகின் உச்ச காலக்கட்டம் 1978 முதல் 1981 வரை தான். அதன் பின் அவர் எடுத்தப் படங்கள் வனிக நோக்கம் மட்டுமே பிரதானமாகக் கொண்டு எடுக்கப்பட்ட சூத்திரச் சினிமாக்களே. 1984 ல் வெளியான 'கை கொடுக்கும் கை' முதலிய படங்கள் எந்த சினிமாக்களை ஆரம்ப காலத்தில் பார்த்து வெறுத்தாரோ அவற்றைப் போலவே செய்தவை. இப்படத்தின் வில்லன் கதாபாத்திரம் அவருடைய நடிப்பு பாடல்கள் என அனைத்தும் அப்படியே. எச்சூழலில் அப்படிச் செய்தார் என்பது ஆய்வுக்கானதே. இப்படத்தின் இறுதிக்காட்சியை நல்லவிதமாக எடுத்ததாகவும் பிறகு தயாரிப்பாளரின் நிர்பந்தத்தால் ரேவதியை

வன்புணர்வு செய்யப்படுவது போன்று எடுக்க நேர்ந்ததுமாக நக்கீரன் கோபால் சொல்கிறார். பாலுமகேந்திராவும் இது போன்று செய்திருக்கிறார். இருப்பினும் இக்கலைஞர்களின் உன்னதப் படைப்புகளைக் கொண்டே அவர்களை மதிப்பிட வேண்டியிருக்கிறது.

சினிமாவை உருகி அணுகிய கலைஞனல்ல மகேந்திரன். ஒருவித பற்றற்ற தன்மையோடு தான் அணுகியிருக்கிறார். அது அவரின் இறுதிக்காலம் வரையிலான செயல்பாடுகளில் வெளிப்பட்டிருக்கிறது. தன் வாழ்வில் நடந்த எல்லாமே தற்செயலென சொல்பவர் சென்னைக்கு எம் ஜி ஆரால் அழைத்து வரப்பட்டு திரைக்கதையாசிரியராக துக்ளக்கில் எழுத்தாளராக பின் இயக்குநராக உச்சத்தில் இருந்த சமயம் 1988 ல் இளையான்குடியில் அவருடன் படித்த பள்ளித் தோழரொருவர் “அலெக்ஸ் எப்படியிருக்கான். என்ன வேல செய்யறான்” என்றாராம். அப்படித் தான் வாழ்ந்திருக்கிறார். குடும்ப நண்பர் அறுவை சிகிச்சை நிபுணர் தன் குடும்பத்தோடு வந்து மகேந்திரனின் படப்படிப்பை பார்க்க வேண்டுமென்று கேட்டிருக்கிறார். சிரித்தபடியே, “என் குடும்பத்தோட நீங்க அறுவை சிகிச்சை செய்றத பார்க்க வந்தா விடுவீங்களா” எனக் கேட்டாராம்.

தனக்குள் இருந்த நடிகனை தனக்குக் காட்டியவர் என ரஜினி சொன்னாலும் 'பேட்டை'யில் அவருடன் சேர்ந்து நடித்ததை சில்லாகித்த ராஜ்குமாரிடம் சொன்னாராம், "ரஜினி அபாரத்திறம் படைத்த நடிகர். இன்னைக்கு அவர் அடைஞ்சிருக்கற எடம் அவர் உழைப்பால வந்தது. நான் நிஜமாவே எதுவும் பண்ணலப்பா." எவ்வித சுமைகளையும் தன்னுள் வைத்துக் கொள்ளாததால் தான் அவரால் கடைசி வரை அமைதியுடன் வாழ முடிந்ததோ.

* கதாபாத்திரங்கள் உரையாடல் திரைமொழி *

பெரும்பாலான படங்களில் நாவிதர், வீட்டு ப்ரோக்கர், டீக்கடைக்காரர் போன்றவர்களை இடம்பெறச் செய்ததற்குச் சொல்லும் காரணம் அவர்கள் நம் அன்றாட வாழ்வின் அங்கத்தினர் என்பதே. மூர்த்தி செந்தாமரை குமரிமுத்து போன்றோர் ஏற்ற கதாபாத்திரங்களும் அவர்களின் வசனங்களுமே அந்தந்த படங்களுக்கு முழுமையை தந்து அழகாக்குகிறது. மையக் கதாபாத்திரங்கள் பிரள்கையில் தடுமாறுகையில் தளர்கையில் இவர்களே ஆறுதல் படுத்துவர். வாழ்வை அர்த்தப்படுத்துவர்.

மெட்டியில் மூர்த்தியின் அற்புதமான உரையாடல்கள் செவ்வியல் தன்மைக் கொண்டவை. ராஜேஷிடம் சென்று, "சார் என்னப்பத்தி நீங்க தெரிஞ்சிக்கலாமா. என் பேர் தான் தங்கம். ஆனா பித்தலய விட கேவலமா இருக்கறேன்." ராஜேஷ்: "நான் தங்கத்தையே மதிக்காதவன். உங்களச் சொல்லல." பார்ப்போரிடமெல்லாம் தன் ஆறு பெண்களில் ஒருவரை மணக்க விருப்பமா எனக் கேட்கும் தங்கத்திடம் ஒரு நாள் சரத்பாபு அவர்களில் ஒருவரை மணக்க விருப்பம் தெரிவிக்க உடைந்துருகும் தங்கம், "நான் ஒரு ஏழை. இந்த வேடிக்கைய எல்லாம் தாங்க மாட்டேன்." தீர்க்கமாக சரத்பாபு, "நான் உண்மையாத் தான் சொல்றேன்" என்றதும், "சார். நான் உங்கள தெய்வம்னு சொல்ல மாட்டேன். மகாத்மான்னும் சொல்ல மாட்டேன். ஆனா அபூர்வமா இந்த உலகத்துல மனசாட்சியோட பொறந்த ஒரு நல்ல மனுசனா பாக்கறேன்". இவ்வசனத்தின் நீட்சியே மகேந்திரக் கலை.

ரேவைக் கொண்டாடினாலும் இவர் படங்களில் சென்னின் தாக்கமே அதிகம் இருக்கின்றது. அது தன்னிச்சையாகவும் நிகழ்ந்திருக்கக் கூடும். காட்சி அமைப்பு, கதாபாத்திரங்களின் நகர்வு, உரையாடும் விதம், தவிர ஊடகமாக சினிமாவைக் கையாண்ட விதம், (freeze shots போன்றவை) படைப்பாளியின் குழப்பங்கள், என சென் அதிகமாகத் தெரிகிறார். பெரும்பாலான

படங்களின் முதல் காட்சி பரந்த வெளிகளாக கடலாக தெளிவான வானமாகவே இருக்கிறது. 'ஜானி' யின் முதல்காட்சி மலைமேட்டில் வேலை செய்யும் உழவர்களின் பாடலோடு துவங்குகிறது. **'பூட்டாத பூட்டுக்கள்'** ளில் மூங்கில் தடுப்புக்குப் பின்னால் வெளிப்புறத்தை மௌனமாக பார்த்துக் கொண்டிருக்கிறார் ஒரு பெண். துவக்கத்திலிருந்தே பார்வையாளனின் பார்வையை அவதானிப்பை தீர்மானித்து விடுகிறார்.

உதிரிப்பூக்களில் தன்னிடம் நலம் விசாரிக்கும் கிழவியிடம் விஜயன் சொல்லும் சிறுபிள்ளைத்தனமான பதிலுக்கு அவருக்குப் பதிலாக அவர் மகனின் உருவத்தைக் காட்டுகிறார். 1970களில் தமிழில் இது மிகவும் புதுமையான காட்சி மொழி. வஞ்சகக் கிழவி, வக்கிரக் கணவன், அவர்களால் அப்பாவி மனைவியான அஸ்வினி வாழ்வில் ஏற்படப்போகும் அவலம், என அப்பேரதிர்ச்சிகளுக்கு முரணாக நிகழும் அவ்வுரையாடலை காட்சி மொழியாக கையாண்ட விதம் அபாரம்.

இரு வேறு பண்பாடுகளுக்கிடையிலான ஊடாட்டத்தைக் கையாண்ட படமாக (intercultural film) வந்திருக்க வேண்டியது **'நண்டு'**. அப்படியல்லாமல் போனது குறையானாலும் 1981 ல் தமிழ் படத்தில் வடமொழி பேசும் குடும்பத்தையும் இரண்டு இந்தி பாடல்களையும் கொண்டு ஒரு படமெடுத்தது புதுமையே. 'நண்டு' பல்கதாபாத்திரங்களை கச்சிதமாகக் கையாண்ட படம். ஆனால் இப்படத்தின் முடிவில் கணவனை இழந்து குழந்தையோடு நிற்கும் பெண் அவள் வாழ்வை இடரின்றி தொடர வேண்டுமெனும் செய்தியைச் சொல்லத்தான் இத்திரைக்கதை என்றால் அது நிகழவில்லை. படத்தின் நாயகி அஷ்வினி பாலச்சந்தரின் துருத்திய பெண்ணியவாதிகளைப் போலல்லாமல் நிதானமான யதார்த்தமான அழகியலோடு வாழும் பெண்ணாக இருக்கிறார். கதாநாயகன் ராக்கி கட்ட சுற்றியிருக்கும் பெண்களிடம் கேட்கும் காட்சியின் சிக்கல் முடிவில்

கவிதையாக அவிழ்க்கப்படுவது மகேந்திரன் சிறந்த இயக்குநராக முத்திரைப் படைத்திருக்குமிடம்.

வங்கத்தில் மிருணாள் சென் கேரளத்தில் கெ.ஜி. ஜார்ஜ் போன்றோரின் பெண்ணியப் பார்வையை தமிழில் வெளிப்படுத்தியவர் மகேந்திரன். இவருடைய பெண்கள் திருமணமான தன் கையை பிடித்திழுத்தவன் தனக்கே அறிவுரைக்கும் போது அவன் மேல் சாக்கடையை ஊத்துகிறாள். தன்னை முதுகு தேய்க்க பயன்படுத்தும் நாராக பார்க்கும் கணவனை "நான் தங்கச்சி கல்யாணத்துக்குப் போவேன்டா" என்கிறாள். முதல் மனைவியின் தங்கையையே அபகரிக்க நினைப்பவனிடம் "நீ என்ன அடிக்கலாம். ஆனா உன் சோத்துல வெசம் வெச்சி கொல்றது கஷ்டமில்ல" என்கிறாள். மறுபக்கம் பெண்களைப் போற்றத்தெரிந்த ஆண்கள் அண்ணனாகவும் நண்பனாகவும் பக்கத்து வீட்டுக் காரனாகவும் இருக்கிறார்கள்.

*** வாழ்க்கைத் தரிசனம் ***

அறிந்தவரை தன் வீட்டில் எப்படியோ அப்படியே தன் படைப்புகளிலும் விளங்குகிறார் அலெக்ஸாண்டர். இவ்வுலகில் ஒரு மனிதன் அதிலும் கலைஞனானவன் சமூகத்துடன் சக மனிதனுடன் முரண்படாமல் வாழ்வது சாத்தியமா. கடினம் தான். ஜிட்டு கிருஷ்ணமூர்த்தி போன்றோர் அமைதியாக ஆலமரத்தடியில் அமர்ந்தவாறு நிதானத்தையும் விழிப்பு நிலையையும் பேச முடியும். நடைமுறை யதார்த்தம் என்பது முற்றிலும் வேறு. இப்படியிருக்க மகேந்திரன் வாழ்வின் லயத்தோடு இயைந்து பயணித்தது ஆச்சர்யமே.

கடைசி நாட்களில் தனக்காக மருத்துவமனையில் மெனக்கெடும் உறவுகளிடம் சொன்னாராம், "போதும் விட்டுடுங்கப்பா. இதப் போட்டு ஏன் இழுத்து வெச்சிக்கிட்டு. வேறென்ன. வந்தாச்சி இருந்தாச்சி போக வேண்டியது தானே". கொஞ்ச நாட்களுக்கு முன் நடந்த ஒரு விழாவில்

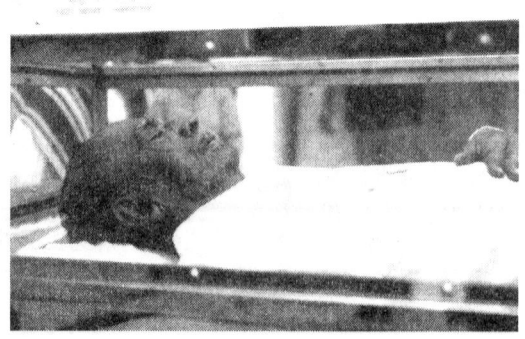

வாழ் நாள் சாதனையாளர் விருது பெற்று ஆற்றிய உரையில், “ என்னுடைய எல்லா செயல்பாடுகளுக்கும் காரணம் என் மனைவி. இந்த விருத அவங்களுக்கு சமர்ப்பிக்கிறேன் “. கசிந்தது மனைவி ஜாஸ்மினின் கண்கள். பெண்களைத் தன் படைப்புகளில் மட்டுமல்ல வீட்டிலும் போற்றிய கலைஞன் மகேந்திரன். எவன் ஒருவன் தன்னைத்தானே சுய எள்ளல் செய்து கொள்கிறானோ அவன் வாழ்க்கை ஒரு வகையில் செம்மையாகவே செல்கிறது. தானெடுத்த படங்களில் தவறுகள் குறைவாக இருக்கும் படம் ‘உதிரிப் பூக்கள்’ என்கிறார். தன்னைப் பற்றிய அவதூறுகளுக்கு “அடப்போப்பா அவங்க எதோ பேசிட்டுப் போறாங்க “ இந்த அணுகுமுறை எல்லோருக்கும் சாத்தியப்படாது. அப்படி வாய்க்குமானால் அவர்கள் மகேந்திரனைப் போல் நிறை மனதுடன் வாழ்ந்திட முடியுமெனப் படுகிறது.

ஆனால் புறவுலக யதார்த்தம் என்பது வேறல்லவா. பாலச்சந்தர் பாலுமகேந்திராவின் இறுதிச் சடங்கிற்கு வந்ததில் பாதிக் கூட்டம் கூட சேரவில்லை இக்கலைஞனுக்கு. உச்சமாக தமிழ்த்திரைப்பட இயக்குநர் சங்கமோ தமிழக அரசோ அவருக்கு செலுத்த வேண்டிய இறுதி மரியாதையை செய்யவில்லை. மக்களால் தேர்ந்தெடுக்கப்படாத முதல்லவரால் ஆளப்படுவதால் நமக்கு கேட்கவும் உரிமையில்லை. சங்கம் சொல்லும் காரணம் ‘மகேந்திரன் சங்கத்தில் உறுப்பினர் இல்லை.’ ஐயா, சங்கத்தில் உறுப்பினரானால் தான் கலைஞனென்றால் தங்களுக்கு மகேந்திரன் கலைஞரல்லாமல் போகலாம். ஆனால் தமிழ் சினிமாவின் நிஜ வரலாறு என ஒன்றெழுதினால் அதில் தவிர்க்க முடியாத படைப்புகளாய் இக்கலைஞனின் படங்கள் இடம் வகிக்கும். இந்தக் கூத்தையெல்லாம் மந்தைவெளியில் கண்ணுரங்கும் மகேந்திரனை எழுப்பிச் சொன்னால் “அட வுடுங்கப்பா. அவங்க கெடக்கறாங்க. நல்ல தூக்கத்த கெடுத்துக்கிட்டு” என்று தான் சொல்வார்.

இடுகாட்டில் மகன் ஜான் மற்றும் குடும்பத்தாரும் ஈரமுள்ள சிலரும் விளம்பரத்திற்காக வந்த சிலரும் சூழ்ந்து நிற்க மகேந்திரன் உடலின் முன்பு பிரார்த்தித்தார் பாதிரியார். ‘கர்த்தருடைய கிருபையாலே அலெக்சாண்டர் என்கிற இந்த மகன் இம்மண்ணுலகில் வந்து தமக்கிடப்பட்ட கட்டளையை கடமையை நிறைவேற்றி விட்டு இதோ கர்த்தரிடம் தன்னை சமர்ப்பித்திருக்கிறார். அன்பான ஆண்டவரே உன் பிள்ளையை நீவிரே எடுத்துக் கொள்ளுமப்பா. உன்னிடத்திலே அவரை பத்திரப்படுத்திக் கொள்ள மேண்டுமப்பா.’

சில மகோன்னதங்களின் மகிமை மறைந்த பின் தான் தெரியவரும். என் படமான 900 கி.மீ ரில் கதாநாயகனாக மகேந்திரனை நடிக்க வைக்க முன்மொழிந்தேன். பிறகு பாரதிராஜாவை பரிந்துரைத்தார் தயாரிப்பாளர் வெற்றிமாறன். ஆனாலும் கடைசி வரை மகேந்திரனை சந்திக்கவே இல்லை என்பது அவர் மறைந்த அன்று தான் உணர நேர்ந்தது. அவர் மறைந்த செய்தி அறிந்த கணம் சட்டென ஒருவித அழுத்தம் உள்ளுள் ஆட்கொள்ள ஒரு பொக்கிஷம் எமை விட்டுப் பிரிந்ததைப் போன்ற உணர்வு. 'கடைசியா முகம் பாக்கறவங்க பாத்துக்கங்க'. அவர் பாதத்தை ஸ்பரிசித்தேன்.

"சார். நான் உங்கள தெய்வம்னு சொல்ல மாட்டேன். மகாத்மான்னும் சொல்ல மாட்டேன். ஆனா அபூர்வமா இந்த உலகத்துல மனசாட்சியோட பொறந்த ஒரு நல்ல மனுசனா பாக்கறேன்".

படச்சுருள், மே 2019.

(மகேந்திரன் சிறப்பிதழ்)

நாடோடி : டோணி கத்லிப்

மௌனம் யௌவனம். மௌனத்தின் பேரிரைச்சலே மனிதனை அதிர்வுகளை நோக்கி செலுத்துகிறது போலும். இருதய அதிர்வு. இருத்தலே பேரதிர்வு. இருத்தலே இசை. இயக்கம் இசை. இயற்கையின் அத்தனை பரிமானங்களும் சேர்ந்தியங்குகையில் பிறக்கும் இசையே பிரபஞ்ச இயக்கத்திற்கான விசை. மற்ற உயிரினங்களைக் காட்டிலும் மனிதனுக்கே இசையின் தேவை அவசியமாக இருக்கின்றது. பிழைத்தலைத் தாண்டிய தேவையும் இச்சையும் கொண்ட மனிதன் இப்பிரபஞ்ச ரகசியத்தை புரிந்து கொள்ள பல வகைகளிலும் முயற்சிக்கிறான்.

ஒரு கனப்பொழுதில் துவங்கி மறு கனத்தில் முடிந்து போகும் இவ்வாழ்க்கை யுக யகமாய் வற்றாத நதியாய் வழிந்தோடுகிறது. அதன் லயத்தை பிடித்துவிடத் துடிக்கும் வேட்கையின் வெப்பச் சலனமே மனிதனை இயக்கி வருகின்றது. முடிவற்றுத் தொடரும் இத்தொடர் பயணத்தின் தாளச்சரமே உயிர்சக்தி.

இப்பிரபஞ்சத்தின் அங்கமான ஒவ்வொரு தனி உயிரின் இயக்கத்திலும் இசை உள்ளது.

கானகத்தினுள் மௌனமாய் அமர்ந்து கவனிப்போமானால் அங்கு வாழும் பல்லுயிர்கள் எழுப்பும் கூட்டொலி ஒரு அபூர்வ தரிசனம். மேற்கு ஆப்பிரிக்க பழங்குடி இனத்தவர்களான மலிங்கா மக்கள் (Malinka) அவர்கள் வாழ்வின் அத்தனை செயல்பாடுகளிலும் இசையைக் காண்கிறார்கள். அதுவே அவர்களின் இயக்கத்திற்கான ஆதாரம். Foli என்றால் அவர்கள் மொழியில் Rhythm என்று அர்த்தம். "Tous les choses, c'est du rythme."

அனைத்திலும் தாளம் இருக்கிறது என்கிறார்கள் அவர்கள். பரவலாக உடல் உழைப்பை மூலதனமாகக் கொண்டு வாழும் தொழிலாளர்கள் அனைவருக்கும் இசையே ஆதாரம். ரொமானி என்றும் ஜிப்ஸிக்கள் என்றும் அழைக்கப்படும் நாடோடி மக்களின் ஆதார ஸ்ருதி இசை தான். சுமார் 1200 வருடங்களுக்கு முன்பு இந்தியாவின் வட மேற்குப்பகுதியான தார் பாலைவனத்திலிருந்து புலம் பெயர்ந்து இன்று ஐரோப்பிய கண்டத்தின் பெரும்பாலான நாடுகளில் வாழ்ந்து வரும் 12 மில்லியன் மக்கள் கூட்டமே ரோமா இனத்தினர். அவர்கள் வாழ்வின் அனைத்து பரிமானங்களையும் திரைப்படங்களாக உருவாக்கி வரும் ரொமானி இயக்குநர் டோணி கத்லிப்.

Gadjo dilo (The crazy stranger) தன் தந்தை இறப்பதற்கு முன்பு அவர் சில்லாகித்த பாடகியைத் தேடி ஃப்ரான்ஸிலிருந்து

ரொமானியா செல்பவன் வழியில் பரந்து விரிந்து கிடக்கும் அச்சாலையின் நடுவில் தன்னந்தனியே தன்னுள் இசைக்கும் இசைக்கேற்றவாறு நடனமாடுகிறான். அந்த இசையும் பனிசூழ் பரந்தவெளியும் நம்முள் ஏற்படுத்தும் அதிர்வலைகள் மெல்ல விரிந்து பிரபஞ்ச கானமாய் அதன் லயத்தில் இசைந்தாடும் இருப்பாய் மனிதன் மாறுவதை உணர்வோம். டோணி கத்லிப் (Tony Gatlif) என்னும் கலைஞனின் கலைச்சாரத்தை இப்படத்தின் முதற்காட்சியிலேயே அப்பட்டமாக தரிசிக்க முடிகிறது.

Latcho drom (The safe journey) - 1993ல் வெளியான இத்திரைப்படமே இன்றளவிலும் கத்லிப்பின் அடையாளமாகத் திகழ்கிறது. நிலம் மனித இனத்திற்கு எவ்வளவு அவசியம் என்பதை குறிப்பாக தேசியமயவாதம் தீவிரமாகி வரும் இக்காலகட்டத்தில் அனைவரும் உணர்ந்ததே. இந்நிலையில் அதற்கு முற்றிலும் மாறான வாழ்வியலைக் கொண்ட மக்களின் வாழ்க்கையை கவனிக்க வேண்டியுள்ளது. நிரந்தர இருப்பிடம் என்பதை அசௌகரியமாகக் கருதும் பயண வாழ்வை மேற்கொள்ளும் நாடோடி மக்களின் உலகே அது. உலகம் முழுக்க இவ்வாறு தேச எல்லைகளை வரையறைகளை துறந்த மக்கள் கூட்டம் நிறையவே வாழ்ந்து வருகிறார்கள். இதில் தேசத்தைப் பிரிந்து 'அகதி' என்னும் பெயரில் வாக்குரிமையற்று சொந்த நாட்டை பிரிந்து தப்பித்து உயிர் பிழைத்தால் போதுமென்ற நோக்குடன் அந்நிய தேசத்திற்குள் தஞ்சம் புகுந்து வாழ்கின்ற நம் சொந்தங்களின் துயரும் வெறுமையும் நம் புரிதலுக்கு அப்பாற்பட்டது.

இப்பின்புலத்திலேயே டோணி கத்லிப்பின் கலையை அணுக வேண்டும். ரொமானிய வேரோடு அல்ஜீரியாவில் பிறந்து ஃப்ரான்சில் வாழும் திரைப்படக் கலைஞர் கத்லிப் தன் வேரின் சாரத்தை அக்கறையுடனும் காதலுடனும் ஆவணப்படுத்தி வருகிறார். சர்வாதிகாரம் வல்லரசு 2020 என்னும் இலக்குகளில்

உழலும் உலகப் போக்கில் இவர் காட்டும் மக்களின் வாழ்க்கை உற்று கவனிக்கப்பட வேண்டிய ஒன்று.

Latcho Dromல் ஜிப்ஸிக்களின் நீண்ட வரலாற்றை பயணத்தை பதிவு செய்திருக்கிறார் கத்லிப். தார் பாலைவனத்தில் கல்பேலியர்களின் பாடலோடு துவங்கும் இப்பயணம் எகிப்து துருக்கி ரொமானியா ஹங்கேரி சுலொவேக்கியா ஃப்ரான்ஸ் வழியாக ஸ்பெயின் சென்று முடிகிறது. அந்தந்த நாடுகளில் வாழ்ந்து வரும் நிஜ ரொமானிகளின் வாழ்வை அவர்களின் இசையை அப்படியே பதிவு செய்ததன் மூலம் ரொமானிய மக்களின் வாழ்க்கை தரிசனத்தையும் அவர்களின் சமூக பொருளாதார நிலையையும் கவித்துவ அழகியலோடு பதிவு செய்து விட்டார் டோணி. இதை ஆவணப்படமாக கருதுவதும் தவறில்லை. இரண்டுமாக காட்சியளிக்கும் அற்புதமே இத்திரைப்படம். Quasi anthropological and

Ethnomusicological film என வரையறுக்கிறார்கள். அதாவது ஒரு குறிப்பிட்ட இனக்குழுவினரின் இசையுடன் கூடிய வாழ்வை மையப்படுத்தி எடுக்கப்படும் மானுடவியல் போன்ற தோற்றமளிக்கூடிய திரைப்படம்.

ஒரு வீட்டிலிருந்து ரொமானி ஒருவர் வயலினோடு வெளியே வருகிறார். சிறுமி ஒருவள் அவரைப் பார்க்கிறாள். மற்றொரு வீட்டிலிருந்து இன்னொருவர் ஒரு இசைக் கருவியை மெல்ல இசைத்தபடியே வெளியே வர அவர் வீட்டுப்பெண்கள் தாளத்திற்கேற்ப தலையசைத்தவாறு அவரைப் பின் தொடர்கிறார்கள். அடுத்து ஒவ்வொருவராக ஓரிடத்தில் கூட அவர்களுள் ஒருவர் ஒரு கணம் அனைவரையும் சுற்றிப் பார்க்க ஒருமித்ததோர் உணர்வில் எதையோ அடையப் போகும் பரவச தரிசனத்திற்காக எல்லோரும் உரைந்து காத்திருக்கிறார்கள்.

அக்கணம் அவர் கண்கள் விரிய கைகள் எழும்பி துடிக்க அனைவரும் ஒரே நேரத்தில் இசைக்கத் துவங்குகிறார்கள். சிறு அலைகள் ஒன்றோடு ஒன்று இணைகின்றன. கூட்டத்திலுள்ள ஒரு மூதாட்டி அவரையும் அறியாது துடித்தாடத்

தொடங்குகிறார். நடனம் அவரிடம் அப்பொழுது வயதைக் கடந்த இருப்பின் முழுமையை நிகழ்த்திக் காட்டுகிறது.

தாளக் கருவிகள் காட்டாறாய் தெறித்தோட ஒரு குதிரையின் கண்ணும் மனிதக் கண்களும் பார்த்துக் கொள்கின்றன. தாளம் சூடு பிடிக்கக் குதிரையின் கால்கள் பீரிட்டுத் தாவுகின்றன. அதன் மேல் அமர்ந்தவாறு பறக்கிறார் ஒரு ரொமானி. குதிரையின் காலடித் தடம் தண்டவாளமாக மாறி ஒன்று மற்றொன்றோடு முட்டிக் கொண்டும் வெட்டிக் கொண்டும் வேகமாக வளர்கின்றது. முடிவின்மையை நோக்கிச் செல்வதாய் நீளும் அப்பாதைக்கு மேலே வெளிர் வானில் நூற்றுக் கணக்கான பறவைகள் வயலின்களின் சிம்பனி போன்று ஒருமித்ததோர் ஒழுங்கோடு அலையலையாய் பறந்து செல்கின்றன. தொடர் பயணச் சத்தம் சங்கீதமாய் மோன நிலையில் ஒலித்து ஓய்கிறது.

மௌனம். பேரமைதியோடு தொடர்கின்றது பயணம். இப்படத்தின் சில தருணங்கள் தாம் இவை. இது போன்ற பலவற்றின் கூட்டுச் சங்கீதமாய் திகழ்கிறது இத்திரைப்படம். இதன் தன்மையை மனித வாழ்வின் வெவ்வேறு சந்தர்ப்பங்களில் சூழலில் நிகழ்த்திக் காட்டுபவையே டோணி கத்லிப்பின் ஏனைய திரைப்படங்களும்.

நெடும்பயணத்தை இடமாற்றத்தை சிற்சில மினிமலிச ஷாட்களில் நிகழ்த்தி விடுகிறார் கத்லிப். Latchodromல் கல்பேலியர்கள் தொழில் செய்து (பெண்கள் சம்மட்டியடிக்க ஆண்கள் இரும்பை உருக்கி வடிவாக்குகிறார்கள்) பாலைவனத்தின் ஒற்றை மரத்தடியில் கூடிப் பாடியாடி இரவை கழித்து அடுத்த நாள் வேறு இடம் நோக்கி நடக்கிறார்கள். அச்சிறுமியின் காலடியைத் தொடர்ந்து மற்றொரு சிறுமி நடந்து வருகிறாள். அவ்விடம் துருக்கி. இது போன்றே ஒரு தாயையும் மகனையும் வழியனுப்புகிறார்கள் ரொமானிகள்.

அடுத்த படிமம் பனிக்கட்டிகள். அதன் மேல் நீளும் இரட்டை இரும்பு வேலிகள். அதன் மேலெழும்பும் அடுத்தஜிப்ஸிக்களின் பாடல். ஐஸ் கட்டிகளைத்தொடர சிறு முள் செடிகள். பின் பெருமரக்காடு. அதனூடே தோன்றி

(ஸ்லொவேக்கியா'வில் நிகழ்ந்த பேரழிவால் அழிக்கப்பட்ட மக்களைப் பற்றி) பாடியபடி நடந்து செல்லும் ஒரு பெண்.

விழிப்பு நிலையிலே தோன்றும் கனவாய் விரியும் காட்சிகள். அது போன்றே அம்மக்களின் வாழ்வும் அழகியலும். பயணிகளுக்குரிய யோகி போன்ற உடலமைப்பு இயற்கையுடன் லயித்து அதிலிருந்து மீட்டெடுக்கும் இசையை ஆற்றலாக மாற்றி பரவசத்தில் ஆழ்வது என வாழ்ந்தாலும் அவர்களின் முகம் விட்டு விலகிய தன்மை கொண்டதாகவே இருக்கின்றது. 'விலகிய தன்மை' என்பது இருவேறு பண்புகளைக் கொண்டது. பயணத்தை அடிப்படையாகக் கொண்டு வாழ்பவர்களின் பரந்து விரிந்த தரிசனம் ஒரு காரணம். மற்றொன்று காலங்காலமாக பேரினத்தினரால் கீழ்மைப்படுத்தப்பட்ட வாழ்வைக் கொண்டதால் ஏற்பட்ட மௌனம்.

Latcho Dromன் இறுதியில் அந்த Gitano பெண் கேட்கிறார்,

'உங்கள் வாய் ஏன் எங்கள் மேல் துப்புகின்றது?'

ஒன்றை ஒன்று மிஞ்சும் அளவு வான் நோக்கி வளரும் நெரிசல் மிகு அடர்த்தியான கட்டிடங்களை தூரத்திலுள்ள சிறு குன்றின் மேல் நின்று பார்த்தபடி பாடும் ஸ்பானிய ஜிப்ஸிப் (Gitano) பெண். அவளின் ஒரு கண மிரட்சிக்குப் பின் எஞ்சி இருக்கும் பரந்த நிலப்பரப்பில் அவளோடு பாடியபடி சேர்ந்தாடும் இன்னும் சில ஜிப்ஸிக்கள். அவர்களுக்குப் பின்னால் கட்டிடங்கள். சற்று நேரத்திற்குப் பின் அப்பெண் அந்நகரை நோக்கியவாறு தூரத்திலிருக்கும் யாரிடமோ பேச முயற்சிக்கிறாள். அவளின் குரல் எதிரொலியாய் மாறி மெல்ல மறைகிறது.

ரொமானிகளின் வரலாறை கலையை சமூகப்பொருளாதார நிலையை படமாக்கக் கட்டமைத்தத் திரைக்கதையிலும் உருவாக்கத்திலும் புதுவிதக் கவித்துவ அழகியலைக் கையாண்டிருக்கிறார் கத்லிப். தார் பாலைவனத்தில் கல்பேளியர்களின் பாடலோடு தொடங்கும் இப்படம் அவர்கள் பயணத்தின் நீட்சியாக துருக்கியில் ரோமா மக்களாக பரிணமிக்கிறது. அதாவது கால ஓட்டத்தில் உருமாறி வளர்ந்து அடுத்த கட்டத்தை இடத்தை அடைவதாக பொருள்படுகிறது இது. ரொமானிகளின் குறியீடு சுழலும் சக்கரம். அது வெவ்வேறு வடிவங்களில் பயன்படுத்தப்பட்டிருக்கிறது. பயணம் தொடர்ந்து அடுத்தடுத்த நாடுகளுக்குச் செல்கிறது. Taraf de Haïdouks என்னும் ரொமானிய இசைக்குழுவினர் ரொமேனியாவை ஆண்ட சர்வாதிகாரி Ceausescu செய்த குற்றங்களின் அவலங்களை பாடுகிறார்கள். அடுத்தடுத்து நீண்டு இறுதியாக ஸ்பானிய ரொமானிகளோடு முடிகிறது படம்.

இந்த நெடும்பயணத்தின் ஒவ்வொரு இடத்திலும் மனிதர்கள் மாறுகிறார்கள். அவர்களின் தொழில் மொழி யாவும் மாறுகின்றன. ஆனாலும் அவர்களின் பொதுத்தன்மையாக காலங்காலமாக மாறாத ஜீவனுடன் விளங்கும் இசைப்பாடல்கள் ஒருமித்ததோர் கூட்டு தரிசனத்தின் வெளிப்பாடாக ஒலிக்கின்றது. நவீனத்தின் சாட்சியாக கட்டிடங்கள் எழும்பி நிற்பதை விலகி நின்று பார்க்கும் ரொமானிகளோடு படத்தை முடிப்பதன் மூலம் கத்லிப் சொல்வது அவர்களின் பயணத்தில் இன்னமும் தொலைந்துவிடாத மாறாத ஆத்மார்த்தமான வாழ்க்கையை. அதன் குறியீடே நவீன கட்டிடச் சுவர்கள் மேல் பட்டு எதிரொலிக்கும் அப்பாடலின் அதிர்வு.

திட்டவட்டமான எந்த நம்பிக்கைகளும் கொண்டவர்களல்ல ரொமானியர். தங்களின் வாழ்வாதாரத்திற்காக தொடர் பயணம் மேற்கொள்பவர்கள் எவ்விடம் உள்ளார்களோ அந்நில மக்களின் கலாச்சாரத்தைச் சார்ந்தே தங்களை தகவமைத்துக் கொள்கிறார்கள். அவ்வகையில் அவர்கள் தங்களை 'கடவுளின் பார்வையில் விரவிக்கிடக்கும் நட்சத்திரங்கள்' என்றே சொல்லிக் கொள்கிறார்கள். அக்கணத்தின் முழுமையினுள் தங்களை சமர்ப்பித்து உதிர்ந்தும் உயிர்த்தும் வாழ்கிறார்கள் அந்த நாடோடிகள். ஏமாற்றுக்காரர்களாக மாயவித்தை காட்டி திருடுபவர்களாக பாவிக்கப்படும் இவர்கள் பேரினவாதிகளால் நசுக்கப்பட்டு அடிமைப்படுத்தப்பட்டு அழிக்கப்பட்டிருக்கிறார்கள். இரண்டாம் உலகப்போர் சமயத்தில் இரண்டரை லட்சம் ரொமானியரை கொன்றிருக்கிறார்கள் நாஜிக்கள் (porajmos). ஆனால் அவர்களோ தங்களுக்கான ஒழுக்கக் கோட்பாட்டை 'Rromano' என்று வடிவமைத்து அதை பயபக்தியுடன் கடைபிடிப்பவர்கள். Rromano என்றால் ஒரு ரொமானியராக கண்ணியத்துடனும் மதிப்புடனும் வாழ வேண்டும் என்பதே அர்த்தம்.

இன்ன காரணம் என்ற தெளிவில்லாத சூழலில் இந்திய துணைக்கண்டத்தில் இருந்து புலம் பெயர்ந்த இவ்வினத்தினர் இன்று தங்களின் அடிப்படை உரிமைகளுக்காக போராடி வருகின்றனர். உலகமயம் என்ற ஒற்றைத் தன்மையால் நிகழ்ந்த விளைவுகளை ஒவ்வொரு தனி மனிதரும் சந்தித்த காலத்தில் உலகையே ஒற்றை வீடாய் பாவித்து வாழ்தலின் ஆதாரச் சாரத்தை நூற்றாண்டுகளாய் தரிசித்து வந்த மக்கள் இன்று உயர்ந்து வளரும் அடுக்கு மாடிக் கட்டிடங்களின் ஏதோவொரு கூட்டிற்குள் தங்களின் அடையாளத்தை மறைத்து பொதுப்பண்பாட்டில் தங்களை ஐக்கியப் படுத்தி வருகிறார்கள். அடுத்துத்த தலைமுறையினர் அவர்களின் வேர் மறந்தே வளர நேர்ந்துள்ளது. தொடர் நிராகரிப்புகளாலும் அவமானங்களாலும் நொடிந்த இம்மக்கள் தாங்களும் ஏனையரைப்போல் தலை நிமிர்ந்து வாழ இது

வழிவகுப்பதாக நம்புகின்றனர். பண்பாட்டை இழந்து எதை அடையப் போகிறார்கள் என்று ஆக்ரோஷப்படுகிறவர்கள் அவர்களின் துயர் அறியாதோராகவே இருப்பர். நிராகரிப்பின் ஏழ்மையின் விளைவால் ஏற்பட்ட அத்துயர் தொடர் பயணத்தால் வாய்க்கப்பெற்ற வாழ்க்கை தரிசனம் என அத்தனையும் பாடும் போது அவர்களின் முகத்தசைகள் ஒவ்வொன்றின் துடிப்பிலும் அதிர்ந்தாடுகிறது. Latcho Dromல் அந்த ரொமானியப் பெண் கடைசியில் பாடுவது,

'ஏனைய மாலைப் பொழுதுகளைப் போலவே
இந்த மாலையும்
உங்கள் நாய்களுக்கு நீங்கள் கொடுக்கும் மரியாதையை பார்த்து
நான் பொறாமைப் படுகிறேன்.'

அவள் பாட அச்சிறுவன் அருகில் குளிர்காய தீமூட்டுகிறான். அத்தீக்கணங்கு மேலெழும்ப பின்னணியில் ஒய்யாரமான கட்டிடங்கள்.

தம் மக்களின் வாழ்வு மானுட வரலாற்றில் பதியப்பட வேண்டியதின் அவசியத்தை உணர்ந்து அதை கலைநேர்த்தியோடு பதிந்திருக்கிறார் டோணி கத்லிப். அந்த பாடல்களின் ஒலி திரையரங்குகளைத் தாண்டியும் தனி மனிதனுள் ஒலித்தபடியே இருக்கும். அந்த அதிர்வலைகளே மனித குலத்தின் ஜீவநதி.

மனிதனை பின்னிச்சூழ்ந்து இறுக்கும் அடையாளங்களை கட்டவிழ்கையில் உண்டாகும் சுதந்திரப் பரவசத்தை உள்ளும் புறமும் இசையோடு அற்புதமாக காட்சிப்படுத்தி விடுகிறார் கத்லிப். Vengo, Exils, Transylvania, Korkoro, Geronimo என இவரின் அனைத்துப் படங்களின் பொதுப்பண்புகள் இவையே.

Exilsல் அப்பெண்ணும் ஆணும் அப்பழத் தோட்டத்தில் நிர்வானமாய் இயற்கையோடு இசைந்தபடி இருப்பதை காணும் போது நிர்வாணத்தின் பேரானந்தத்தை விட்டு விடுதலையா வதிலுள்ள தளர்வை அக்கணத்தை வாழ்வதிலுள்ள நிறைவை தரிசிக்க முடிகிறது. அவ்வுணர்வோடு அத்தோட்டத்தின் மரங்களில் தொங்கும் பழங்களை ஒருவரையொருவர் பார்த்தபடி அப்படியே கடித்து தின்றவாறு நெறுங்குகிறார்கள். தங்களின் வேர் அறிய

மேற்கொண்ட பயணத்தின் இறுதியில் தமிழ்நாட்டு சாமியாட்டம் போல அம்மக்களின் பாரம்பரிய தாளத்தில் திமிரியாடி தளர்ந்து விழுந்து விழித்தெழிந்து ஒரு ஆரஞ்சுப்பழத்தோல் உரித்தபடி ஒருவரையொருவர் மௌனமாக பார்த்து புன்னகைக்கின்றனர். முகத்தில் தன்னிறைவு. உறித்த பழத்தை பங்கிட்டுத் தின்றபடி முன்னோர் சமாதியின் சிலுவையில் Head Phoneஐ மாட்டிவிட்டு கைகோர்த்தபடி நடந்து செல்கிறார்கள். படத்தின் ஆரம்பத்தில் ஒலித்த பரிதவிப்பை பதட்டத்தை வெளிப்படுத்திய இசை மாறி தற்போது தங்களை விழிப்படையச் செய்த பாரம்பரிய இசையாக மேலோங்குகிறது.

அல்ஜீரியாவில் பிறந்து பனிரெண்டு வயதில் ஃப்ரான்ஸுக்கு பலும் பெயர்ந்த டோணி கத்லிப் தன் வேர் நோக்கிய சுயத் தேடலில் உருவானதே Exils என்னும் திரைப்படம். அல்ஜீரிய மக்கள் அக்கதாநாயகனிடம் அவனுடைய மதம் என்னவென கேட்கிறார்கள். ‘இசை’ என்கிறான் அவன். தன் அடையாளத்தை கச்சிதமாய் கலைப்படைப்பாக்கி விட்டார் டோணி கத்லிப்.

Korkoro’ என்றால் ரொமாணியில் விடுதலை என்று அர்த்தம். இரண்டாம் உலகப்போரின் போது ஃப்ரான்ஸில் நாடோடிகளுக்கான புதிய சட்டம் வரையறுக்கப்பட்டிருந்த சமயம் ஓரிடத்தில் தங்காது அலையும் ரொமாணிய குடும்பத்திடம் தஞ்சம் புகும் ஃப்ரான்சு சிறுவன் ரொமாணிகளின் செயல்பாடுகளால் ஈர்க்கப்பட்டு அவர்களுடனேயே தங்கிவிட நினைக்கிறான். அவர்களை கைது செய்து வதைக்கிறது நாஜிப்படை. அதிலிருந்து அவர்களை விடுவிக்க

உதவுகிறார்கள் உள்ளூர் மேயரும் ஒரு பெண் வாத்தியாரும். இரண்டாம் உலகப் போரில் நாஜிக்களால் நடத்தப்பட்ட ரொமானி இனப்படுகொலையை (Porajmos) மையப்படுத்தி எடுக்கப்பட்ட முதல் படம் இதுவே. உள்ளடக்கத்தில் 'Schindler's list'ஐ ஒத்தது.

ஃப்ரான்ஸின் மற்றொரு முக்கியமான கலைஞரான Eric Kusturicaவின் 'Time of the gypsies' என்ற படத்தில் மாயவித்தை நிகழ்த்தும் ரொமானிய இளைஞன் அதை சூதாட்டமாக பயன்படுத்தி வழி தவறி பிறகு அதிலிருந்து மீண்டு தம் ரொமானிய மக்களிடமிருந்து வாழ்க்கை நெறியை கற்கிறான். யதார்த்தத்தையும் மந்திர யதார்த்தத்தையும் கலந்து சொன்ன விதம் அவர்களின் வாழ்க்கையை புரிந்து கொள்வதற்கான சிறந்த வடிவமாக அமைந்திருக்கிறது. சமீபத்தில் வந்த 12 years a slave போன்ற படங்கள் அடிமைப்படுத்தப்பட்ட மக்களின் அவலத்தை அதை எதிர்த்துப் போராடி வாழத்துடிக்கும் அவர்களின் உயிர் வேட்கையை அழுத்தமாக வெளிக்கொணர்ந்த படங்கள். Phillip Donnellan என்னும் BBCன் ஆவணப்பட இயக்குநர் 1969 ல் எடுத்த ஆவணப்படம் Where do we go from here?. ஜிப்ஸிக்களின் பயண வாழ்க்கையின் அழகியலை அன்றைய உலகில் அவர்களின் நிலையை நேர்த்தியாக வெளிப்படுத்திய படம். ஐம்பது வருடங்களுக்கு முன்பாக இங்கிலாந்தில் இயந்திரகதியிலான வாழ்க்கை மேலோங்கிய சமயம் எடுக்கப்பட்ட இப்படம் இன்றைய உலகிற்கும் தேவையானதாகவே இருக்கின்றது.

ரோமா பண்பாட்டை காக்கவும் அம்மக்களின் உரிமைக்காகவும் போராடி வரும் Dijana Pavlovic என்னும் ரொமானிய பெண் செயல்பாட்டாளர் சமீபத்தில் TEDXல் தன்னை இப்படி அறிமுகபபடுத்தியவாறு உரையைத் துவங்குகிறார்.

'மற்றவர்கள் எங்களை ரொமானி, ஜிப்ஸி, கல்பேலியர், கவாஷி, கிட்டானோஸ், கிட்டானோ என பலவாறு

அடையாளப்படுத்தலாம். ஆனால் நாங்கள் எங்களை ‘ரோமா’ என்று தான் அழைத்துக் கொள்கிறோம். ரோமா என்றால் மனிதர்கள் என்று அர்த்தம்.’

அவர் உரையின் மொத்த சாரத்தையும் இந்த அறிமுகத்திலேயே வெளிப்படுத்தி விடுகிறார். செர்பியாவில் பிறந்த இவர் படிப்பில் பண்பில் ஒழுக்கத்தில் சிறந்த பெண்ணாக வளர்க்கப்பட்ட போதிலும் ரொமானி அல்லாதோர் அவரை பாராட்டும் போது ஒரு ஒதுக்கப்பட்ட ஜிப்ஸியின் வளர்ச்சியாக மேலிருந்து கீழ் நோக்கிப் பார்த்து ஆச்சரியப்படுவதை கண்டு தன் தாயிடம் வருந்துகிறாள் அச்சிறுமி Dijana Pavlovic. அவளைத் தேற்றி தொடர்ந்து ஒரு சிறந்த ஆளுமையாக தன்னை மேம்படுத்த வேண்டிய அவசியத்தை வலியுறுத்துகிறார் அத்தாய். இத்தாலியின் ‘மிலன்’ நகருக்கு புலம் பெயர்ந்து வளர்ந்து தம்மக்களின் உரிமைக்காகவும் உயர்வுக்காகவும் செயல்பட்டு வருகிறார் இப்பெண். கல்வி கலாச்சாரம் மொழி பண்பாடு என எல்லாவற்றிலும் பாரம்பரியமிக்கவர்களாக இருக்கும் போதிலும் காலம் காலமாக தம்மக்கள் நிராகரிக்கப்படுவதும் கீழ்மைப்படுத்துவதும் ஏன் என்ற கேள்வி எழுப்பும் Dijana Pavlovic பள்ளியில் சக மாணவர்களிடம் அவமானப்பட்டு வரும் தன் பெண்ணிடம் அடுத்த தலைமுறைக்கான சூளுரையாக அவர்களின் மொழியில் வலியுறுத்தும் வாசகம் “Stand up roma. Raise your heads.”

அடிப்படை வசதிகள் ஏதுமற்ற சூழலிலே பிறந்து வளர்ந்தவர் கத்லிப். தன் பெற்றோரின் புகைப்படங்களைக் கூட பார்த்து வளரவில்லை அவர். அதைத்தான் ரொமானிகளின் ஜீவனாக கருதுகிறார். ஏதுமற்ற வாழ்வு வாய்க்கப்பெற்று அல்ஜீரியாவில் போரும் அநீதியும் மேலோங்கிய சூழலில் பிழைத்துவந்த போதிலும் வாழும் வேட்கை மட்டுமே கொண்டவர்களாக வாழ்வைக் கொண்டாடும் உத்வேகமிக்கவர்களாக இருப்பதால் தான் அவர்களின் புன்னகை பொலிவு மிக்கதாக உள்ளதெனக் கருதுகிறார் கத்லிப்.

Gadjo diloவின் இறுதியில் தன் தந்தை சில்லாகித்த பெண்ணைத் தேடி வந்த அந்த பாரிஸ்காரன் கடைசியில் ஊர் திரும்புகையில் தான் ஜிப்ஸிக்களுடன் எடுத்துக் கொண்ட புகைப்படங்களை அச்சாலையின் ஓரத்தில் குழித் தோண்டி புதைத்துவிட்டு நடனமாடி மகிழ்வுடனும் ஒருவித நிறைவுடனும் பாரிஸை நோக்கி நீளும் சாலையில் பயணிக்கிறான்.

Latcho Dromல் கத்லிப் பயன்படுத்திய இசை யாவும் அக்காலக்கட்டத்தில் அக்கணத்தில் உயிர்ப்புடன் நிகழ்த்தப்பட்டவை. அதன் பிரதி என இப்படத்தைத் தவிற

வேறெதுவாகவும் பதியப்படவில்லை. அதுவே அதன் தனித்துவம். வருங்காலத்திற்கான கலாச்சார ஆவணமாக விளங்கும் அது. அதன் உந்துதலால் ஊக்கம் பெற்று அடுத்த தலைமுறையினர் அவர்களுக்கான பாடலை வாழ்வை நிகழ்த்திக்கொள்ள வேண்டும். டோணி கத்லிப்பின் நோக்கம் இதுவே.

எழுத்து பள்ளிப்பாடம் எதுவும் அறிமுகமாவதற்கு முன்பே சினிமா என்னும் கலை வடிவம் தென்பட்டிருக்கிறது கத்லிப்புக்கு. அவ்வூடகத்தில் அவர் இனத்தின் உயிர்நாடியை மீட்டுகிறார். அதில் அதிர்ந்தெழும் இசையானது ஒட்டுமொத்த மனிதகுலத்திற்கான இசையாக வாழ்வை வசந்தப்படுத்தும் மெல்லிசையாக ஏழ்மையை மறந்து நிராகரிப்பைக் கடந்து நிமிர்ந்து நடக்கத் தூண்டும் வல்லிசையாக வாழ்வை கொண்டாடத் தூண்டும் பரவச இசையாக பிரபஞ்ச இசையாக நம்முள் எதிரொலிக்கிறது. அந்த எதிரொலி அடங்கியபின்பு நம் உள்ளுள் வியாபிக்கும் மௌனம் யௌவனம்.

நிழல், டிசம்பர். 2019.

இந்திய ஆன்மாவின் வங்கமுகம் : மிருணாள் சென்

'The culture of poverty is the same all over the world. Exploitation follows a certain ubiquitous pattern. What i can do therefore is, to capture the physical milieu.. once you have all these, the rest is yours'

Mrinal sen.

மார்பெலும்புகள் புடைத்தவாறு நோஞ்சானாக காட்சியளிக்கும் ஓர் உருவத்தின் புகைப்படத்தை காட்டி யாரென கேட்கிறார் இயக்குநர். புத்தர் என கண்டடைந்து சிலிர்ப்புறுகிறாள் அப்படத்தின் நடிகை. அது இரண்டாம் நூற்றாண்டைச் சேர்ந்த பட்டினி புத்தரைச் சித்தரிக்கும் காந்தாரச் சிற்பம். பட்டினி கிடக்க நேரிட்டால் மகானும் பாமரனும் ஒருவரே எனச்சொல்லி சிரித்துக் கொள்கிறார்கள் அனைவரும். மிருணாள் சென் இயக்கிய Akaler Sandhaney (பஞ்சத்தைத் தேடி) என்ற படத்தில் வரும் காட்சி இது.

1940 களின் பிற்பகுதியில் கல்கத்தா நகரத்தில் இளைஞர்கள் குழு ஒன்று நாள்தோறும் கூடுமிடம் Paradise Cafe எனும் தேநீர் அங்காடி. எட்டுக்கு பன்னிரெண்டு உள்ள அந்த கடையின் உடைந்த டேபிளைச்சுற்றி காலை எட்டு மணிக்கு அமர்ந்தால் மாலை வரை அரட்டை அடிப்பார்கள் அவர்கள். வானுக்கு கீழிருக்கும் அனைத்தும் விவாதப்பொருளாகும். சரமாரி தேநீர் குடித்துக் கொண்டே தொடர்வார்கள் அரட்டையை. கையிலுள்ள காசை தேற்றி ஒரு வழியாக டீக்கான பணத்தை கொடுத்துவிடுவார்கள்.

எத்திசையில் பயணித்தாலும் கடைசியில் அவர்கள் அனைவரின் ஒருமித்த ஆர்வமும் சினிமா மற்றும் புரட்சியிலே தான் வந்து முடியும். தங்களின் புரட்சிகர மனோபாவத்தை சிதையாமல் தக்கவைத்துக் கொண்டு சினிமாவில் அதை கடைபிடிப்பது எப்படி என்பதை அவ்விடத்திலே தான் ஆராய்ந்து அறிந்து கொண்டார்கள் அந்த இளைஞர்கள். அவர்களுள் நெட்டையாகவும் ஒல்லியாகவும் நோஞ்சான் ஒருவன் எந்நேரமும் பீடி புகைத்தபடி ஆக்ரோசமாக கத்துவான். அக்கிறுக்கன் ரித்விக் கட்டக். அந்த பீடிப்புகை மூட்டத்துள் அமர்ந்திருந்த மற்றவர்கள் சலீல் சௌத்ரி, ரிஷிகேஷ் முகர்ஜி, தபஸ் சென், பன்ஷி சந்த்ரகுப்தா, நிருப்பன் கங்கோபாத்யாய. கட்டக்கின் சேட்டைகளை சமாளிக்க முடியாமல் பகடி செய்தபடி இருந்த இளைஞனே மிருனாள் சென். அந்த சிறு டீக்கடையில் அந்த இளைஞர்கள் தொடங்கி வைத்த உரையாடல் பின்னாட்களில் உலக அரங்கில் இந்திய சினிமாவின் வங்க அடையாளமாய் வீரிட்டு வளர்ந்தது.

தாங்கள் வாழும் நிலப்பகுதியின் தாக்கத்திற்கு ஆளாகும் எல்லா உன்னத கலைஞர்களைப் போலவே கல்கத்தா என்னும் நகரத்தின் ஆளுமையால் வழிநடத்தப்பட்டவர் தான் மிருணாள் சென். அந்நகரம் தன்னை துயருர குதூகலிக்க என எல்லாமும் செய்ததாகச் சொல்கிறார். Calcutta - My el dorado என்பது அவரின் ஆவனப்படத்தின் தலைப்பு. தான் வெறுப்பதும் விரும்புவதும் கலகத்தாவையே என்றும் தெற்கு கல்கத்தாவை விட்டு தான் வெளியேர நேரிடுமாயின் தன்னால் இயங்க முடியாதெனன்றும் கூறுகிறார். தன் சகபடைப்பாளியான கட்டக் அந்த அவஸ்தையையே படைப்பாக்கியுள்ளார். உருசியாவை பிரிய நேரிட்ட தார்காவ்ஸ்க்கி அந்த ஏக்கத்தையே இத்தாலியில் படமாக்கிய 'Nostalghia'வில் வெளிப்படுத்தியுள்ளார். ஆஸ்திரேலியாவை விட்டு வெளியேறினால் தன்னால் இயங்க முடியாதென்பார் ரோல்ப் டீ ஈர் (Rolf de heer). தீவிரமாக இயங்கும் அனைத்துக் கலைஞர்களுக்குமான பொதுவான பண்பு இது. தாங்கள் வாழும்

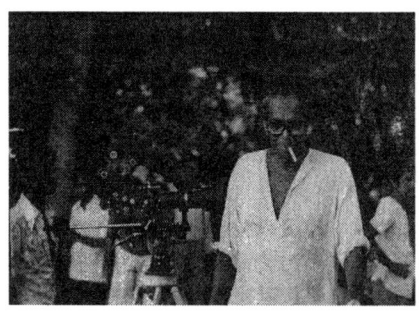

இடத்தை கண்ணாடி போல் பிரதிபலிப்பவர்கள் தங்களின் கலைப்படைப்புகளினால் வேண்டிய மாற்றங்களை நிகழ்த்த முனைவார்கள்.

இடதுசாரி இயக்கத்தின் பால் ஈர்ப்பேற்பட்டு தன் படங்களில் அக்கருத்துகளை வெளிப்படுத்திய மிருனாள் சென் அக்கட்சியில் தன்னை அதிகாரப்பூர்வமாக ஈடுபடுத்திக்கொள்ளவில்லை. தான் அரசியல்வாதியல்ல ஆனால் தனக்கு அரசியல் தெரியும் என்கிறார். முழுமையான கலைஞன் அவ்வாறே இயங்குவான். எந்த அடையாளங்களுக்குள்ளும் அவனை பொருத்திக் கொள்ளமாட்டான். சென்னின் அனைத்துப் படைப்புகளையும் இயக்கிய மையவிசை மகாகலைஞர்கள் அனைவரையும் இயக்கிய அதே மனிதம் தான். ஆனால் பெரும்பாலோரில் இருந்து அவரை வித்தியாசப்படுத்தும் பண்பு அவரின் சிதைவுறாத தன்மையே. உடலால் தங்களை வருத்திக்கொண்டு இயங்கிய கலைஞர்கள் மத்தியில் ரே' வைப் போன்று academicalஆக இயங்கியவர் சென்.

1943ல் வங்காளத்தில் ஏற்பட்ட வறட்சியை படம் பிடிக்க 1980ல் ஒரு படக்குழுவினர் கல்கத்தா அருகிலிருக்கும் ஒரு கிராமத்திற்கு செல்வதாக எடுத்த படம் 'Akaler Sandhane'. அப்படத்தின் இயக்குநர் வறட்சியை மீளுருவாக்கம் செய்கையில் கடந்த கால காயங்கள் இன்னமும் அம்மக்களின் வாழ்வை விட்டு அகலாததைக் கண்டு அதிர்வதாக காட்சிகள் வரும். அதில் ஒன்றே மேற்குறிப்பிட்ட பட்டினி புத்தர் புகைப்படம். மக்களின் பிரச்சனைகளை கதைகளாக்கி திரைப்படங்களை உருவாக்க முடியுமே தவிர தங்களால் அவர்கள் வாழ்வை மாற்றி அமைத்து விட முடியாது என்கிறார் சென். அப்படியாகின் மனித வாழ்வில் கலைகளின் தேவை தான் என்ன ? 'கரீஜ்' படத்தை பார்த்து முடித்ததும் தன் வீட்டில் வேலை செய்யும் சிறுவனுக்கு போர்வை உள்ளதா என கேட்டாராம் ஒருவர். கலைகளின் தேவை இவற்றைச் செய்யவே. இவ்வுண்மையை உணர்ந்தவராகவே தன் படங்களை எடுத்துள்ளார் மிருனாள் தா.

மற்ற கலை வடிவங்களைப் போல் சினிமாவில் திரைமொழி சார்ந்த மாற்றங்கள் வரவில்லை என்பவர் இந்தியாவின் கொடார்ட் என கொண்டாடுமளவிற்கு கல்கத்தா

Triologyன் திரைமொழியை jump cut முதலியவற்றை பயன்படுத்தி அமைத்திருப்பார். வளர்ச்சியடைந்த நவநாகரீக நகரத்தை காட்டி அடுத்து எலும்பும் தோலுமாக மலையில் ஒழுகும் கூரைக்கு கீழ் நடுங்கியபடி படுத்திருக்கும் ஏழைக்குடும்பத்தாரை காட்டுகிறார். இத்தாலியில் உலகப்போருக்கு பின்பான சாமானியனின் வாழ்வை பொருளாதார நெருக்கடியும் வேலையில்லாததால் உண்டாகும் அவஸ்தையும் எப்படி விழுமியங்களை மீறச்செய்தது என்பதை படமாக்கிய டீ சிகாவின் நியோ ரியலிச இந்திய வடிவமென மிருணாள் சென்னின் 'திருமண நாள்' ('Baishey shravana' -1960) திரைப்படத்தை சொல்லலாம். இப்படத்தின் இறுதி வண்ணநிலவனின் 'மிருகம்' சிறுகதையை ஒத்தது. மார்க்சிய இலக்கியத்திலும் மார்க்சிய கம்யூனிஸ்ட் கொள்கைகளாலும் உந்தப்பட்டவராக ஆரம்ப காலகட்டத்தில் இருந்து பிறகு அவற்றினிடையே இருந்த வெற்றிடத்தை போதாமையை கேள்வி கேட்கவும் செய்தார். எக்கட்சியும் கொள்கைகளும் கோட்பாடுகளும் தத்துவங்களும் மனித உறவை மேம்படுத்தும் நோக்கத்திலிருந்து திசை மாறும்பட்சத்தில் அதை விமர்சிப்பதும் மறுபரிசீலனை செய்வதும் அவசியமாகிறது என்கிறார். நடுநிலையோடு உலக இயக்கத்தை கண்காணிக்கும் கலைஞர்களின் விலகிய தன்மைக்கு இதுவே காரணம்.

அவர் படங்களின் நடிகர்களாகிய உத்பல் தத் சபானா ஆஷ்மி நஸ்ருதீன் ஷா ஓம்புரி ரஞ்சித் மாலிக் மிதுன் சக்ரொபாத்யாய உள்ளிட்ட நடிகர்களின் ஒருமித்த வாக்குமூலம் அந்நேரத்தில் அச்சூழலில் உண்டாகும் இயல்பான உணர்ச்சிகளை எதிர்வினைகளை வசனங்களையே மிருணாள் தா பயன்படுத்தச் சொல்வார் என்பதே. சென் கூறுகையில் தம் நடிகர்களுக்கு தங்களின் அதீத திறமையை கட்டுப்படுத்தி நடிக்கும் திறமை உள்ளதாலேயே

அச்சுதந்திரத்தை அவர்களுக்கு அளித்ததாக குறிப்பிடுகிறார். இருப்பினும் நடிகர்களுடன் பலவாறு முரண் பட்டிருக்கிறார்.

'Genesis' *(1986)* படத்தில் ஓம்புரி நஸீருதின் ஷா மற்றும் ஷபானா ஆஸ்மி மூவருக்குமான ஒரு முக்கியமான காட்சி. ஷபானா கருவுற்றிருப்பதை அறிந்ததும் இரு ஆண்களுக்கும் குழப்பம், யார் அப்பா என்று. சபானா சொல்கிறார், ' யார் அப்பா என்று எனக்கு தெரியாது. அது என் குழந்தை. அவ்வளவே'. Scriptல் வசனங்கள் விவரமாக இல்லாததால் நஸீர் இயக்குநர் சென்'னிடம் போய் பிறக்கப்போகும் குழந்தைக்கு யார் தகப்பனென்றும் அப்படத்தில் கதாநாயகன் யாரென்றும் கேட்டிருக்கிறார். அதற்கு, அச்சூழலே கதாநாயகனென்றாராம் சென். கோபமுற்ற ஷா 'அப்போ நாங்க எதுக்கு? கடைசியில ஜெயிக்கப் போறது யாரு?' என கேட்க, மிருனாள் சொன்னது,

'ஜெயிக்கப் போவது யாருமில்லை. புதியதொரு நாகரீகம் உருவாகுமெனும் நம்பிக்கையில் இங்கு சிக்கலானதொரு விகிதத்தில் ஒரு சோக நாடகம் சித்தரிக்கப்பட்டுள்ளது. இதில் நீங்கள் மூவரும் வரலாற்றின் சாட்சி. அவ்வளவே.'

மத்திய வர்க்க மனோபாவத்தை கீழ்மையை காட்டும் விதம் 'Punashcha'(The Representative) மற்றும் 'Prathinidhi' (Over Again) எனும் படங்களை எடுத்துள்ளார். 'Ek din pratidin' (And quiet rolls the dawn) படத்தில் வீட்டிலிருந்து வெளியே சென்ற பெண் இரவு வரை வராததால் வீட்டார் அனைவரும் பலவாறு சந்தேகப்படுகிறார்கள். அவர்களின் உலக அனுபவங்களில் அவளை பொருத்தி மதிப்பிடுகிறார்கள். வெகு இயல்பாக இரவு வீட்டுக்கு வருகிறாள் அவள். நிலை குலைந்து போகிறார்கள். கடைசிவரை அவள் எங்கு சென்றாள் என்பதை காட்டுவதேயில்லை. இவ்விடம் பார்வையாளர்களையும் திரையிலுள்ள வீட்டில் பங்குபெறச்செய்கிறார். தன் பெரும்பாலான படங்களில் திட்டவட்டமான முடிவை காட்டுவதில்லை மிருணாள் தா.

மாற்றம் பார்வையாளரிடம் வரவேண்டும். ஒரு புனைவை உருவாக்கி அதன்மூலம் நிஜ வாழ்க்கையில் தனி மனிதனின் சிந்தனையைச் சீண்டி விட்டு அது அவனுள் ஒரு சுய உரையாடலை உருவாக்கி பலரும் பங்கு பெறும் கூட்டு விவாதமாக மாற வேண்டும். மாற்றம் அவ்வாறே ஏற்படவல்லது.

தமிழில் ஜெயகாந்தனின் 'அக்னிப் பிரவேசம்' கதையின் முற்போக்கான புரட்சிகர முடிவு பார்வையாளனை சிலிர்க்கச் செய்து அவனை திருப்தியுற வைத்துவிடுகிறது. ஆனால் சிக்கலான சமயத்தில் மெல்ல கழண்டுச் செல்லும் சென் போன்றோரே பார்வையாளனை தூண்டிவிட முடியும். அத்தொந்தரவு அவனை செயல்பாடுகளை மறுபரிசீலனை செய்ய வைக்கும்.

புறத்திலும் அகத்திலும் தன் திரைப்படத்திலும் தன்னுள்ளும் மாற்றம் நிகழ வேண்டியே மிருனாள் தா செயல்பட்டார். ஒரு திரைக்கதையை எழுதிய பின் அதை அப்படியே கிடப்பில் போட்டுவிட்டு வேறு வேலைகளை பார்ப்பவர் தனக்குள் ஒரு குறிப்பிட்ட கால வரையறைக்குள் ஏற்படும் மாற்றங்களை கவனிப்பாராம். தன் எண்ணவோட்டம் கருத்துருவாக்கம் அன்றாடச் செயல்பாடுகளுக்கான தன் எதிர்வினை என சகலமும் கண்காணிப்பாராம். பிறகு அத்திரைக்கதையை மீண்டும் வாசிக்கையில் தற்போதுள்ள மனநிலைக்கு அது ஏற்புடையதாக இருக்கிறதா முரனெனில் அதற்கான காரணமென்ன அம்மாற்றத்தை ஏற்றுக்கொள்வதா புறக்கணிப்பதா அது தேவையா இல்லையா என்று ஒரு ஆய்வுப் பொருளாக தன்னையும் தன் கலையுருவாக்கங்களையும் பாவித்தவர் மிருணாள் தா.

மிருணாளை ஆக்கிரமித்த ஒரு முக்கியமான பண்பு சத்தம். சார்லி சாப்லினின் 'The Kid' படம் பார்த்தும் சினிமா அழகியல் புத்தகம் படித்தும் அவ்வுந்துதலால் சினிமாவுக்கு வந்த சென் மௌனப்படக் காலகட்டத்தின் நாயகனான சாப்ளின் சினிமாவுக்குள் 'சத்தம்'

வந்தபின் முடங்கிப்போனார் எனும் கருத்தை மறுக்கிறார். பேசும் படங்கள் வந்த பிறகே சாப்ளினின் திறமை பன்மடங்கு பெருகியதென்கிறார். தன்னை வழி நடத்துவதும் சத்தம் என்றும் கல்கத்தாவில் காலை விழித்ததும் தன்னை ஆக்கிரமிப்பது அந்நகரத்தின் பல்வேறு சத்தங்கள் என்றும் கூறுகிறார். சில காட்சிகளின் முடிவில் காட்சியை உரையச்செய்து அவ்விடத்தே பேரொலியாக drums போன்ற ஓசையை ஒலிக்கச்செய்வதிலே அவர் எதிர்பார்க்கும் உணர்வு கிடைத்து விடுகிறது. த்ருபோ', தன் '*400* Blows'ல் பயன்படுத்திய freeze shot techniqueஐத்தான் இவரும் பயன்படுதினார் என்பார்கள். உண்மையில் அதற்கு முன்பே சென் கையாண்ட யுக்தி அது. 'கல்கத்தா *71*' படத்தில் அயராத மலையில் தவிக்கும் ஏழைக்குடும்பத்தின் அவலத்தை நம்மால் உணர முடிவதற்க்குக் காரணம் தொடர்ந்து மலை மற்றும் இடியோசையை பயன்படுத்தியதால் தான். 'Baishey Shravana'*(1960)*வில் கணவனும் மனைவியும் வீட்டிற்குள் இருக்க வெளியே பஞ்சத்தால் உணவு தேடி அலையும் ஊர்மக்கள். இருவருக்குள்ளும் நிகழும் உரையாடல் மற்றும் சம்பவங்களை புறத்தேயுள்ள சூழலின் பின்னணியில் நாம் புரிந்து கொள்ளும் வகையில் ஒரேயொரு நீளமான சாட் மூலம் புறச்சூழலை காட்டியிருப்பார். ஆனால் அது பார்வையாளரின் ஆழ்மனதில் தொடர்ந்து இருந்து கொண்டேயிருக்கும். மிருணாள் தா எல்லா வகைகளிலும் தன் பார்வையாளர்களின் உள்ளுணர்வை சீண்டிடவே முனைந்திருக்கிறார்.

Interview' படத்தில் கதாநாயகன் சட்டென பார்வையாளர்களை பார்த்து உரையாடுவார். அதற்கடுத்து அப்பேருந்திலுள்ள ஒரு பயணி நம்மை பார்த்து 'அட இவர் நம்ம பத்தி நம்பள வெச்சி படம் எடுக்கறாருப்பா' என்பார். முற்றிலும் உண்மை.

சென் பழங்குடியினரை மையப்படுத்திய ஒரு திரைப்படம் எடுப்பதற்காக பீஹாரின் காட்டுப்பகுதிக்கு தன் குழுவினருடன் செல்கிறார். கதாநாயகனை அம்பெய்தல் பழகச்சொல்ல சில நாட்கள் பயிற்சிக்குப் பிறகு படப்படிப்பு துவங்குகிறது. மிருனாள் சொன்ன இடத்தில் கச்சிதமாக குறி பார்த்து ஏவுகிறார் நடிகர். துல்லியமாக பாய்ந்ததும் கட் சொல்லி பரவசத்தில் நாயகனை வெகுவாக பாராட்டுகிறார் சென். படக்குழுவினர் அனைவரும் உற்சாகமாக இருக்க அக்காட்சியை பார்த்த பழங்குடி சிறுவனொருவன் அவர் அம்பெய்தது தவறு என்கிறான். அவனை அழைத்து விசாரிக்கிறார் இயக்குநர். அம்பின் கடைசி நுனியை கட்டை விரலால் பிடிக்கக் கூடாதெனச் சொல்கிறான். காரணம் கேட்கையில் தாங்கள் ஏகலைவனின் வம்சாவழி

எனச்சொல்கிறான். ஆச்சர்யத்தில் உறைகிறார் மிருனாள் தா. ஒரு வருடம் கழித்து பாரிஸில் ஒரு கூடலில் இந்நிகழ்வை நண்பர்களுக்கு சொல்கிறார். நம் புராணங்கள் எவ்வாறு இந்த காட்டுவாசியான படிப்பறிவில்லாத சிறுவனிடம் வேரூன்றியிருக்கிறதென்பதை அறிந்து சில்லாகித்திருக்கிறார்கள். ஆனால் அக்கூட்டத்தில் ஆப்பிரிக்க தாய்க்கும் பிரான்ஸ் தந்தைக்கும் பிறந்த வில் அம்பில் தேர்ச்சி பெற்ற ஒருவர்அம்பெய்தல் கலையைப் பற்றிய ஒரு பேருண்மையை சொல்லியிருக்கிறார். உலகம் முழுக்க பரவலாக எல்லா பழங்குடியினரும் அம்பெய்கையில் கட்டை விரலை பயன்படுத்த மாட்டார்களாம்.

இதை கேட்டறிந்ததும் சிலிர்புற்ற மிருணாள் அம்பெய்தல் பற்றிய எந்த அடிப்படைகளையும் கொண்டிராத புராணக்கதைகள் எவ்வாறு மகாபாரதம் வழியாக நம் கலாச்சாரத்தினுள் பங்கு பெற்று வருகிறது என்று வியந்திருக்கிறார். பிறகு, வாழ்க்கைக்கும் நடைமுறைக்கும் ஒத்துவராத எந்த கட்டுக்கதைகளையும் நம் வரலாற்றையும் பாரம்பரியத்தையும் கட்டி அமைக்க அனுமதிக்கக்கூடாது எனும் முடிவுக்கும் வருகிறார்.

பிரான்ஸிலிருந்து திரும்பியதும் அச்சிறுவனை சந்தித்து ஒரு கேள்வி கேட்டிருக்க வேண்டுமென ஆதங்கப்படுகிறார். ஒருவேலை அவர்களின் சமூகம் அனுமதித்தால் தன் கட்டை விரலை அம்பெய்த பயன்படுத்த முனைவானா என்பதே அக்கேள்வி. அவன் ஆம் என்றிருந்தால் அக்கணத்தில் அவனிடத்தே மதமறுப்புச் சிந்தனையை விதைத்திருக்கலாம்.

தன் திரைப்படங்களின் வாயிலாக மட்டுமல்ல நிஜ வாழ்விலும் சமூக மாற்றத்தை மானுட மேன்மையை நோக்கியே வாழ்ந்திருக்கிறார் மிருணாள் தா.

அமெரிக்காவில் கணினி தொழில்நுட்பம் படிக்கச் சென்ற தன் மகன் அவன் தாய்க்கு கடிதம் எழுதுகிறான். சென் வாசிக்கிறார்.

'அம்மா, ரே' படமான 'அபரஜித்தோ'வில் தன் மகனை வேலைக்கு அனுப்பிவிட்டு அவன் வருகைக்காக வெகுகாலம் காத்திருந்த தாய் அவன் வருகையில் இறந்து போயிருக்கிறார். இப்படத்தை நான் உங்களுடன் பார்க்கையில் நீங்கள் அழுததை கவனித்திருக்கிறேன். நிச்சயம் அதுபோன்ற துயரை உங்களுக்கு ஏற்படுத்தமாட்டேன். விரைவில் என் படிப்பு முடிந்ததும் உங்களிடம் வந்துவிடுகிறேன்'.

சமையல் செய்தவாறு அதைக்கேட்ட தாயும் வாசித்த சென்னும் நெகிழ்வுற்று கண்கலங்கியிருக்கிறார்கள். நவீன அறிவியலும் விஞ்ஞானமும் மனிதனை எத்தனை உயரத்திற்கு

தூக்கிச் சென்றாலும் அவனின் வேர் ஆழப்புதைந்திருக்கும் மண்ணின் வாசம் அத்தனை உயரம் தாண்டியும் விரவி அவனை ஆட்கொள்ளும். வழிநடத்தும். நவநாகரீக மனிதனின் மையம் சுழல்வது அந்த ஆதி அச்சாரத்தின் திடமான பிடியில் தான் என்பதை உணர்ந்தவர் சென்.

1983ல் இந்திய ஐரோப்ப கூட்டு தயாரிப்பாக 'Genesis' என்ற படத்தை எடுத்தார். இப்படம் மார்க்சிய கோட்பாடுகளையும் பைபிளின் ஆழிப்பேரழிவு பணம் தனி மனிதனின் ஆதிக்க மனோபாவம் உள்ளிட்டவற்றை குறியீடாக வைத்துஎடுக்கப்பட்டது. ஜெய்சல்மார் அருகே ஆள் அரவமற்ற சிதைந்த ஓர் ஊரை தேர்ந்தெடுக்கிறார். படத்தின் இறுதிக்காட்சியில் குண்டு வெடிப்பதாக திட்டம். திட்டப்படி அனைத்து குண்டுகளும் வெடித்து சிதறியதை நேர்த்தியாக படமாக்கி விட்டார்கள். புகை அடங்கும் சமயம் எதிர்பாராத இன்னொரு குண்டு வெடிக்கிறது. அதில் சென் உட்பட மூவர் காயப்படுகிறார்கள். இப்படத்திற்காக பத்து சில வருடங்கள் செலவளித்து கடைசியில் அது இந்தியாவில் வெளியாகவில்லை. கான் திரைப்பட விழாவிலும் பெரிதாக பாராட்டப்படவில்லை. தான் நினைத்த ஏதோவொன்று அப்படத்தில் சரியாக வெளிப்படவில்லை என நொந்து போகிறார் சென். இப்போதும் மாற்றத்திற்கு தயாராக இருக்கும் மிருணாள் தா எல்லாம் முடிந்த பிறகு ப்ரூசெல்ஸ்' (Brussels)சிலிருந்து ஊர் திரும்புகையில் ஒரு நிருபர் அப்படத்தை பற்றி ஒரு அறிக்கை தரக்கேட்கிறார்.

மிருணாள் சென் : A world built or gained is but the world lost, to be rebuilt or regained. Genesis, all over again.

ஒரு மிருணாள் சென் மறைந்தார். மீண்டும் மிருணாள் சென்கள் உயிர்ப்பார்கள். இது தொடரும்.

அயல் சினிமா, ஜனவரி 2019.

யாத்ரிகன் : வெர்னர் ஹெர்ஸாக்

நிஜம் வரைமுறைகளை உருவாக்குகிறது. உண்மையோ தரிசனத்தைத் தருகிறது. உண்மையின் ஆழமான படி நிலைகள் சினிமாவில் உள்ளன. அதில் ஒன்றாக 'கவித்துவமிக்க பரவச தரிசனம்' (poetic ecstatic truth). புதிரானதாக பிடிபடாததாக இருக்கும் அது திரிபு கற்பனை மற்றும் தோரணை மூலமாக மட்டுமே அடையக்கூடியதாக இருக்கிறது ஹெர்ஸாக்.

1973. ஜெர்மனி. முனீக் (Munich)கில் இருக்கும் ஹெர்ஸாக்'கிற்கு ஒரு செய்தி வருகிறது. தன் படங்கள் வாயிலாக தன்னை உலகறியச் செய்த சினிமா கோட்பாட்டாளரான வயதானப் பெண்மணி லோட்டே ஈஸ்னர் (Lotte Eisner) பாரீஸில் உடல் நலக் குறைவால் மருத்துவமும் கைவிட்ட நிலையில் சாகும் தருவாயில் இருக்கிறார் என்பதே அது.

ஹெர்ஸாக்கிற்கு ஒரு எண்ணம் தோன்றுகிறது. ஒரு யாத்திரை போல பிரார்த்தனையோடு அங்கிருந்து பனிப்பாதையில் கால்நடையாக பயணித்து பாரீஸ் சென்றால் அவர் உயிர் பிழைப்பார் என நம்பி ஒரு தோள்பை திசைகாட்டும் கருவி ஒரு ஜோடி பூட்ஸுடன் நடக்கிறார். 22 நாட்களுக்குப் பின் பாரிஸ் சென்று அப்பெண்மணியைப் பார்த்துத் திரும்புகிறார். நினைத்தபடி உயிர் பிழைத்துக் கொண்ட அவர் எட்டு மாதங்களுக்குப் பின் ஹெர்சாக்கை அழைக்கிறார். தன்னால் முடியவில்லையென்றும் இதற்கு மேல் வலி தாங்கமுடியாததால் அவரின் பிரார்த்தனையை பின் வாங்கிக் கொள்ளுமாறு வேண்டியதும் தன் வைராக்கியத்தை தளர்த்துகிறார் ஹெர்சாக். அடுத்த ஒன்னரை மாதத்திற்குப் பின் இறக்கிறார் அந்த பெண்மணி.

இப்பயண அனுபவத்தின் நாட்குறிப்பை 'of walking in ice' எனப் புத்தகமாக வெளியிட்டுள்ளார். அதன் அத்தனைப் பக்கங்களிலும் வெர்னரின் அகவுலகு தெளிவாக வெளிப்பட்டிருக்கிறது. நிலக்காட்சிகளை மனிதர்களை காலநிலை மாற்றங்களை அரிய காட்சிகளை ஒரு நாடோடியின் பார்வையில் பதிவு செய்துள்ளார்.

'Crystal clear weather for a while. A joyful feeling upon seeing the sun, everywhere steam : steam from the Aube as if it were boiling, steam from the fields. When i look up to the sky while walking, without realizing i walk on the curve towards the north.'

'Today i often said 'forest' to myself. Truth itself wanders through the forests.'

இதன் காட்சி வடிவமே ஹெர்ஸாக்கின் திரைப்படங்களாக விளங்குகிறது.

கால்களால் நடக்காதவர்களுக்கு இவ்வுலகம் புரிபடாது என்றென்னும் இக்கலைஞன் ஜெர்மனியின் நிலப்பரப்புகளை நடந்தே சுற்றியிருக்கிறார். நடந்து.. தேடுகிறார். எதை ? காட்சிகளை, புதுப்படிமங்களை. மனித வாழ்க்கைக்குத் தேவையான

ஒளியைத் தேடுகிறார். இவ்வுலகில் மனித வாழ்வு பிரகாசிக்க இயற்கையின் ரகசியத்தை படைப்பின் சூட்சுமத்தை தரிசிக்கத்தேவையான ஒளியைத் தேடி அலைகிறார். ஹெர்ஸாக்கின் ஆளுமையை கலைச்செயல்பாடுகளை கவனித்தோமானால் வாழ்வை தவம் போல பாவித்துப் பயணிப்பது புலப்படும். தன் பால்யத்தில் ஐஸ் ஸ்கேட்டிங் விளையாட்டு வீரனாக ஆசைப்பட்டவர் தன் நண்பனின் மரணத்திற்குப் பிறகு அது நிறைவேறாமல் போக சினிமா இயக்குவது மட்டுமே தன்னால் செய்ய முடிந்த தொழில் என்றெண்ணுகிறார். நடக்க ஆரம்பிக்கிறார். வினோதமாகப் படலாம். சினிமா எடுக்க நடக்கத்தான் வேண்டும். சினிமாவை புத்தகத்தில் கற்க முடியாது. ஏனென்றால் சினிமா அறிவுஜீவிகளுக்கான ஊடகமல்ல. மாறாக அது கல்வி அறிவில்லாதவர்களுக்கான கலைவடிவம் என்கிறார்.

நம் அகநிலைப்பாட்டை வெளிப்படுத்த ஒரு தயாரிப்பாளரை தேடியலைய வேண்டியதில்லை. அது நிகழாது. சினிமா எடுக்க வேண்டுமென்றால் எடுத்துவிட வேண்டியது தான். அதற்காக பிராத்தல்களில் பவுன்சராக வேலை செய்யலாம் மனநலக்காப்பகத்தில் செக்யூரிட்டி வேலை செய்யலாம் டாக்ஸி ஓட்டலாம். சில காலம் இப்படி உழைத்தால் போதும் ஒரு படமெடுக்க. தன் முதல் படமெடுக்க அலைந்துக் கொண்டிருந்த போது ஜெர்மன் சினிமாப் பள்ளியின் ஷோ கேஸில் காமிரா இருப்பதை பார்த்ததும் கண்ணாடியை உடைத்து அதனை கைப்பற்றிச் சென்று படமெடுத்தக் கலைஞர் இவர்.

எதற்காகவும் யாருக்காகவும் தன்னை சமரசம் செய்து கொள்ளாதவர். ஒரு விமானப் பயணத்தின் போது எஞ்சினில் ஏற்பட்ட கோளாறினால் விமானம் தடுமாற அதிகாரிகள் பயணிகளை மண்டியிட்டு தலை குனிந்து அமரச் சொல்லியிருக்கிறார்கள். அனைவரும் அப்படியே செய்ய ஹெர்ஸாக் மட்டும் மறுத்திருக்கிறார். மண்டியிட்டு தன் உயிரை காக்க வேண்டிய அவசியமில்லை என்றிருக்கிறார். கடும் வாக்குவாதத்தின் பின்பும் தன்னிலைப்பாட்டை மாற்றிக்

கொள்ளவில்லை. அதனால் அடுத்த மூன்று வருடங்களுக்கு அவரை விமானப்பயணம் செய்ய அனுமதி மறுத்திருக்கிறார்கள். ஹெர்ஸாக் சலைத்தவரா. ஒரு பேக் பேக் (Backpack) ஒரு ஜோடி ஷூக்கள். ஆரம்பமானது அடுத்த யாத்திரை.

மேலோட்டமாக பார்த்தால் திமிர் பிடித்த முரட்டு ஆசாமியாகத் தோன்றலாம். அவர் தன்னை தளர்த்திக் கொள்ளும் இடங்கள் வேறு. க்ளாவ்ஸ் கின்ஸ்கி (Klaus Kinski). ஜெர்மன் சினிமா இயக்குனரும் அபாரமான நடிகருமான இவரை எளிதில் யாரும் நெருங்க இயலாது. மூர்க்கத்தனமான மனிதர். மேடைகளில் தான் தான் ஜீசஸ் என்று பிரகடனப்படுத்தி தன்னை எல்லோரும் வணங்க வேண்டுமென்பார். எதிர்ப்பவர்களை எவ்விடமானாலும் தாக்கக் கூடியவர். அப்படிப்பட்டவரை நடிக்க வைத்து ஐந்து படங்களை இயக்கியிருக்கிறார் வெர்னர். அவருடனான அனுபவத்தை My best friend என்கிற ஆவணப்படத்தில் விவரிக்கிறார். அதில் அவர் க்ளாஸ் கின்ஸ்கியிடம் எப்படியெல்லாம் வதைபட்டாரென்பதை விவரிப்பவர் கடைசியில் அவரை கட்டியணைத்து என் முரட்டு நண்பன் என்று நேசத்தோடு புன்னகைப்பார். இதுவே வெர்னர் ஹெர்ஸாக் தளரும் இடம்.

தார்கோவ்ஸ்கியைப் போன்றே தன் பால்ய காலத்தை தாயுடன் மட்டுமே வாழ்ந்து வளர்ந்தவர் ஹெர்ஸாக். இரண்டாம் உலகப்போர் முடிவடைந்த சமயம் 1942ல் ஜெர்மனியின் மூனிக் நகரில் பிறந்தவர் பெரும்பாலான தத்துவஞானிகளைப் போல மலையில் வளர்ந்திருக்கிறார். ஆஸ்த்ரிய எல்லையில் ஆல்ப்ஸ் மலைகிராமமான சச்ரங்கில் பெரும்பாலான நாட்கள் தனிமையிலே கழித்திருக்கிறார். புத்தகங்களே அவர் உலகம். அம்மாவும் அண்ணனும் வீட்டில் அரட்டை அடித்துக் கொண்டிருந்தாலும் மணிக்கணக்கில் புத்தகமும் கையுமாகவே இருந்திருக்கிறார். அந்நாட்களின் நினைவென இரு காட்சிகள் அடிக்கடி நினைவுக்கு வருவதுண்டு. தன் வீட்டுகருகே ஒரு வெடிகுண்டு வெடித்து பக்கத்து வீடு சிதைய சிறுவனான ஹெர்ஸாக்கையும் அண்ணனையும் இரு கைகளில் தூக்கியபடி ஓடிய அவரின் அம்மா பின்னால் செந்தீச்சுவாளை மேலோங்கி எரிவதை பார்க்கச் சொல்லியிருக்கிறார். இது ஒரு காட்சி. மற்றொன்று டிசம்பர் ஆறாம் தேதி தன் வீட்டுக் கதவைத்தட்டி காட்சியளிக்கும் சாந்தா க்ளாவ்ஸ் (Santa Claus). அவரைக் கடவுளாகவே எண்ணி பிரமித்திருக்கிறார். பதினான்கு வயது வரை கத்தோலிக்க நம்பிக்கையில் இருந்தவர் அதன் பின் அதிலிருந்து வெளிவருகிறார். சினிமா தான் தன் எதிர்காலம் என முடிவெடுக்கிறார்.

பறத்தலில் பரவசம் கொண்டு பனிச்சறுக்கு விளையாட்டு வீரனாக ஆக விரும்பியவர் அது நிறைவேறாமல் போனதும் ஒரு கலைஞனாக அதே விளையாட்டு வீரனைப்பற்றி ஆவணப் படமெடுக்கிறார். 'The great ecstasy of the woodcarver steiner'. ஜெர்மன் இயக்குநர் லெனி ரீபன்ஸ்டால்' (Leni Reifenstahl) தன் 'ஒலிம்பிக்' ஆவணப்படத்தில் நீச்சல் வீரர்கள் குதிப்பதை படம்பிடித்த விதம் இன்றளவும் பிரமிக்கச்செய்கிறது. பறத்தல் காற்றில் மிதத்தல் லேசாதல் வெளியில் விழுந்து இல்லாமலாதல் கணங்களின் முழுமையில் மூழ்கித்திளைத்தல் என இருத்தலை பரவசப்படுத்தி கொண்டாடும் ஒரு பேரானந்தக் களிப்பை பறத்தலில் அனுபவிக்கும் அவ்வீரர்களின் அகவனுபவத்தை அப்படியே நம்மை உணரச் செய்து விடுகிறார் ஹெர்ஸாக். High speed எனும் உத்தியின் மிகச்சரியான பயன்பாட்டை இதில் காணமுடிகிறது. தனக்கான ஸ்கேட்டரை மரத்துண்டிலிருந்து வார்த்தெடுப்பதிலிருந்து ஒவ்வொரு கட்டமாய் வால்டர் ஸ்டீனர் என்னும் பனிச்சறுக்கு விளையாட்டு வீரர் தன்னைத் தயார்படுத்தும் படிநிலைகளை அருகிலிருந்து காட்சிப்படுத்துகிறார்.

இசையும் தன் குரலும் ஹெர்ஸாக்கின் அத்தனைப் படங்களிலும் நம் ஆள்மனதுள் ஊடுருவி மனதை ஒருநிலைப்படுத்தி ஒருவித தியானநிலைக்கு இட்டுச்செல்லும் வித்தையைச் செய்து விடுகிறது. சேதி சொல்லத்தான் இசையை பயன்படுத்துகிறார் ஹெர்ஸாக். ஆனால் அது நம்மூர் தொலைக்காட்சி செய்திகளுக்குப் பின்னணியாக வரும் இசையைப்போல நம்மை பரபரப்பில் பதற்றத்தில் திகிலில் நிறுத்துவதில்லை. அது நம்மையே நமக்கு அறிமுகப்படுத்தும் ஒரு பேரனுபவமாக திகழ்கிறது. இவ்வுலக வாழ்வின் அசுரக் கரங்களில் அகப்பட்டுக் கிடக்கும் மனிதர்களை வெர்னர் ஒரு மீட்பன் போல விடுவித்து புத்துலகின் நுழைவாயிலுக்குள் விரல்பிடித்து கூட்டிச் சென்று விடுகிறார்

முதல் காட்சியிலேயே. Cave of forgetten dreams போன்ற படங்களின் திறப்பு அவ்விதத்தில் தான் அமைந்திருக்கிறது. Great ecstasy.. யில் ஸ்டீனர் பறக்கும் தருணம் இடம்பெறும் இசை அந்த பரவசத்தையும் தனிமையையும் நம்முள் நிகழ்த்தி விடுகிறது.

“இது என்னுடைய கனவு மட்டுமல்ல. எனது நம்பிக்கை என்னவென்றால் இந்த கனவுகலெல்லாம் உங்களுடையதும் தான். நமக்குள் இருக்கும் ஒரே வித்தியாசம் என்னால் என் கனவுகளை சொல்ல முடிகிறது. கவிதை ஓவியம் இலக்கியம் படமெடுத்தல் போன்ற எல்லாமும் அப்படியே. இது என் கடமையும் கூட ஏனென்றால் நாம் யாரென்பதன் அடிநாதம் இதுவே. நாம் நம்மை வெளிப்படுத்த வேண்டும். இல்லையென்றால் நாம் தொழுவத்தில் உள்ள மாட்டிற்குச் சமம்”

தார்கோவ்ஸ்கியின் உலகும் ஹெர்சாக்கினதும் வெவ்வேறு தோற்றம் கொண்டிருக்கும் ஒன்றே. ஆந்த்ரேவிடம் அதிகமாகத் தெரிவது பரிதவிப்பு. அகக் கொந்தளிப்பின் வெளிப்பாடாய் விரியும் அவரின் திரை. மீட்சியைத் தேடி தாகத்தோடு அலையும் வறண்ட பறவை அவர். ஹெர்ஸாக் புத்துலகை தரிசனத்தை தேடியலையும் பறவை . ஒருவித மோனநிலையில் மௌனமாய் அனைத்தையும் பார்த்தல். இருவரின் பொதுப்பண்புகளாய் இருப்பது இயற்கையின் ஐந்து கூறுகளையும் பிம்பங்களாக பயன்படுத்துவது. ஆந்த்ரே நீர் நெருப்பு போன்றவற்றை அகநிலையின் புறத்தோற்றங்களாக பயன்படுத்துகிறார். வெர்னரோ அவற்றை நேரடியான பிம்பங்களாக ஒரு புத்துலகைக் காணும் பரவசத்தோடும் மிரட்சியோடும் ஒப்பீடில்லாமல் காட்டுகிறார். Cave of forgetten dreams, Salt and fire போன்ற படங்களின் முதல் காட்சியில் poetic ecstatic truth என்று அவர் கூறுவதை உணரமுடியும். உடலைக் கடந்து பிரபஞ்சத்தை தரிசிக்கும் நிலையினையே அவ்வாறு சொல்கிறார் ஹெர்ஸாக். Nostalghia Solaris Sacrifice போன்ற படங்களின் துவக்கக் காட்சியிலேயே தார்கோவஸ்கியின்

மருதன் பசுபதி ⊙ 213

கவித்திரை நம்மை ஆட்கொண்டு விடும். இருவரின் இலக்கும் ஒன்றே. In pursuit of missing segment of life. அதை அடைய அவர்களுக்கு கிடைத்த ஆகச்சிறந்த கருவி சினிமா.

I think cinema can express our collective dreams more than anything else.

*அணு முதல் அண்டார்டிகா வரை *

வெர்னர் ஹெர்ஸாக்கின் தேடல் அணுவைப் பிளந்து ஆராயும் விஞ்ஞானிகளில் துவங்கி அமேசான் காடுகளில் வாழும் பழங்குடியினர்களையும் அண்டார்டிகா கண்டத்தின் பனிச்சூழலிலும் விரிகிறது. வனத்தினுள் தன்னந்தனியாய் செல்லும் சாகசக்காரர்களின் பயணம் முதல் மத போதகர்களின் உலகு வரை பார்க்கிறார். தவிற குள்ளர்களின் வாழ்க்கை காதுகேட்காத பேசமுடியாதவரின் அகம் சக வயதுடைய குழந்தைகளுக்கு மத்தியில் ஒதுக்கப்பட்டு தன்னந்தனியனாய் இருக்கும் சிறுவன் விமான விபத்தில் அனைவரும் இறந்துவிட தப்பிப்பிழைத்து வந்தவரின் அனுபவம் விமானி ஆக நினைத்தவர் எதிரிநாட்டால் கைது செய்யப்பட்டு பின் விடுதலையாகி இறந்தவரின் கதை எரிமலையின் உச்சி ப்ரான்ஸின் மலைக்குகை ஓவியங்கள் தன் கூட்டத்திலிருந்து விலகி தனித்துத் திரியும் பெங்குவின் என விரிகிறது அவர் பயணம்.

ஹெர்ஸாக்கின் திரைப்படப் பள்ளியான Rogue film schoolன் அடிப்படைகள் அவர் வாழ்வின் நீட்சியே. தலைப்பே சொல்லிவிடுகிறது 'பொறுக்கிகளுக்கான திரைப்படப் பள்ளி'. அது எந்த இடத்திலும் நிரந்திரமாக இயங்குவதில்லை. ஒரு சந்திப்பு உலகின் ஏதோவொரு நாட்டில் ஒரு இடத்தில் சில நாட்கள் நகழும். உடல் உறுதியுடனும் உலகை காலால் நடந்து திரிந்து பார்க்கும் பொறுமையுமுள்ள உள்ளுள் ஓயாத கனலுடன் திகழும் மாணவர்களை தேர்ந்தெடுத்து அவர்களுடன் சில நாட்கள் உரையாடுவார். அவர்களின் அனுபவத்துடன் வெர்னரின் வாழ்வானுபவம் பகிரப்படும். அவ்வளவே. நவீன அடையாளங்கள் தவிர்த்து வெறும் மனிதர்களாக கூடும் அவர்களுக்கு இறுதியாக சொல்லும் அறிவுரை.

'தனிமையில் இருக்க பயப்படாதீர்கள்'.

'வாழ்வின் பாடலை கேட்கத் தவறாதீர்கள்'.

வள்ளலாரின் 'தனித்திரு பசித்திரு விழித்திரு' வின் வெர்னர் வடிவமாக அவ்வாசகத்தோடு ஒரு கேமராவை தூக்கிக் கொண்டு அம்மாணவர்கள் புறப்பட வேண்டும் ஒரு பயணம். ஒவ்வொருவரின்

தனியனுபவங்களும் அவர்களின் திரைப்படங்களாக மலரும்.

*** நவீனம் வளர்ச்சி ***

மனிதகுல வளர்ச்சிப் படிநிலைகளில் முன்னெப்போதையும் விட பிரமிக்கத்தக்க வளர்ச்சி ஏற்பட்டது இருபதாம் நூற்றாண்டின் பிற்பகுதியிலிருந்து தொடங்குகிறது. இஸ்ரேலின் பொருளாதார பேராசிரியர் யுவால் நோவா ஹராரி இருபத்தி ஒன்றாம் நூற்றாண்டில் மனிதன் சந்திக்கவிருக்கும் தலையாய பிரச்சனைகளை பட்டியலிடுகிறார். அதில் அதிபயங்கரமானதாக நிற்பது கணினி தொழில்நுட்பம். Big data is watching you. ஓடவும் முடியாது ஒளியவும் முடியாது என்பதே அது. தனியொரு மனிதனை அவனைவிடவும் துள்ளியமாக தெரிந்து வைத்திருக்கும் இந்த நவீன டிஜிட்டல் தொழில்நுட்பம். விளைவு மனிதன் ஆட்டுவிக்கப்படுகிறான். அவன் வாழ்க்கையை கண்ணுக்குப் புலப்படாத மாயக்கரமொன்று ஆட்டுவிக்கும். இதனை முன்னுணர்ந்து எச்சரிக்கிறார் ஹெர்ஸாக்.

தன் பள்ளிக்காலத்திலும் வாலிபத்தில் ஐரோப்பிய கண்டத்தின் நாடுகள் பலவற்றிலும் ஆப்பிரிக்காவிலும் சுற்றித் திரிந்தவர் தன் வாழ்வை ஒரு தவம் போலவே வாழ்ந்திருக்கிறார். தொலைபேசியை பதினான்கு வயது வரை பார்த்ததில்லை. வாகனம் தவிர்த்து காலால் நடந்து திரிவதிலிருந்தே இது தெரிகிறது. அந்த மரபின் தொடர்ச்சியாய் இன்றும் ஒரு கைப்பேசி அழைப்பின் மணியோசை அவரை அதிர்ச்சிக்குள்ளாக்குகிறது.

Encounters at the end of the worldயில் அண்டார்டிகா பனி கண்டத்தின் சூழலை படம் பிடிக்கிறார். ஆழ்கடலில் பணிபுரிபவர்களை காட்சிப்படுத்துகிறார். அப்போது அவருக்கு பறப்பதும் மிதப்பதும் ஒன்றாகவேப் படுகிறது. உலகின் வெப்பம் கூடுவதால் பனிச்சரிவேற்பட்டு கடல்மட்டம் அதிகரிப்பதை

எதிர்காலம் கேள்விக்குள்ளாவதை காண்பவர் டைனோசர் என்னும் உயிரினம் இப்பூலோகத்தை விட்டு அழிந்ததைப் போல இன்னும் ஆயிரம் வருடங்கள் கழித்து மனித இனம் என ஒன்று இருந்ததை வேற்றுகிரகவாசிகள் வந்து ஆராய்ச்சி செய்யக்கூடும் என பொருமுகிறார். ஒரு இயற்பியல் விஞ்ஞானி, இப்பிரபஞ்சத்தை தன் அறிவைக்கொண்டு புத்திசாலித்தனத்தைக் கொண்டு எவ்வளவு துள்ளியமாக புரிந்துகொள்ள முற்பட்டாலும் மனித அறிவுக்கப்பாற்பட்ட இதைச்சுற்றி இதனை ஆட்டுவிக்கும் கடவுளைப் போன்ற வேறு ஏதோவொரு சக்தி இருப்பதை உணர முடிகிறது என கூறி மனித அறிவின் போதாமையை உணர்ந்து அப்பனிக் கண்டத்தில் வெறித்துப் பார்க்கையில் பின்னணியாய் ஒலிக்கும் பனிக்காற்றும் மெல்ல அதனுடன் இணைய இசையும் நமக்குள் ஏற்படுத்தும் உணர்வே ஹெர்ஸாக் தரும் பரவசத் தரிசனம்.

இந்த பிரபஞ்சம் நம் கண்களினூடே அதன் பிரம்மாண்டத்தைப் பார்த்துக் கொள்கிறது. நம் காதுகளினூடே அதன் ஒலியைக் கேட்டுக்கொள்கிறது. இப்பிரபஞ்சத்தின் இருப்புக்கும் இயக்கத்துக்கும் நாமே சாட்சியாக இருக்கின்றோம். ஆலன் வாட்ஸ்.

சகாரா பாலைவனம் ஆழ்கடல் குள்ளர்களின் வாழ்க்கை என புதுப்புது இடங்களையும் மனிதர்களையும் நிகழ்வுகளையும் படம் பிடிப்பது தகவல்களுக்காக அல்ல. நவீனயுகம் மனிதனுக்கு வாரி வழங்கிவரும் கொடை அதுவே. தகவல் களஞ்சியம். வற்றாத ஊற்றாய் சுரந்தபடி இருக்கும் தகவல்கள் மனித வாழ்க்கைச் சாரத்தைத் தந்துவிடுமா.

Facts do not convey truth. That’s a mistake. Facts create norms, but truth creates illumination.

ஹெர்ஸாக் இதையே செய்ய முனைகிறார். யு. நோ. ஹராரி இறுதியாக வலியுறுத்தும் அறிவுரையும் அதுவே. வெற்றுத்தகவல்களை விட்டுவிலகி அகத்துள் பிரவேசிக்கத் தூண்டும் ஒளியை பின்தொடர்வது. ஹெர்ஸாக்கின் திரைப்படங்கள் அவ்வொளியை வீசுபவையாகவே விளங்குகின்றன . தார்க்கோவ்ஸ்கி ‘சோலாரிஸி’ல் செய்ததும் அதுவே.

*** கொள்கை கோட்பாடு ***

முன்தீர்மானிக்கப்பட்ட திட்டவட்டமான எந்த கொள்கைகளோ கோட்பாடுகளோ கொண்டு உருவாவதில்லை

ஹெர்ஸாக்கின் படங்கள். போலவே திரைப்படக் கலையின் வளமையான கட்டமைப்புகள் எவற்றுள்ளும் அடங்காதவை. மரத்தை மரமாக பார்க்காமல் 'அது'வாக பார்க்கக் பழக வேண்டும் என்கிறார் ஜிட்டு கிருஷ்ணமூர்த்தி. இவ்வுலகை முன்முடிவுகளில்லாது சார்பின்றி பார்க்க முனைகிறார் வெர்னர். பார்த்த பிம்பங்களைக் கொண்டு அந்நேரத்தில் அவருக்குள் ஏற்பட்ட உணர்வை பார்வையாளனுக்குள் கடத்தஇசைதன்குரல்முதற்கொண்ட கலைவடிவங்களின் துணைகொண்டு தன் படங்களை கட்டமைக்கிறார். அது எவ்வகைமையுள்ளும் அடங்காதது. வாழ்வின் சாரத்தை தரிசிக்க

உலகின் பரிபூரணத்தை உணரத் தேவையான புதுப்புது படிமங்களை தேடியலைகிறார்.

Academia is the death of cinema. It is the very opposite of passion. Film is not the art of scholars, but of illiterates.

Land of silence and darkness கண்பார்வையற்ற காது கேளாத அப்பெண்ணின் உலகை படம்பிடித்ததோடு நின்றுவிடாமல் அவரால் அதுவரை அனுபவிக்கவியலா அழகுகளை அற்புதங்களை உணரச்செய்திருக்கிறார். தன் ஒரு வயது மகனை பார்த்துக் கொள்ளும் பொறுப்பை அப்பெண்ணிடம் கொடுத்திருக்கிறார். அப்படத்தை விடவும் அப்பெண் அவருக்கு முக்கியமானவராக இருந்திருக்கிறார். அவருக்கு இப்படம் அவ்வாறு இருப்பினும் அது ஐரோப்பா முழுவதும் ஊனமுற்றோருக்குத் தேவையான வசதிகளை செய்ய அரசை தூண்டிய படமாக இருந்திருக்கிறது. ஒரு உண்மையான கலைப்படைப்பு நிகழ்த்திய மகத்தான மாற்றம் இது.

Grizzly man காட்டுக்குள் கரடிகளின் வாழ்வை படம்பிடிக்கச் சென்ற டிமோத்தி அவ்விலங்கின் தன்மைகளை அருகிலிருந்து பார்த்து படம்பிடித்து அவற்றுடன் விளையாடி கலகலப்பாக இருக்கையில் மூர்க்கமான கரடி அவரைக் கடித்துக் கொன்றுவிடுகிறது. காட்டில் கிடைக்கப்பெற்ற திமோத்தியின் வீடியோ டேப்பிலிருந்த காட்சிகளுடன் வெர்னர் ஒரு ஆவணப்பட

மெடுக்கிறார். அதன் இறுதியில் அவசரத்தில் லென்ஸ் கேப் அவிழ்க்காமல் திமோத்தி படமெடுத்தபோது கரடியால் கொல்லப் பட்டிருக்கிறார். அதன் ஒலிவடிவம் மட்டும் பதிவாகிய நிலையில் அதை திமோத்தியின் காதலி முன் அமர்ந்தவாறு கேட்கும் ஹெர்சாக் அவரை கேட்கக்கூடாதென வேண்டுகிறார். அத்தோடு பார்வையாளர்களாகிய நமக்கும் அந்த ஒலிப்பதிவைத் தருவதில்லை. ஆனால் காட்சிகளாக அப்பெண்ணின் துடித்தழும் படிமம் பிரேதப் பரிசோதனை செய்த மருத்துவரின் விவரிப்பு இறுதியாக இரு போலார் கரடிகள் மூர்க்கத்தனமாக மோதி சண்டையிடும் காட்சி அவற்றை விவரிக்கும் திமோத்தி என காட்சிகளாக காட்டுவதன் மூலம் இறக்கும் தருவாயில் திமோத்தி அனுபவித்த வலியை கொடூரத்தை நம்மால் உணர்ந்துவிடமுடிகிறது. இதுவே வெர்னர் ஹெர்சாக்கின் அறம். இவர் கொள்கை கோட்பாடுகள் இல்லை என்றால் இல்லை. அது தேவையுமில்லை.

ஜெர்மனியின் புதிய அலைத் திரைப்படத்திற்கு முந்தைய கோட்பாடென alexander kluge, edgar reitz முதலானோர் உருவாக்கிய oberhausen manifesto, கனடாவில் இயங்கிய 'direct cinema' ப்ரான்ஸ்ஸில் உருவான 'cinema verite' போன்ற எந்த வரையறுக்கப்பட்ட திரைப்பட விதிகளையும் ஏற்கவில்லை ஹெர்ஸாக். அடிப்படையில் ஆவணப்படங்கள் உண்மை சம்பவங்களை கற்பனையின்றி காட்டப்பட வேண்டும் என்ற விதியையே மறுக்கிறார். அவருக்குத் தான் எடுக்கும் ஆவணப்படங்களும் புனைவுகளும் ஒன்றே. 'Minnesota declaration' என்று மேற்கூறிய கோட்பாடுகளில் வெர்னர் கண்ட குறைகளை பட்டியலிட்டு சினிமாவின் ஆதாரச்சுருதியாய் தன் கூற்றை முன்வைக்கிறார்.

* Fact creates norms, and truth illumination.

* There are deeper strata of truth in cinema, and there is such a thing as poetic, ecstatic truth. It is mysterious and elusive, and can be reached only through fabrication and imagination and stylization.

* அறம் களம் அழகியல் *

நல்லது கெட்டது உன்னது என்னது போன்ற இருண்மைகளுக்குள் சிக்காத அறிய கலைஞர்களுள் ஒருவர் ஹெர்சாக். தன் படத்திற்கான 35mm கேமராவை ஒரு திரைப்படக் கல்லூரியில் கேட்க அவர்கள் மறுத்து விடுகிறார்கள். தொடர்ந்து கேட்டுப்பார்த்தும் மசியாததால் அதை திருடிச் சென்று படம்பிடித்திருக்கிறார். அக்காமிராவில் பல படங்கள் எடுத்திருக்கிறார். ஒரு இருட்டறையில் சுவாசிக்க முடியாமல் தத்தளிப்பவனுக்கு உளியும் சுத்தியும் கிடைத்தால் அது கொண்டு அச்சிறையைப் பெயர்த்து காற்றை எடுத்துக் கொள்ளும் உரிமை அவனுக்கு இருக்கிறது என நம்பும் கலைஞர் இவர்.

தன் முகத்தைக்கூட பார்க்க மறுக்கிறார் வெர்னர். அவர் கண்களின் நிறமே தெரியாது அவருக்கு. அவரின் கவனம் அனைத்தும் தான் வாழும் இப்பிரபஞ்சத்தின் புதிரை அறிந்து கொள்வதிலும் மனித மனத்தின் ஆழத்தை அதன் நிறங்களைப் புரிந்து கொள்வதில் தான் கண்டவற்றை மற்றவரின் பார்வைக்கு படங்களாக பகிர்வதில் தான் இருக்கிறது. அவர் மாணவர்களுக்கு பரிந்துரைக்கும் முக்கியமான புத்தகம் j a baker உடைய 'the peregrine'. ஃபால்கன் பறவையை அருகிலிருந்து பார்த்து அவதானித்து அவ்வனுபவத்தை எழுதிய பேக்கரின் அப்புத்தகம் வெர்னரை ஈர்த்தற்கான காரணம் :

"He has completely entered into the existence of a falcon. And this is what I do, when I make a film, I step outside of myself into an ekstasis."

பேக்கர் அப்பறவையின் இருத்தலுள் முழுமையாக நுழைந்து அதுவாக இருந்து எழுதியிருப்பதாக உணரும் வெர்னர் தன் படங்களை எடுக்கும் பொழுது தானும் அது போன்றே தன்னை விட்டு விலகி ஒருவித பரவச நிலையிலிருந்தே இயங்குகிறார்.

மருதன் பசுபதி

மூர்க்கத்தனமான ஆனால் அபாரத்திறம் கொண்ட க்ளாவ்ஸ் கின்ஸ்கியை வைத்து ஐந்து படமெடுப்பது எளிதான காரியமில்லை. Aguire கதாபாத்திரத்தின் மனம் பிரழந்த நிலையை இவரால் தான் வெளிப்படுத்த முடியுமென நினைத்து ஒப்பந்தம் செய்கிறார். கதை பிடித்துப்போய் படத்தின் பட்ஜெட் மூன்றில் ஒரு பங்கை ஊதியமாக வழங்கியபின் அமேஸான் காட்டில் நுற்றுக்கணக்கான பழங்குடியினருடன் நடித்திருக்கிறார். இவரிடம் வேலை வாங்குவது ஹெர்ஸாக்கிற்கு கடும் போராட்டமாகவே இருந்திருக்கிறது. அதையெல்லாம் சமாளித்து படம்பிடிக்க அவர் எதிர்பார்த்ததைப் போன்றே ஒரு மிருகம் போல் நடித்திருக்கிறார் க்ளாவ்ஸ். இருப்பினும் திடீர் திடீரென அதீத கோவம் கொள்வது ஹெர்ஸாக்கை கடுஞ்சொற்களால் திட்டுவது உடல் ரீதியாக தாக்குவது என்றிருக்க அதையெல்லாம் சகித்துக் கொண்டவர் இறுதி காட்சி எடுக்கும் போது க்ளாவ்ஸ் ஒத்துழைக்காது ஊருக்கு கிளம்ப முற்படுகையில் தன்னிடமிருந்த துப்பாக்கியை எடுத்துள்ளார் ஹெர்சாக். அதிலிருந்த எட்டு குண்டுகள் க்ளாவ்சை தாக்கியபின் ஒன்பதாவது குண்டால் தன்னை சுட்டுக்கொள்ளப் போவதாக சொல்லவே அதன் பின் அமைதியாக நடித்திருக்கிறார் அவர். தனக்கு அப்படம் தான் வாழ்க்கை. அது நிகழாத போது தன் இருப்பிற்கு எந்த அர்த்தமுமில்லை. இதுவே வெர்னரின் விளக்கம். க்ளாவ்ஸுடன் ஐந்து படங்கள் செய்த பிறகு அவர் தன்னை எவ்வாறெல்லாம் வதைத்தார் என ஒரு ஆவணப்படத்தில் (Burden of dreams) மேக்கிங் வீடியோவை காட்டி விளக்குகிறார் ஹெர்சாக். அதன் முடிவில் ஹெர்ஸாக்கும் க்ளாவ்ஸும் கட்டியணைக்க, படம் நிறைவுறுகிறது. அப்படத்தின் தலைப்பு, 'My best friend'.

*** வனம் ***

காடுகளுக்கென பிரத்தியேகமான உயிர்த்தன்மை இருப்பதாக நம்புகிறார். அதன் லயத்தை கலைக்காத வரையில் வனமும் அங்கு வாழும் உயிரினங்களும் மனிதர்களுக்கு எவ்வித தீங்கும் விளைவிப்பதில்லை. காலத்திற்கேற்றவாறு வாழ்க்கையைத் தரிசிக்கத் தேவையான புதுப்படிமங்களை தேடியலையும் வெர்னருக்கு காடுகளும் மலைகளும் வானமும் ஆழ்கடலும் பாலைவனங்களும் அதை வழங்கியபடியே இருக்கிறது. ஆனால் ஒரு குறிப்பிட்ட காட்சியை அழகியல் நோக்கோடு காட்சிப்படுத்த மெனக்கெடுவதில்லை இவர். அந்நேரத்தில் அவருள் அவ்விடம் முன்னெப்போதும் ஏற்படாத ஒரு புத்தொளியை சிலிர்ப்பை ஏற்படுத்தி விட்டால் போதும். அதை அப்படியே அவரின் ஒளிப்பதிவாளர் பதிவு செய்து விடுவார். அவ்வகையில் இயக்குனருக்கு ஒளிப்பதிவாளர்கள் அமைவது அவசியம்.

வெர்னரின் உடல் மொழியை நன்கு அறிந்தவர் அவரின் பெரும்பாலான படங்களின் ஒளிப்பதிவாளர்கள் தாமஸ் மாச் (Thomas Mauch) மற்றும் ஷ்மிட் ரைட்வான் (Schmidt Reitwein). வெர்னரின் கண்ணசைவை புரிந்து அவர் தேவையை பூர்த்தி செய்பவர்கள் இவர்கள். பெர்க்மனுக்குஸ்வென் நிக்விஸ்ட் (Sven Nykvest) போன்றே ஹெர்சாக்கிற்கு இவர்கள்.

வெர்னர் படங்களின் முதன்மையான கதாபாத்திரமாக நிலமே விளங்குகிறது. கதாபாத்திரங்களின் மனச்சித்திரத்தை பார்வையாளர் புரிந்துகொள்ள முதலில் அதற்கேற்ற நிலப்பரப்புகளையே காண்பிக்கிறார். முதற்படமான Signs of Life யின் முதற்காட்சியில் பரந்த மலைப்பரப்புகள் நீண்ட நேரம் தென்படுகிறது. பிறகு நூற்றுக்கணக்கில் தென்படும் விசைக்காற்றாடி (Wind Mills). அவற்றை மயக்கநிலையில் ஆடிடும் பூக்களாக பார்த்தவர் இக்கதைக்கான முன்னேற்பாடாக அவற்றைக் காட்டுகிறார். பவேரியனாகப் பிறந்து ஜெர்மனாக படமெடுத்துக் கொண்டிருந்தாலும் அவருடைய பெரும்பாலான படங்களை ஜெர்மனிக்கு வெளியே உலகின் பல்வேறு நிலப்பகுதிகளில் படமாக்கியுள்ளார். நாடு எல்லைகள் போன்ற திட்டவட்டமான வரையறைகளைக் கடந்து வெர்னர் பார்ப்பது எந்தவொரு நிலப்பரப்பும் மனிதருக்கானதா மனிதரின் மீது பரிவுள்ள பகுதியா அது என்பதே. தனது படத்தின் ஆன்மாவாக இருப்பது நிலப்பரப்புகளே என்பவருக்கு அவ்வகையில் ஜான் ஃபோர்டும் பெர்க்மனும் முக்கியமானவர்கள். எல்லைகளைக்

கடந்து மானுடத்தை ஒன்றாக பார்த்தாலும் தன் படங்களில் ஜெர்மனியின் கலாச்சாரமும் பாரம்பரியமும் வெளிப்படுத்த வேண்டுவென்பதில் கவனமாக இருக்கிறார்.

*** தரிசனம் ***

சிறுவயதில் ஆகவிரும்பி நடக்காமல் போன பனிச்சறுக்கு மற்றும் கால்பந்து விளையாட்டு இரண்டின் சாராம்சமும் சினிமாவின் அடிநாதமுமாய் இவர் பார்ப்பது ஒன்றே. இயற்கையின் அபாயத்தினுள் தனியராக பிரவேசித்து பின் அதன் லயத்தோடு ஒன்றிசைந்து ஒன்றாய் கலக்கையில் புலப்படும் இடரற்ற பாதையில் பயணித்தல். தனிமையை உணர்தல் மரணத்தின் விளிம்பில் இருத்தல். அக்கணம் ஆன்மிக அனுபவமாகிறது இக்கலைஞனுக்கு. Aguire படத்தின் இறுதிக்காட்சி. ஆற்றின் மத்தியில் க்ளாவ்சை குரங்குகளுடன் படகில் நிற்க வைத்துவிட்டு அப்படகைச் சுற்றி 360கும் ஒரு விசைப்படகை ஹெர்சாக் ஓட்ட தாமஸ் மவுச் படம் பிடித்திருக்கிறார். 60 கி.மீ வேகத்தில் அப்படகு சுற்றிவர எழும் அலைகளை வெட்டியபடி பயணிக்கும் போது அவ்வலைகளின் விசையை அவரால் உணர முடிந்திருக்கிறது. பனிச்சறுக்கு விளையாட்டில் பறக்கும் பொழுது எதிர் காற்றை கடக்க முற்பட முன்னால் குனிந்தபடி பறக்கும் போதும் அதே உணர்வு ஏற்படுகிறது இவருக்கு. பனிப்பாதையில் 1500 மைல்கள் நடந்து பாரிஸை அடைந்து ஈஸ்னரை சந்தித்த போது அவர் வெர்னரின் பயணத்தை ஏற்கனவே அறிந்திருந்ததால் சன்னமாக புன்னகைக்கிறார். வார்த்தைகள் ஏதுமற்ற மௌனப்பரிபாஷையால் நிறைந்திருந்த அவ்விடம் வெர்னரின் களைத்து சோர்ந்திருந்த உடலினுள் சில கணங்களே

நீடித்த ஒருவித கனிந்த அற்புத உணர்வு மின்னியிருக்கிறது. ஈஸ்னரிடம் சொல்கிறார், "ஜன்னலத் திறங்க. இனி என்னால பறக்க முடியும்".

தனியராக தன்னை உணர்தலிலிருந்து துவங்குகிறது வெர்னரின் படைப்புலகம். ஜெர்மனராக (குடிமகனாக) இருந்தும் உலகை ஒற்றை நிலப்பரப்பாக மனிதர்களுக்கான பொதுவெளியாக பார்ப்பவர் எவ்வித குழுவுக்குள்ளும் தன்னை அடையாளப்படுத்திக் கொள்ளவில்லை. சமகாலத்தவர்களான பாஸ்பன்டர் (Fassbinder) விம் வண்டர்ஸ் (Wim wenders) ஸ்லோண்டோர்ப் (Schlondorff) போன்றோருடன் தோழமையாக பழகினாலும் தனியரே.

கலைஞனல்ல தொழில்வினைஞன் என்றே தன்னை குறிப்பிடுபவர் தன்னை பற்றித் தெரிந்து கொள்ள சிறந்த வழிமுறை தன் படங்களைப் பார்ப்பதே என்பதை Burden of dreams பார்க்கும் பொழுது சிறிதளவு உணர முடியும். திரைப்படக்கலை உடல்பலத்தைப் பொறுத்தது என்னும் கூற்று மிகவும் நுட்பமான கருத்து. ஒரு திரைப்பட இயக்குனர் தான் தேர்ந்தெடுக்கும் கதைக்களத்தை திரையில் கொண்டுவர அந்நிலப்பரப்பினை அத்தனைத் தன்மைகளையும் தெரிந்து வைத்திருக்க வேண்டியிருக்கிறது. ஹெர்ஸாக்கின் களங்களை சொல்லவேத் தேவையில்லை. இப்பூமிப்பந்தின் பெரும்பாலான கூறுகளை செல்லுலாய்டில் பதிவு செய்திருக்கிறார். வெடித்தால் உயிர்தப்புவது சாத்தியமில்லை என்று எச்சரித்த போதும்

எரிமலையின் உச்சிக்கு சென்று படம் பிடித்திருக்கின்றனர் இவரின் குழு. பனி மலையின் உச்சியில் மைனஸ் 50குசி ல் இரண்டு நாட்கள் உணவின்றி அல்லலுற்று தப்பித்திருக்கிறார்கள். Aguire யின் துவக்கக் காட்சியில் நூற்றுக்கணக்கான பழங்குடியினரையும் சீர்படுத்த அமேசான் காட்டின் செங்குத்தான அம்மலையில் மூன்று முறை ஏறி இறங்கியிருக்கிறார். Fitzcarraldoவின் ஒளிப்பதிவாளர் தாமஸ் மாக்கை அமேசான் நதியின் மையத்தில் ஒருபாறை மீது படம்பிடிக்கையில் புயல் வீச கேமராவுடன் வீசி எரியப்பட்டவரின் விரல் இடுக்கு கிழிந்திருக்கிறது. படகில் ஒரு வாரம் தங்கியிருக்கிறார்கள். உடல் ஒத்துழைக்காவிட்டால் இவை சாத்தியமில்லை. ஒரு இயக்குநரின் படக்களத்தை அவரின் உடலே தீர்மானிக்கிறது. திரைப்படக்கலையை கல்லூரியில் படிக்கக்கூடாது என்பவர் படமெடுக்க வேண்டுமெனில் ஒருவர் நடக்க வேண்டும் என தன்னிடம் வருவோரை ஐயாயிரம் கி.மீ நடந்துவிட்டு வருமாறு அனுப்புகிறார். பறத்தல் நடத்தல் பிறகு இருத்தல். அதாவது சும்மா இருத்தல். மணிக்கணக்காக சன்னலில் வெறித்தபடி அப்படியே அமர்ந்திருக்கும் வெர்னரை பார்த்து பயந்திருக்கிறார் அவர் மனைவி. 'Nowadays even the monks stops meditating and starts tweeting'. அறிவியல் தொழில்நுட்பம் வளர வளர மனிதன் தனிமையுறுகிறான் என உணர்கிறார். இத்தனிமை மனிதனை பலவீனப்படுத்தும் இருள்சூழ் தனிமை. அகத்துள் பிரவேசிக்காது புறத்தோற்றத்தில் மட்டுமே கவனம் கொள்ளும் தலைமுறை மீதான கவலை.

* மரணம் *

வெர்னர் பிறந்ததே மரணங்களுக்கு மத்தியில் தான். இரண்டாம் உலக யுத்தம் நடந்து கொண்டிருந்த சமயம் நாஜிக்களின் வன்முறைக்கு ஆட்பட்ட யூதர்களை பார்த்து வளர்ந்தவர் பின்னாட்களில் மரணம் விளைவிக்கக்கூடிய விளையாட்டுகளில் ஈடுபாடு கொண்டு கலைஞனான பின் அவர் பயணமே மரணத்தையும் வாழ்வையும் பிரிக்கும் இணைக்கும் புள்ளிகளை நோக்கியே இருந்து வருகிறது. ஒரு நேர்காணலில் பேசிக்கொண்டிருப்பவரின் வயிற்றை ஒரு தோட்டா துளைக்கிறது. Nothing to worry என்கிறார். Encounters... படத்தில் கூட்டத்திலிருந்து வழிதவறிய ஒரு பெங்குயின் மரணத்தை நோக்கிச் செல்வதை பார்க்க முடிகிறது. இருப்பினும் அப்பனிக்கண்டத்தின் விதிப்படி அதை அதன் பாதையில் விட்டுவிட வேண்டும். தடுக்க நமக்கு உரிமையில்லை என மௌனசாட்சியாக படம் பிடித்துக் கொண்டிருக்கிறார். வெர்னரை புரிந்துகொள்ளத்தக்க முக்கிய

நிகழ்வு இது. மரணத்தை கண்டு மிரளாது அதை மௌனமாக தீர்க்கமாக எதிர்நோக்குபவராகவே இருக்கிறார். அதனால் தான் விபத்துக்குள்ளாகும் விமானத்தில் தலைகுனியச் சொன்ன விமானியின் கட்டளைக்கு பதிலாக இப்படிச் சொல்கிறார். "மரணிக்க நேரிடுமானால் அதை எதிர்நோக்கவே விரும்புகிறேன். அது போலவே வாழ்வையும்". வெளிப்பார்வைக்கு பொதுபுத்திக்கு மூர்க்கத்தனமாக அகங்காரமாக தென்படினும் அதன் மையம் வாழ்தலின் விழிப்பில் இழைந்துள்ளது.

மரண தண்டனைக் கைதிகளைப் பற்றிய ஆவணப்படமான Into the abyssயில் சொல்கிறார், "நம் எல்லோருக்கும் மரணிக்கும் நாள் தெரியாது. ஆனால் இவர்களோ மிகத்துள்ளியமாக இந்நாள் இந்நேரம் இவ்விடம் என அறிந்து வைத்துள்ளார்கள். நம்மைவிட வாழ்வின் சிறு கணங்களின் மகத்துவம் அறிந்தவர்கள் இவர்களே". இத்தரிசனமே 'மரணத்தை நோக்கிய பெருவாழ்வு'.

76 வயதாகும் இம்மனிதரைப் பொறுத்தவரையில் மனிதர்கள் அழியத் தகுதியுடையவர்கள். ட்ரைலோபைட்டுகள் அழிந்தன. டைனோசர்கள் அழிந்தன. மனித இனமும் அழியும். இது ஒருவித நிகிலிசப் போக்காக உள்ளதோவென்றால் இல்லை. கர்மயோகத்தையே வலியுறுத்துகிறார்.

மார்டின் லூதர் கிங்கிடம் நாளை உலகின் கடைசி நாள் என்றால் என்ன செய்வீர்களென்றால் 'இன்று ஒரு மரம் நடுவேன்' என்றார். வெர்னர் சொல்கிறார். "ஒரு திரைப்படத்தை எடுக்கத் தொடங்கிவிடுவேன்".

வாழ்க்கையை சிக்கலாக்கி புரிந்துகொள்ள மெனக்கெடுவதில்லை இவர். பதினான்கு வயதில் சினிமா தான் தன் தொழில் என முடிவெடுத்ததிலிருந்து இன்று வரை அறை நூற்றாண்டு காலமாக அப்பணியை சரிவர செய்த திருப்தி இருக்கிறது இவருக்கு. எஞ்சியிருக்கும் வாழ்நாட்களில் மிஞ்சியிருக்கும் காட்சிகளையும் தேடிப்பார்த்திட முனைகிறார். அப்பயணம் தொடர்கிறது.

கண்களற்ற கபாலக்கூடுகள் யுகயுகாந்தமாய் உறைநிலையில் கிடந்து மருகிய பாறைகளாய் மனித எலும்புக்கூடுகள் ஒன்றைத் தொடர்ந்து மற்றொன்றாக வரிசையாய் சங்கிலித் தொடராய் நீளும் சாம்பல் நிறத்தோற்றங்கள். பூதாகரமாய் உள்ளுள் உலுக்கி அலறலை ஏற்படுத்தும் பேரதிர்வாய் இசை. பதறியபடி விழித்தெழும் பெண். சத்தம் கேட்டு விழித்து, "இது நீ கண்ட இன்னொரு கெட்ட கனவே" என தோள் தடவி ஆசுவாசப்படுத்தி

தூங்கச் செய்யும் கின்ஸ்கி. அவள் கண்ணுரங்க பேரிரைச்சல் மெல்லிசையாய் தவழ இனியெல்லாம் சுகமே. இப்படித்தான் துவங்குகிறது நோஸ்பராட்டு (Nosferatu)வின் முதல் காட்சி.

மரணதண்டனைக் கைதி ஒருவர் மூலம் மற்றொரு பெண் கைதி கருவுற்றிருக்கிறார். Into the abyss படப்பிடிப்பு முடிந்து சில மாதங்களுக்குப் பிறகு அவர்களுக்கு ஒரு குழந்தை பிறந்திருக்கிறது. அக்குழந்தை இந்த வன்முறை குற்றம் தண்டனை என்னும் தீய வளையத்திலிருந்து விடுபட்டதாக வாழவேண்டும் என வெர்னர் வேண்டுகிறார். அவ்வகையில் அப்படம் அவருக்கு மரணத்தைப் பற்றிய ஆய்வல்ல வாழ்வைப் பற்றியது.

If you do not have an absolutely clear vision of something, where you can follow the light to the end of the tunnel, then it doesn't matter whether you're bold or cowardly, or whether you're stupid or intelligent. Doesn't get you anywhere.

அணு முதல் அண்டார்டிகா வரை கடலடி வான் வெளி அமேசான் காடுகள் சகாரா பாலைவனம் என அத்தனையையும் தேடியலைந்தும் மனித மனத்தின் ஆழம் சென்றும் மனித அறிவின் அதிவேகத்தாவலின் பயனாக விளையும் அறிவியலின் நவீனக் கண்டுபிடிப்புகளையும் தேடிப் பார்க்கும் ஹெர்ஸாக் வாழ்வை தரிசிக்கத்தேவையான புதுப்படிமங்கள் வேற்று கிரகங்களில் கிடைக்குமானால் அவ்விடம் ஒரு கேமராவுடன் பயணிக்கத் தயார் என்பதோடு நில்லாமல் NASA விண்வெளியின் பயணத்திற்காக விண்ணப்பித்துமிருக்கிறார்.

பார்ப்பவர்களிடம் ஹெர்ஸாக் கேட்கும் கடைசி கேள்வி,

நீங்கள் வாழ்வின் பாடலை எப்போதாவது கேட்டதுண்டா ?

எதற்காக இப்படி வாழ்கிறார் வெர்னர் ?

But this is my life, and I don't want to live it in any other way.

மரணத்தை நோக்கிய பெருவாழ்வு

வாழ்வை அதன் லயத்தில் வாழப்பழகியவர்களுக்கு அந்திமக் காலம் பெரும்பாலும் அதிர்ச்சியையோ துயரத்தையோ ஏற்படுத்துவதில்லை. சாமான்யரின் வாழ்க்கைக்கும் கலைஞர்களுக்கும் சிற்சில வேறுபாடுகள் உண்டு. கலைஞர்களின் நுண்ணுணர்வே அவர்களின் வரமாகவும் சாபமாகமும் அமைந்து விடுகிறது என்பார் ஆசான் பாலுமகேந்திரா. சில சமயங்களில் ஒரு தீவிர கலைஞன் அடையமுடியாத இடத்தை மிகச் சாதாரணமாக ஒரு பாமர மனிதர் அடைந்துவிடுகிறார். வாழ்வும் சாவும் மனிதர்களுக்குள் உள்ள இந்த வகைமை அறியாது. ஒரு கணப் பொழுதில் நிகழ்ந்து விடுகிறது அது. அதை சற்றே உற்று கவனிக்க பழகியவர்களுள் கலைஞர்களுக்கு முக்கிய இடமுண்டு.

மருதன் பசுபதி

அவ்வகையில் மனித மனத்தை புரிந்து கொள்ள முனையும் கலைஞர்கள் இரு வேறு தளத்திலுமே இருப்பார்கள். ஒரு சாரார் வாழ்வின் அங்கு அடுக்குகளுள் ஊடுருவி இருப்பின் அர்த்தத்தை தேடுவார்கள். அவர்களுக்கு மனித வாழ்வென்பது சூன்யத்தால் சூழப்பட்ட நீர்க்குமிழி. இன்னொரு சாரார் உலகால் கவனிக்கப்படாமல் விட்ட புறக்கணிக்கப்பட்ட சின்னஞ்சிரு அம்சங்களிலும் அழகை தரிசிப்பவர்கள். இவர்களுக்கு வாழ்வு ஒரு வரம்.

ஆந்த்ரே தார்க்கோவ்ஸ்கி, சினிமாவை ஆன்மீக அனுபவமாக பார்வையாளனுக்குள் கடத்திய வெகு சில இயக்குனர்களில் ஒருவர். கலையையும் தன் வாழ்வையும் பிரித்திடாத இவ்வுலகின் மீட்சியை தன் படங்கள் வாயிலாக தேடிய உன்னதக் கலைஞன்.

இவரின் கடைசிப் படமான ‘The Sacrifice’ன் இறுதிக் காட்சியில் கதாநாயகன் மானுடத்தை மீட்க கடவுளிடம் தன்னுடையதான எல்லாவற்றையும் துறப்பதாக சொல்லி தன் வீட்டை எரிப்பதாக காட்சி. வீடு எரிந்து கொண்டிருக்கும் பொழுது நாயகன் பித்துப்பிடித்து அலைந்து கொண்டிருப்பார். இக்காட்சியை படம் பிடிக்கும் பொழுது தன் கதாநாயகனைப் போன்றே தார்க்கோவ்ஸ்கியும் குறுக்கும் நெடுக்குமாக பித்து பிடித்தாற் போன்று திரிந்ததை ஆவணப்படுத்தியிருக்கிறார்கள். மானுடத்தை எவ்வித நிபந்தனையுமின்றி நேசிப்பவனே உண்மையான முழுமையான கலைஞனாக திகழ முடியும்.

மரணம். ஒரு மனிதன் எதைச் செய்து இறக்கிறான் அல்லது எதற்காக இறக்கிறான் என்பதாலே அவன் வாழ்ந்த வாழ்க்கை அர்த்தப்படுகிறது.

"கரும்பாட்டிக் கட்டி சிறுகாலைக் கொண்டார் துரும்பெழுந்து வேங்கார் றுயரான் டுழவார் வருந்தி உடம்பின் பயன்கொண்டார் கூற்றம் வருங்கார் பரிவ திலர்" நாலடியார். (கரும்பின் சாற்றினால் ஆகவேண்டிய பயனைப் பெற்றபின் அதன் துரும்பு வேகக்கண்டு துன்பம் அடையாதது போல், தேகத்தின் பயனாகிய தருமத்தை சம்பாதித்த பின் மரணத்துக்கு பயப்பட மாட்டார்கள் விவேகிகள்.)

Wild Strawberries. இப்படத்தில் இங்மர் பெர்க்மன் வயோதிக மருத்துவர் விருது வாங்க செல்கையில் கொடுங்கனவு வாயிலாகவும் எதிர்படும் மனிதர்கள் வாயிலாகவும் அவரின் கடந்த காலத்தை அலச தன் இருப்பின் நிலை அறிந்து அதிர்வதாக காட்டியிருப்பார்.

தன் இறுதி காலத்தில் தனித்தீவில் ஒரு தெளிந்த நீரோடை போன்று தனித்து வாழ்ந்து மறைந்தார் பெர்க்மன். ஃபெலினியின் 81/2 அதன் தாக்கத்தில் வூடி ஆலன் எடுத்த Stardust memories. இம்மூன்று படங்களும் வாழ்க்கையை பின்னோக்கிப் பார்த்தல், வயோதிகத்தில் வெறுமை, கடந்த வாழ்வில் தவறவிட்ட தருணங்கள் ஏற்படுத்தும் உள்சிதைவு ஆற்றாமை மரணபீதி ஆகிய கூறுகளைக்

கையாண்டவை. இப்படங்களின் ஆரம்பக் காட்சியில் வரும் கனவு இவைகளின் வெவ்வேறு பரிமானங்களே.

Ikiru. சமூக நிர்பந்தத்தின் விளைவாக உப்புசப்பில்லாத வாழ்க்கையை வாழ்ந்து வரும் வயோதிகர் தன் மனைவியின் இறப்பிற்கு பிறகு மகனும் மருமகளும் சுயநலத்துடன் இருப்பதை அறிந்த பிறகு தன் வாழ்வை அர்த்தப்படுத்த முனைகிறார்.ஆனால் அவரால் அம்மாற்றத்தை செய்ய முடிந்ததா என்பதே அப்படம்.

மனிதன் தொடர்ந்து தன் இருப்பின் அர்த்தத்தை அவசியத்தை கேள்விக்குட்படுத்தி ஆராய்ந்து வருகிறான். எதையோ கண்டடைந்ததாக பெருமிதம் கொள்கிறான். காலப்போக்கில் அவன் கண்டது காட்சிப்பிழையென அறிந்ததும் சோர்வுற்று தளர்கையில் மரணம் நெருங்க பதறுகிறது மனம். அக்கடும் பிணியிலுருந்து மீள ஒரு தீர்வாக தற்கொலை தென்படுகிறது. அது ஒரு வகையில் விடுதலையுணர்வே.

பிரமிளின் ஒரு கவிதை.

'வண்ணத்துப்பூச்சியும் கடலும்'.
சமுத்திரக் கரையின்
பூந்தோட்டத்து மலர்களிலே
தேன் குடிக்க அலைந்தது
ஒரு வண்ணத்துப்பூச்சி.

வேலை சரிய
சிறகின் திசைமீறி
காற்றும் புரண்டோட
கரையோர மலர்களை நீத்து கடல் நோக்கிப் பறந்து
நாளிரவு பாராமல்
ஓயாது மலர்கின்ற
எல்லையற்ற பூ ஒன்றில்
ஓய்ந்து அமர்ந்தது.
முதல் கணம்
உவர்த்த சமுத்திரம்
தேனாய் இனிக்கிறது.

மண்ணில் தோன்றும் எல்லாப் பட்டாம்பூச்சிகளும் தேன் பருக ஆசைப்படுபவை தான். ஆனால் நிதர்சனப் புயல் அவற்றின் சிறகுகளை கருணையின்றி உடைத்தெறிய பற்றுதலுக்கான கரம் தேடித் தவித்து பாதையில்லா பயணியாய் காற்று கூட்டிப் போன

திசையில் பறக்க திடீர் பரிசாக கடலுக்கு நடுவே கலங்கரை விளக்காய் ஒரு காட்சி.

அக்காட்சி இரு வகைகளிலும் அர்த்தப்படுகிறது.

1. தேனுக்காக மலர் தேடியலைந்த அப்பட்டாம்பூச்சிக்கு நடுக்கடலில் கடலலைகளே மலரிதழாய் தெரிய ஏற்படும் சிலிர்ப்பானது

அக்கணத்தை முழுமையடையச் செய்கிறது.

2. நிம்மதியை தேடியலைந்த அப்பட்டாம்பூச்சி அதுவரையிலான தன் பயணத்தில் ஒரு துளி தேனையும் காணாது தவித்து தளர்ந்து செயலற்று கிடக்கையில் வாய்ப்பது மரணம் மட்டுமே. அத்தருணம் அதுவே தான் தேடிய தேனாக இனிக்கிறது.

வாழ்வின் அபத்தங்களிலிருந்து விடுபட இருத்தலியல் காட்டும் தீர்வு மரணம் (தற்கொலை).

Thelma & Louise படத்தில் உப்புசப்பில்லாத அன்றாட வாழ்க்கையிலிருந்தும் அபத்தங்களிலிருந்தும் விடுபட எத்தனித்து பயணிக்கும் அந்த இரு பெண்களையும் மரணம் துறத்த வாழ்வதன் பொருட்டு தங்களால் முடிந்தவரை ஓடியவர்கள் உச்சக் காட்சியில் மலை உச்சியில் செய்வதறியாது திகைத்து நிற்க மரணத்தேன் அவர்களை பூங்கொத்து கொடுத்து வரவேற்கிறது.

அக்கணம் உவர்த்த சமுத்திரம் தேனாய் இனிக்கிறது.

சிலர் வாழ்க்கையில் மரணம் சிறந்த தீர்வாக

அமைந்துவிடுவதை பார்க்கையில் வாழ்க்கையும் மரணமும் வேறுபாடற்று இரண்டறக் கலந்து ஒன்றாகவே இருப்பதை உணரமுடியும்.

இதற்கு நேர் எதிராக மற்றொரு சாரார் கற்றவற்றை பெற்றவற்றை விட்டு விலகி நிர்வானத்தை தரிசித்து அதன் எளிமையான அழகின் லயத்தில் பிணைந்தபடி சின்னஞ்சிறுவராய் பூவாய் காயாய் கனியாய் கனிந்து பூரித்து வாழ்க்கையை கொண்டாட்டத்திற்குறியதாக மாற்றிவிடுகிறார்கள்.

Zorba the greek. Nikos kazantzakis எழுதிய கிரேக்க இந்நாவலை Michael Cacoyannis திரைபடமாக இயக்க அதில் ஜோர்பா'வாக ஆண்டனி க்வின் நடித்திருப்பார். இந்திய தத்துவ மரபான சார்வாகத்தை ஒத்த தரிசனமே இது.

இப்படத்தில் மெத்த படித்த மருத்துவன் உலகின் பல்வேறு சிக்கல்களை எதிர்நோக்கி தன் அறிவால் எட்டமுடியாத தீர்வால் தளர்ந்து கவலையுற்று ஜோர்பாவிடம் சரணடைகிறான். அவரின் நடனத்தை கற்றுத்தர கேட்க கண்கள் விரியும் ஜோர்பா பரவசத்துடன் தயாராக இருவரும் நடனமாடத் தொடங்குகிறார்கள். வாழ்க்கை அக்கணத்தில் அர்த்தப்படுவதாக தன் இருப்பு முழுமையுறுவதாக எண்ணுகிறான் அம்மருத்துவன்.

ஆக மனிதன் தன் வாழ்வை அவனுக்கு வழங்கப்பட்ட சாத்தியங்கள் வழியாக வாழ்ந்துவிடவே தவிக்கிறான். நம் எல்லோருடைய ஏக்கமும் கடைசியில் எவ்வித குறையுமின்றி திருப்தியுடன் இறப்பதே. 'Rosebud' - The missing segment of Citizen kane's life. ஆர்சன் வெல்ஸை அலக்கழித்த அந்த ஒற்றை பூவை தேடியலையும் ஆன்மாக்கலாகவே பெரும்பாலான வயோதிக மனிதர்கள்.

வாழ்க்கைச் சாரத்தை காண முனையும் கலைஞர்கள் சிலர் ஏதோ ஒரு கட்டத்தில் அவர்கள் கற்றவை பெற்றவை எல்லாம் அபத்தமாக எங்கோ வாழ்க்கையை தொலைத்து விட்டதை உணர்ந்தவர்களாக அனைத்தையும் துறந்து மிகச் சாதாரண மனிதராக வாழ்ந்திடச் சென்றுவிடுவார்கள். வான் காவின் கடிதம்.

என் அன்பு தேயோ,

வாழ்வு மிகச் சிறயது. இனியும் உனக்கு சுமையாக இருக்க மனம் இசயவில்லை. கலைஞர்கள் என்று கோசமிடும் இந்த மனிதர்கள் எனக்கு வேண்டாம். முழங்கையால் இடித்தபடி முன்னோக்கிச் செல்லும் இந்த நகரின் அரசியல் பூசிய கலையும் எனக்கு வேண்டாம். எனக்கு உண்மை வேண்டும். வெளிகள் வேண்டும். வெயில் வேண்டும். நான் போகிறேன். தெற்கு நோக்கி. Arles என்ற அழகு நகருக்கு. முள்ளெனக் குத்தும் குளிர் அங்கு இல்லை. மண்ணோடு ஒட்டிய மனிதர் அங்கு உண்டு. வயலோடு ஒட்டிய வாழ்வு அங்கு உண்டு.நான் போகிறேன்.

சமீபத்தில் சந்தித்த ஒரு பெரியவர்.வயது 89. சற்றே உடல் நலம் குன்றியிருந்தவரிடம் ஆறுதலாக பேசுவதாக எண்ணிக் கொண்டு "பீச்சுக்கு போலாங்களா"

"எதுக்கு ?"

"எல்லாம் பாத்தாச்சி"

"ஒங்களுக்கு என்ன வேணும் சாப்பிட"

"எதுவும் வேண்டாம்"

“ஓங்க சொந்தக் காரங்க யாரயாவது பாக்கணுமா.ஊருக்கு போகணுமா”

“எங்கயும் வேண்டாம். மத்தவங்களுக்கு தொல்ல குடுக்க வேண்டாம்”

“ஓங்க ப்ரண்ட்ஸ் பேரப்புள்ளைங்க யாரயாவது வரச் சொல்லலாமா”

“வேண்டாம்“

வேற என்ன தான் வேணும்“

“எதுவும் வேண்டாம்பா. எல்லாம் பாத்தாச்சு”

“அப்ப என்னதான் பண்ணப் போறீங்க”

“எல்லாம் பண்ணியாச்சி. சாவுக்கு காத்துட்டு இருக்கறேன். வந்தா அமைதியா போய் சேந்திடுவேன்.”

ச்சே..ஏன் தப்பா பேசறீங்க”

“There is no right or wrong in this world. All these are relative and they are temporary. Be true to yourself mankind and all other living beings. Be patience and love each other. Thats all my knowledge and realization about this life.”

என்றார். இரண்டு நாட்கள் கழித்து இறந்து போனார்.

பாலுமகேந்திராவின் ‘வீடு’படத்தில் ஒரு தாத்தா தன் பேத்தி அரும்பாடுபட்டு கட்டி வரும்வீட்டுக்கட்டடத்தைபார்க்க குடையுடன் கிளம்புகிறார். முடிக்கும் தருவாயில் இருக்கும் அவ்வீட்டுச் சுவரை வருடி தரையில் அமர்ந்து ஒரு வித நிறைவுடனும் நமபிக்கையுடனும் வீடு திரும்புகையில் பேருந்தில் குடையை மறந்து வடுகிறார். வீடு வந்து படுத்தவர் பேத்திகள் வருகையில் இறந்து கிடப்பார். மிகவும்எளிமையாகஇதுபோன்ற சிற்சில தரிசனங்களை காட்டிவிடுவார் பாலு சார்.

'சந்தியா ராகம்' வயோதிகத்தின் இன்னல்களையும் வசந்தத்தையும் ஓரளவு காட்டிய படம்.

பாலுமகேந்திரா தன் கடைசி காலத்தில் எல்லோரும் சூழ்ந்திருந்தும் தனிமையில் வாடினார். Why should i stretch this (life) ? பயமா இருக்கு. நான் தனியா இருக்கும் போதோ ரோட்ல போகும் போதோ இறந்துட்டா என்ன பண்றது.எனக்கு ரெண்டு ஆசை தான்டா. நைட் தூங்கும் போது போயிடணும். அப்ப அகிலா (மனைவி) கூட இருக்கணும், அவ்ளோதான்"என்பார்.

தன் கடைசி படமான 'தலைமுறைகள்'ல் தன் அடையாளங்களான தொப்பி கண்ணாடி ஸ்கார்ப் ஜுன்ஸ் சட்டை என அனைத்தையும் துறந்து தன் நிர்வாணத்தை காட்டி ஒரு மரத்தடியில் தன் பேரனுடன் மழையில் நனைந்தபடி நடனமாடி களைத்து ஓய்ந்து "தமிழ் மறந்துடாதே, இந்த தாத்தாவ மறந்துடாதே" என்பார். அதுவே கடைசி வசனம். அப்படத்தின் வெற்றியை அனுபவித்தவர் அவர் ஏங்கியபடியே அகிலாம்மா அருகிலிருக்க இறந்து போனார். பாலுவும் கிட்டதட்ட ஒரு ஜோர்பா தான்.

மரண தண்டனை கைதி ஒருவரைப் பற்றி படம் எடுப்பதற்காக புழல் வேலூர் மற்றும் சேலம் சிறைச்சாலைகளில் பல கைதிகளை சந்தித்து உரையாடினோம். கொள்கையின் அடிப்படையில் கொலை செய்தவர்கள் கணப் பொழுதின் கோவத்தில் தவறிழைத்தவர்கள் மற்றவர் சொல் கேட்டு தடுமாறியவர்கள் செய்யாத குற்றத்திற்காக தண்டனை அனுபவித்து வருபவர்கள் என பல தரப்பட்ட மனிதர்கள். அவர்களில் பேரறிவாளனும் ஒருவர். அவர்களையும் மற்றவர்வளையும் பிரிப்பது ஒரு சுவர். அந்த சுவருக்கு அப்பால் உலகம் விரிந்து கிடக்கிறது. தான் நான்கு சுவற்றுக்குள் சுருங்கிப் போய் கிடக்க அதே கணம் மதிலுக்கப்பால் மற்றவர் சுதந்திரமாக வாழ்வர். ஆனால் தனக்கு அவ்வாழ்க்கை நாளை வாய்க்கலாம் அல்லது அப்படியே செத்தும் போகலாமெனும் நிலையாமை அவர்களுக்குள் ஏற்படுத்தும் உள்ளக் கொந்தளிப்பும் துயரமும் நம்மால் முழுமையாக உணர முடியாதது.

அவர்களுள் ஒரு சிலர் தனிமையை தாங்க முடியாமல் தற்கொலை சைய்து கொள்கிறார்கள். பலர் பைத்தியமாகிப் போகிறார்கள். சிலர் எல்லாவற்றையும் மறக்கவோ அல்லது தனிமை தந்த ஞானத்தாலோ மௌனமாகி ஆன்மீகவயப்பட்டு விடுகிறார்கள். முருகன் அப்படியே. பேரறிவாளனோ

அச்சிறைச்சாலையையே உலகமாக பாவித்து பலர் வாழ்வில் மறுமலர்ச்சியை ஏற்படுத்தியவர். இவர் கண்கள் உயிர்ப்புடன் பிரகாசிப்பதை தரிசித்தேன். இது தான் மரணத்தை நோக்கிய பெருவாழ்வு.

நிச்சயமற்ற வாழ்வு. சாவு எந்நேரமும் தன்னை அழைக்கலாம் என்கிறபோதிலும் எப்படி ஒருவரால் இருபத்தி ஏழு வருடங்களாக உயிர்ப்புடன் இயங்க முடிகிறது. இவர் போன்றோரின் வாழ்வை பார்க்கும் பொழுது நாம் உணர்வது இருப்பை அர்த்தப்படுத்த எத்தணிக்கும் எவருக்கும் மரணமோ தான் இருக்கும் இடமோ ஒரு பொருட்டல்ல என்பதே. இதனால் அவர் விடுதலையை வேண்டாதவர் என்றோ துயரமற்றவரென்றோ இல்லை. தன் வாழ்க்கையை அர்த்தப்படுத்திக்கொள்ள எத்தனிக்கும் அம்முனைப்பே நம்மை அவர்களிடம் வணங்கச் செய்கிறது.

மானுடத்தின் மேல் பேரன்பு கொண்டவர்களே கலைஞர்களாக போராளிகளாக ஞானிகளாக தத்துவவாதிகளாக விஞ்ஞானிகளாக அனைத்திற்கும் மேல் மனிதர்களாக விளங்குகிறார்கள்.

அடிக்கடி சிரிக்கவும் அதிகம் அன்பு காட்டவும்; அறிவாளிகளின் மதிப்பைப் பெறவும் குழந்தைகளின் பாசத்தை பெறவும்; நேர்மையான விமர்சகர்களின் மதிப்பீட்டைப் பெறவும்; அழகை ரசிக்கவும் ஒரு ஆரோக்கியமான குழந்தையின் மூலம், ஒரு தோட்டத்தை உண்டாக்கி, அல்லது இழந்த சமூக அந்தஸ்தை மீட்டு இந்த உலகத்துக்கு கொஞ்சம் சிறப்பு சேர்த்துவிட்டுச் செல்லவும் ; உற்சாகத்துடன் விளையாடி, சிரித்து, குதூகலமாகப்

பாடியோ ; உங்களால் ஒரு ஜீவன் சிரமம் இல்லாமல் வாழ்கிறது என்று அறிய நேர்ந்தாலோ வெற்றி அடைந்து விட்டீர்கள் என்று அர்த்தம் எமர்சன்.

(தமிழில் : ஜெயமோகன்)

அனைத்திற்கும் மேலாக கணியன் மொழிவது,

சாதலும் புதுவது அன்றே; வாழ்தல்
இனிதென மகிழ்ந்தன்றும் இலமே.

அயல் சினிமா, செப்டம்பர் 2018.

Bibliography

1. What is Cinema - Andre Bazin
2. Theory of Film : The redemption of physical reality - Siegfried Karcauer
3. Theory of the film - Bela Belazs
4. சினிமா கோட்பாடு – பேல பெலாஸ் (தமிழில் வி. சிவக்குமார்)
5. The mass ornament - Siegfried Kracauer
6. அங்கிள் சாம்'க்கு மண்ட்டோ கடிதங்கள்.
7. 'Manto' short stories
8. Montage : life, politics, cinema - Mrinal sen
9. Mrinal Sen, sixty years in search of cinema - Dipankar Mukhopadhyay
10. Sapiens - Yuval Nova Harary
11. 21 lessons for the 21st century - Yuval Nova Harary
12. Nikos Kazantzakis - Zorba the Greek
13. Uncloven Space - Mani Kaul in conversation with Udayan Vajpayi
14. Of walking in ice - Werner Herzog
15. Herzog on Herzog - edited by Paul Cronin
16. Conquest of the useless : Reflections from the making of Fitzkarraldo - Werner Herzog
17. Sculpting in Time - Andrei Tarkoevsky
18. Time within Time - Tarkoevsky's Diaries (1970-1986)
19. The film sense - Sergei Eisenstein

20. Chaplin : The tramp's odyssey - Simon Louvish
21. My Autobiography - Charlie chaplin
22. மார்க்ஸும் சூழலியலும் – ஜான் பெல்லமி ஃபாஸ்டர்
23. அறிவியல் வளர்ச்சி மற்றும் வன்முறை – கிளாட் ஆல்வாரஸ் (தமிழில் ஆயிஷா இரா. நடராஜன்)
24. The Argumentative Indian - Amartya Sen.
25. அழிந்து வரும் கலாச்சாரம் ஓர் ஆய்வு –கிரிஸ்டோபர் காட்வெல்
26. India After Gandhji - Ramachandra Guha
27. சுற்றுச்சூழலியல் : உலகம் தழுவிய வரலாறு இராமசந்திர குஹா
28. சினிமா ரசனை – அம்ஷன்குமார்
29. ஆவணப்பட இயக்கம் – அம்ஷன்குமார்
30. A companion to latin American film - Stephen M. Hart
31. Robert Bresson : A passion for film - Tony Pipolo
32. On the road - Jack Kerouac
33. Film Theory and Philosophy - edited by Richard allen and Murray smith
34. பிரமிள் கவிதைகள்
35. திருக்குறள்
36. நாலடியார்
37. புறநானூறு